D1763931

லா வோத் ஸுவின்

சீன ஞானக் கதைகள்

24 ஆரக்கால்களுடன் சக்கரம் செய்கிறோம்.

எனினும் அச்சாணிக்கும் சக்கரத்துக்கும் இடையே உள்ள

வெற்றிடத்தாலேயே அது இயங்குகிறது.

நான்கு புறமும் சுவர் எழுப்பி மேலே கூரை வேய்கிறோம்.

எனினும் இடையே உள்ள வெற்றிடத்தில் தான் நாம் வசிக்கிறோம்.

உலகில் தோன்றும் பொருட்கள் யாவும் உபயோகத்திற்குரியவை.

என்றாலும் அவற்றின் பின்னணியில் மறைந்திருக்கும்

தோன்றாப் பொருளில்தான் உயிரோட்டமான வாழ்வு உள்ளது.

லா வோ த்ஸுவின் இதுபோன்ற தத்துவங்களைத்தான்

எளிமையான நடையில் விளக்குகிறது இந்தப் புத்தகம்

குருஜி வாசுதேவ்

சிக்ஸ்த்சென்ஸ் பப்ளிகேஷன்ஸ்
10/2 (8/2) போலீஸ் குவார்ட்டர்ஸ் சாலை
(தி.நகர் பேருந்து நிலையத்திற்கும்
காவல் நிலையத்திற்கும் இடைப்பட்ட சாலை)
தி.நகர் சென்னை - 600 017
தொலைபேசி : 2434 2771, 65279654
e-mail : sixthsensepub@yahoo.com

Publisher
K.S. Pugalendi
Managing Editor
P. Karthikeyan
Layout
Shrusti Graphics

No part of this book should be reproduced or transmitted in any form without permission in writing from the author or publisher

நீங்கள் Smart Phone உபயோகிப்பவராக இருந்தால் QR Code Reader Application மூலம் இதை Scan செய்தால் நேரடியாக எமது இணையதளத்திற்கு சென்று மேலும் எங்கள் வெளியீடுகள் பற்றிய விவரங்களைப் பெறலாம்

ISBN : 978-81-92465-77-7

Title:
Lao Tzuvin Seena Gana Kathaigal
Author:
Guruji Vasudev

Address:
Sixthsense Publications
10/2(8/2) Police Quarters Road,
(Between Thiyagaraya Nagar Bus Stop & Police Station)
Thiyagaraya Nagar, Chennai - 17
Phone: 2434 2771, 2986 0070
Cell: **72**000 **5**00**73**

Sixthsense Publications
6 th sense_karthi

e-mail : sixthsensepub@yahoo.com
Website: www.sixthsensepublications.com

Edition:
New Edition : **2023**

Pages : 288
Price : Rs. 377

தலைப்பு : லாவோ த்ஸுவின் **சீன ஞானக் கதைகள்**
நூலாசிரியர் : **குருஜி வாசுதேவ்**

பக்கங்கள் : 288
விலை : ரூ.377

புதிய பதிப்பு : 2023

சிக்ஸ்த்சென்ஸ் பப்ளிகேஷன்ஸ்
10/2 (8/2) போலீஸ் குவார்ட்டர்ஸ் சாலை
(தியாகராயநகர் பேருந்து நிலையத்திற்கும் காவல் நிலையத்திற்கும் இடைப்பட்ட சாலை)

தியாகராயநகர், சென்னை - 600 017
தொலைபேசி : 2434 2771, 2986 0070

கைபேசி: **72**000 **5**00**73**
மின்னஞ்சல்: sixthsensepub@yahoo.com

இந்தப் புத்தகத்திலுள்ள எந்த ஒரு பகுதியையும் பதிப்பாளர் மற்றும் எழுத்தாளர் அனுமதியை எழுத்து மூலம் பெறாமல் பதிப்பிக்கக் கூடாது

முன்னுரை

உலகில் மனித இனம் தோன்றி லட்சக்கணக்கான ஆண்டுகள் ஆகிவிட்டன. ஆனால், மனிதன் பக்குவப்பட்டு, நாகரீகமான மனிதனாக வாழ ஆரம்பித்து சில ஆயிரம் ஆண்டுகள் மட்டுமே ஆகின்றன. மனிதகுலத்திற்கு ஏற்பட்ட அவலங்களுக்கெல்லாம் காரணம் என்ன என்பதைக் கண்டறிய வேண்டும் என்ற உத்வேகத்துடன் சிலர் கிளம்பியதன் விளைவாகவே எண்ணற்ற மதங்களும், சித்தாந்தங்களும் இந்த உலகில் உருவாகின.

இரை தேடல், இன விருத்தி இவையே ஆதிகால மனிதனின் தலையாய வேலையாக இருந்தது. விலங்குகளும் இதையேதான் செய்து வந்தன. அப்படி விலங்குகளுக்கும், மனிதர்களுக்கும் பேதமில்லாமல் மனிதன் வாழ்ந்து வந்த காலத்தில் மனிதர்களின் நடுவே ஒரு சிலர் மட்டும் வித்தியாசமான தேடுதல்களுடன் கிளம்பினார்கள். எல்லோரும் வாழ்வின் தேவைகளைத் தேடித்திரிந்தபோது அவர்கள் அந்தத் தேவைகளின் மூலத்தைத் தேடித் திரிந்தார்கள்.

இதில் வேடிக்கை என்ன என்றால் அவர்கள் எந்த சமுதாயத்தின் நலனுக்காக அப்படித் தேடினார்களோ அந்தச் சமுதாயமே அவர்களைப் புறக்கணித்தது. அலட்சியம் செய்தது. அவமானப்படுத்தியது. ஏன் வேரோடு அவர்களை அழிக்கவும் முற்பட்டது.

இதில் இன்னும் வேடிக்கை என்னவென்றால் பிற்காலத்தில் அவர்களையே அவதாரங்கள் என்றும், இறைத் தூதர்கள் என்றும், தீர்க்கதரிசிகள் என்றும் அதே சமூகமே கொண்டாடி மகிழ்ந்தது.

அவர்கள் பெயரால் சித்தாந்தங்கள், சடங்குகள் உருவாக்கப்பட்டன. அவர்களின் திரு உருவச் சிலைகள் பிரதிட்சை செய்யப்பட்டு அவர்களுக்கென்று வழிபாட்டுத் தலங்களும் ஏற்படுத்தப்பட்டன. அவர்களின் வாக்கும், வாழ்வும் வேத நூல்களாக வடிவம் எடுத்தன. அவர்களின் சொற்களையும் அவற்றின் உட்பொருளையும் நீட்டி முழங்கி பிரசங்கம் செய்தவர்கள் சமயச் சான்றோர்கள் எனக் கொண்டாடப் பட்டனர்.

அதனினும் மிகப்பெரிய வேடிக்கை, மிகப்பெரிய உண்மை என்னவென்றால் மக்கள் சமூகம் எப்படி இவர்களை எதிர்த்த காலத்தில் இவர்களைப் பற்றிப் புரிந்து கொள்ளாமல் அவமதித்ததோ அதேபோல்

இவர்களைக் கொண்டாடும் இந்தக் காலத்திலும் இவர்களைப் பற்றி ஒன்றுமே புரிந்து கொள்ளாமல் தான் இவர்களைக் கொண்டாடுகிறது.

மனம் என்று ஒன்று இருப்பதை உணர்ந்து கொண்ட பின்னரே மனிதனுக்கு ஆசைகளின் பிறப்பிடமே மனம்தான் என்பதும், உலகின் அனைத்து சலனங்களுக்கும் அடிப்படையாக இருப்பவை இச்சைகள்தான் என்பதும் ‘மனதை வென்றவனால் மட்டுமே புலன்களை வெல்ல முடியும்’ என்பதும் புலப்பட்டது. அப்படிப் புலன்களை வென்றவர்கள் சித்த புருஷர்கள் எனப்பட்டனர். அவர்கள் காட்டிய வழி சித்தாந்தம் என்று பெயர் பெற்றது. அந்த சித்தாந்தங்களை பின்பற்றி புத்தர் வழி வந்தவர்களை பௌத்தர்கள் என்றும், கிறிஸ்து வழி சென்றவர்களை கிறிஸ்தவர்கள் என்றும் உலகத்தினர் அழைத்தனர்.

அப்படிப் பின்பற்றுபவர்கள் கூட தாங்கள் யாரைப் பின்பற்று கிறார்களோ அவர்களைப் பற்றி முழுமையாக அறிந்து கொண்டபின் தான் அவர்களைப் பின்பற்றுகிறார்கள் என்று கூற முடியாது. தொழுகைக்கும் வணக்கத்துக்கும் உரிய கடவுள்களாக அவர்களை மாற்றி விட்டு அவர்களின் பிறப்பு, மறைவு போன்ற தினங்களில் ஊர்வலமாக சென்று அவர்களுக்கு மரியாதைகள் செலுத்தி விட்டு பின்னர் தங்களது இஷ்டப்படி தங்களது பழைய பாதையில் அவர்கள் சென்று கொண்டிருக்கிறார்கள்.

வாழும் மார்க்கம், இறைதத்துவம் இவற்றில் உலகம் கிழக்கு, மேற்கு என இரண்டாகப் பிரிவுபட்டு நின்றது. மோசஸ், இயேசு, முகம்மது நபி போன்றோரின் மேற்கத்திய சித்தாந்தம், படைத்தவன்- படைக்கப்பட்ட வன் ‘அதாவது படைத்தவன் இறைவன். இறைவனால் படைக்கப்பட்ட வன் மனிதன்’ என்று வாழ்வியலை இரண்டாகப் பிரித்தது. கிழக்கின் சித்தாந்தம் மகாவீரர், புத்தர், ஆதிசங்கரர் இவர்களால் உருவாக்கப்பட்டு படைத்தவன்-படைப்பு இரண்டும் வேறு, வேறல்ல உன் உள்ளேயே இறைநிலை கலந்து உள்ளது. உள்மலர்ச்சி இன்றி வெளி மலர்ச்சி சாத்தியமே இல்லை என்று கூறியது.

புத்தரின் ஜென் தத்துவம், ஆதிசங்கரரின் அத்வைதம் இவை இன்றளவும் சிந்தனையாளர்களை வியப்பில் ஆழ்த்தி வருபவை. எத்தனை முறை எத்தனை விளக்கங்களைத் தந்தாலும் அவற்றையெல்லாம் தாண்டி இன்னமும் புதுப்புது விளக்கங்கள் இவற்றில் வந்தபடியே இருப்பதுதான் இவற்றின் சிறப்பே.

கிறிஸ்துவுக்கு முற்பட்ட காலத்தில் உலகத்தின் பல பகுதிகள் நாகரிகத்தின் சுவடு கூட படாத நிலையில்தான் இருந்தன. ஆனால் அந்த சமயத்திலே கிழக்கே இந்தியாவும், சீனாவும் கம்பீரமாக எழுந்து நின்றன.

புத்தரும், அவருக்கு சமகாலத்தவராக மகாவீரரும் பாரத நாட்டில் வலம் வந்தபோது சீனத்தில் கன்பூஷியஸும், லா வோ த்ஸுவும் ஆவார்கள்.

புத்தர், மகாவீரர் இருவருமே ஒரே வழியில் சென்றவர்கள் தான். ஆனால் புத்தர் பிரபலம் பெற்ற அளவுக்கு மகாவீரர் உலகளவில் அறியப்படவில்லை. அதேபோல் கன்பூஷியஸ், லா வோ த்ஸு இருவரில் அரசியல், சரித்திரம் போன்ற சர்ச்லைட் வெளிச்சத்தால் கன்பூஷியஸ் அறிமுகமான அளவுக்கு லா வோ த்ஸு அறிமுகம் பெறவில்லை.

தற்போது அறிஞர்கள் பலரின் கவனம் அவர் மீது திரும்பி உள்ளது. அவரது சிந்தாந்தமான தாஓ எனப்படும் டாவோயிஸம் மேலை நாடுகளில் பிரபலமாகி வருகிறது. புத்தரின் தம்மபதக் கோட்பாடுகள் போலவே லா வோ த்ஸுவின் தாஓ பற்றியும் ஏராளமான விளக்கங்கள், விமரிசனங்கள் வந்த வண்ணம் உள்ளன.

தன் காலத்திலேயே சர்ச்சைக்குரியவராகத் திகழ்ந்த அந்த அறிஞர் பற்றியும், அவரால் சொல்லப்பட்ட தாவோ எனப்படும் கோட்பாடுகள் பற்றியும் விரிவாக அலசுவதுதான் இந்த நூலின் நோக்கம்.

பொருளடக்கம்

1. அறிவது ஞானமாகாது 15
2. மவுனம் 19
3. எதையும் திணிக்காதே 23
4. வெற்றிடம் 27
5. பெருங்கருணை 31
6. வற்றாத ஜீவ ஊற்று 36
7. ஞானமும் வானமும் 41
8. நீரும் இயற்கையும் 44
9. இதுவே போதும் 48
10. எங்கே நிம்மதி? 51
11. எல்லாம் வெறுமையே 55
12. அந்தர் முகம் 59
13. எல்லாம் நான் 63
14. கணம் கணமாக இரு 66
15. அதுவா? இதுவா? எது? 70
16. அணுவுக்குள் அண்டம் 74
17. தலைமைப் பண்பு 78
18. துன்பத்தில் இன்பம் 81
19. நிறைவு எது? 85
20. அச்சமே மரணம் 89
21. வெறுமையில் முழுமை 92
22. சுழலும் சக்கரம் 95
23. ஒலியற்ற ஓசை 99
24. விதை 102
25. பூரணமான ஒன்று 104
26. அமைதியும் சலனமும் 107

27.	உறுதியான இலக்கு	111
28.	எதிர் சக்தி	114
29.	விடுபட்டு நில்	118
30.	எதிலும் அளவோடிரு	122
31.	சபிக்கப்பட்டவை	125
32.	பெயர் இல்லாதது	128
33.	நிஜமான வெற்றி	132
34.	எங்கும் பரந்தது	136
35.	உள்ளில் ஒன்றுதல்	139
36.	நலிவே வலிவு	141
37.	உண்மை உணர்தல்	143
38.	பக்தியில் சுயநலம்	147
39.	விதைத்ததே விளையும்	151
40.	அனைத்தும் பிரம்மமே	154
41.	பின்னடைந்தால் முன்னேறலாம்	157
42.	நேர்முகமும் வழிமுறையும்	161
43.	பலமானதே பலவீனமானதும்	164
44.	பத்ம வியூகம்	167
45.	வெம்மையை வெல்லும் சாந்தம்	171
46.	அஞ்ஞானத்தின் ஆட்சி பீடம்	175
47.	பார்வையின் பரிமாணங்கள்	178
48.	பதவி படுத்தும் பாடு	182
49.	மகான்களின் மனநிலை	185
50.	மாறுபட்ட பார்வைகள்	188
51.	ஞானமும் விஞ்ஞானமும்	191
52.	கண்ணாடி	194
53.	பட்டாம் பூச்சிப் பருவம்	198
54.	கல்விக்கண்	201

55.	புதிய பாதை	205
56.	நாணயத்தின் இருபக்கங்கள்	208
57.	முன்மாதிரிகள்	211
58.	நியாயத் தராசு	214
59.	விதையைத் தாங்கும் வேர்கள்	217
60.	வல்லவனா? நல்லவனா?	219
61.	வேற்றுமையில் ஒற்றுமை	223
62.	சும்மாயிருத்தலே சுகம்	226
63.	மௌனத்தின் மொழி	229
64.	தொடங்கினால் தொடரும்	232
65.	மாற்றம் மாறாதது	235
66.	மறைந்திருக்கும் உண்மைகள்	239
67.	முத்தான மூன்று	242
68.	தலைவனின் தலைவி	245
69.	தன்னிலை அறிதல்	248
70.	நகலின் செல்வாக்கு	251
71.	உண்மை நிலையை உணர்தல்	254
72.	அர்த்தமற்ற வாழ்க்கை	257
73.	படகோட்டியின் வேலை	260
74.	மரண வியாபாரிகள்	263
75.	பாவத்தின் அளவு	266
76.	சொர்க்கத்தின் கதவுகள்	269
77.	வாழ்க்கை சுழற்சி	271
78.	சொர்க்கத்தின் காவலன்	275
79.	நீறு பூத்த நெருப்பு	277
80.	கற்பக மரம்	280
81.	உண்மையான அடையாளம்	284

தாஓ ஓர் அறிமுகம்

இந்தியாவிலுள்ள எந்த ஊருக்கு சென்றாலும் அந்த ஊரின் பெருமையைப் பறைசாற்றும் வகையில் அந்த ஊரில் ஒரு புராதனமான கோவில் இருக்கும். அதன் சிறப்புக்களைப் பற்றி அந்த ஊர் மக்கள் வானளாவப் பேசுவார்கள். ஒரு ஊரின் சிறப்பை அதன் கோயில் எடுத்துரைக்கும் அளவிற்கு அங்குள்ள அணைக்கட்டுகளோ, தொழிற்சாலைகளோ எடுத்துரைப்பதில்லை.

எங்கள் ஊரில் ஓர் சர்க்கரை ஆலை இருக்கிறது. அதில் 8,000 பேர் பணிபுரிகின்றனர் என்று பெருமையுடன் யாரும் பறைசாற்றுவதில்லை. 2 இலட்சம் ஏக்கர் நன்செய் நிலங்களுக்கு பாசனம் தரும் பெரிய அணை எங்களுடையது என்று எந்த ஊர்க்காரரும் சொல்வதில்லை.

மாறாக மரகதலிங்கம் எங்கள் ஊரில் உண்டு என்பார்கள். திருஞானசம்பந்தரின் பாடல் பெற்ற திருத்தலம் இந்த ஊர் என்பார்கள். ஆதிசங்கரர் அந்த ஊருக்கு வந்து போயிருக்கிறார் என்றால் அங்கு மக்கள் கூட்டம் குவியும்.

ஒரு நாட்டின் மேன்மை என்ன என்பதைப் பற்றி அந்த தேசத்தில் தோன்றிய மகான்களைக் கொண்டுதான் மற்றவர்கள் மதிப்பிடுகின்றனர் என்கின்றனர் பெரியோர். அந்த வகையில் வரலாற்றுக்கும் முற்பட்ட கால கட்டத்திலேயே இந்தியாவும், சீனாவும் உலகப் புகழைப் பெற்று விட்டன எனலாம். இந்தியாவின் பெருமையை நிலைநிறுத்த எண்ணற்றவர்கள் தோன்றியுள்ளனர். சீனப் பெருமை லா வோ த்ஸூ ஒருவரால் மட்டுமே வானளாவ நிலை நிறுத்தப்பட்டது.

லா வோ த்ஸூ என்பவர் யார்? அவர் போதித்த சித்தாந்தம் என்ன? எப்படி அவரால் இவ்வளவு பெருமை பெற முடிந்தது.

உலகப் படைப்பு, உயிர்களின் தோற்றம், இறப்புக்குப் பின் மனிதனின் நிலை இவை பற்றிக் கண்டறிந்தவர்கள் மகான்கள் எனவும், ஞானிகள் எனவும் போற்றப்பட்டனர்.

அந்த வகையில் புத்தமதக் கோட்பாடுகள் ஜென் எனப்பட்டன. ஆதிசங்கரரின் கோட்பாடுகள் அத்வைதம் எனப்பட்டன. லா வோ த்ஸூவின் கோட்பாடுகள் தாஓ எனப்பட்டன.

இதிலும் வியப்பு என்னவென்றால் இவர்கள் அனைவரும் சுட்டிக்காட்டும் பொருள் ஒன்றே. ஆனால் இவர்களைப் பின்பற்றுவோர்தான் காலமெல்லாம் ஒருவரோடு ஒருவர் மோதிக் கொண்டே இருக்கின்றனர்.

அத்வைதம் என்கிறார் ஆதிசங்கரர். த்வித, என்றால் இரண்டு. அத்வித என்றால் இரண்டல்லாதது. ஒன்று என்று சொன்னால் இன்னொன்று என்பதும் தானே வந்துவிடுகிறது. ஆகவே ஒன்று என்று சொல்லாமல் இரண்டல்லாதது என்கிறார் அவர். எல்லா இடங்களிலும் எல்லாமாய் பரவி நிற்கும் ஏகம் என்ற பொருளில் இது சொல்லப்பட்டது. நேதி நேதி என்கிறார் புத்தர். இதுவும் அல்ல, அதுவும் அல்ல என்பது அதன் பொருள். ஆணல்லன், பெண்ணல்லன், அலியும் அல்லன் என்கின்றனர் ஆழ்வார்கள்.

'அங்கிங்கெனாதபடி எங்கும் பிரகாசமாய் ஆனந்த பூர்த்தியாகி' என்கிறார் தாயுமானவர். 'பூரணமாய் நின்ற ஒன்றே' என்கிறார் அவரே வேறொரு பாடலில்.

தாஓ என்றால் ஞானம் என்பது பொருள். எதில் எல்லாமே அடங்கியுள்ளதோ அதனை அறிவதே ஞானம். ஆனால் அறிவு என்பது வேறு. ஞானம் என்பது வேறு. அக்கு, அக்காக ஒரு பொருளைப் பிரித்து ஆராய்வது அறிவு. அதன் முழுமையை உணர்வது ஞானம். அறிவு அறியப்படுவது. ஞானம் உணரப்படுவது.

ஒரே ஒரு பூவில் காய், பழம், விதை, செடி, மரம் மற்றும் அதன் வம்சம் என ஒரு மாபெரும் காட்டையே உருவாக்கக் கூடிய ஆற்றல் பொதிந்துள்ளது. அறிவு பூவை அக்கு வேறு, ஆணி வேறாகப் பிரித்து இது புல்லிவட்டம், இது அல்லி வட்டம், இது மகரந்த கேசரம் என்று பெயர் சூட்டும். ஆனால், அந்த பூவினுள் அடங்கி உள்ள உயிர்த் தன்மையை அதனால் காணவே முடியாது.

ஞானம் அதன் முழுமையை உணரும். ஒரு மலரைக் கிள்ளும்போதே அதன் முழுமையில் குறைவு ஏற்படுகிறது என்பதை அது நன்கறியும்.

அண்டங்களையெல்லாம் உருவாக்கிய உயிர்த்திரளை அது அண்டபீஜம் என்றே பெயரிட்டு வணங்கும்.

பைபிள் கூறுகிறது ஆதியில் எங்கும் வெறுமை இருந்தது என்று. விஞ்ஞானமும் இதையேதான் கூறுகிறது. அது எல்லா இடங்களிலும் வெற்றிடம் தான் இருந்தது என்கிறது.

பிறகு எப்படி இத்தனை கோடி விண்மீன்கள் ஏற்பட்டன?

விஞ்ஞானம் கூறுகிறது: 'ஆதியில் எல்லா இடங்களிலும் வெற்றிடம் இருந்தது. எல்லையற்று, முடிவற்றுப் பரந்து கிடந்த அந்த வெற்றிடத்தில் ஒரு மாபெரும் அழுத்தம் ஏற்பட்டது. அந்த அதீத அழுத்தத்தின் காரணமாக ஒரு பிரம்மாண்டமான வெடிப்பு ஏற்பட்டது அங்கே. கோடானுகோடி அணுகுண்டுகள் ஒரே சமயத்தில் வெடித்தால் ஏற்படுவது போன்ற அந்தப் பெரிய வெடிப்பிலிருந்து பல்லாயிரம் கோடித் தீப்பந்தங்கள் எல்லையற்ற விண்வெளியில் வீசப்பட்டன. அவைதான் பின்னர் காலப் போக்கில் இறுகி, குளிர்ந்து கோள்களாக உருமாறின.'

இதனை மிகப் பெரிய வெடிப்புக் கொள்கை (The Big Bang Theory) என்கிறது வானவியல்.

வேதங்கள் கூறுகையில் ஆதியில் எங்கும் வெறுமை இருந்தது. பின்னர் எங்கும் மெல்ல ஒரு விழிப்புணர்ச்சி பரவியது. எல்லையற்ற தனிமை அதனுள் ஒரு உறுத்தலை உண்டாக்கியது. அதனால் தன்னில் இருந்து எல்லாவற்றையும் அது உண்டாக்கியது என்று கூறுகின்றன.

சுற்றி வளைத்துப் பார்க்கும்போது அனைத்தும் ஒரே பொருளில்தான் இது பற்றி கூறுகின்றன. ஒன்றும் இல்லை என்பதும், எல்லாமே உண்டு என்பதும் ஒரே சொல்லின் இரு பொருள்கள்தான். முழுமை என்பதில்தான் வெறுமை அடங்கியுள்ளது. இரண்டும் ஒன்றிணைந்த இதனை பிரகதி என்கிறது வேதம்.

சூனியம், சூனியம் எல்லாம் சூனியமே என்கிறார் புத்தர். பூரணம் பூரணம் எல்லாம் பூரணமே என்கிறார் ஆதிசங்கரர்.

சீன ஞானி லா வோ த்ஸுவின் தத்துவங்களும் இதே பொருளைத்தான் சுட்டிக்காட்டுகின்றன.

24 ஆரக்கால்களுடன் சக்கரம் செய்கிறோம். எனினும் அச்சாணிக்கும் சக்கரத்துக்கும் இடையே உள்ள வெற்றிடத்தாலேயே அது இயங்குகிறது. நான்கு புறமும் சுவர் எழுப்பி மேலே கூரை வேய்கிறோம். எனினும் இடையே உள்ள வெற்றிடத்தில் தான் நாம் வசிக்கிறோம் என்கிறார் அவர். தோன்றும் பொருட்கள் யாவும் உபயோகத்திற்குரியவை. என்றாலும் அவற்றின் பின்னணியில் மறைந்திருக்கும் தோன்றாப் பொருளில்தான் உயிரோட்டமான வாழ்வு உள்ளது என்பதே அவர் கூற வரும் கருத்து.

பின்னாளில் வந்த பகுப்பாய்வாளர்களும், பௌதீக அறிஞர்களும் இதனைத் தாஓவின் சூனியவாதம் என்று பெயரிட்டு அழைத்தனர். பிரபஞ்சம் ஒரு மாயை என்ற கருத்தில் அவர் இப்படிக் கூறியதாகப் பொருள் கொள்ளப்பட்டது.

லா வோ த்ஸுவின் புகழையும், ஞானத்தையும் பற்றி கேள்விப்பட்ட சீனச் சக்கரவர்த்தி பெரிதும் மகிழ்ந்தார். தனது அமைச்சரை அழைத்தார்.

"இப்பேர்பட்ட ஞானி நமது அவையில் பேரமைச்சராக இருந்தால் இந்த நாடே சிறப்படையும். அதனால் மக்கள் பெரிதும் பலனடைவார்கள். நீங்கள் சென்று அவரை நமது சாம்ராஜ்யத்தின் மகாமந்திரியாக பொறுப்பேற்கும்படி கேட்டுக் கொள்ளுங்கள்" என்றார்.

அமைச்சர் தயங்கினார். "அரசே! மகான்களைப் போற்றலாம். வணங்கலாம். அன்றாட வாழ்வில் அவர்களை இணைத்துக் கொள்வது சரிவருமா? சராசரி மனிதர்களாகிய நாம் எண்ணற்ற ஆசாபாசங்களில் உழல்பவர்கள். அதனால் மகான்களைப் போல் நம்மால் ஆக முடியாது. அதேபோல் நம்மைப் போல் அவர்களால் மாற முடியாது. யோசித்து செய்யுங்கள" என்றார்.

எனினும் மன்னன் இந்த விஷயத்தில் உறுதியோடிருக்கவே வேறு வழியின்றி லா வோ த்ஸுவுக்கு அழைப்பு அனுப்பப்பட்டது.

அரசனின் வேண்டுகோளை லா வோ த்ஸு ஏற்க மறுத்து விட்டார். "ஆட்சி, நிர்வாகம் பற்றிய உனது கருத்துக்கள் வேறு. எனது கருத்துக்கள் வேறு. நீ எழுதப்பட்ட சட்டங்களின்படி நடப்பவன். நான் மனசாட்சியின் வழி நடப்பவன்" என்றார்.

மன்னர் வற்புறுத்தினார், "தர்மராஜ்யம் நடைபெற தங்களைப் போன்ற ஞானிகள் தான் எனக்கு உதவ வேண்டும். தயை கூர்ந்து இந்நாட்டின் மகாமந்திரி பதவியை ஏற்றுக் கொள்ளுங்கள்" என்று. லா வோ த்ஸு வேறு வழியின்றி அந்தப் பதவியை ஏற்றுக் கொண்டார்.

லா வோ த்ஸு பதவியேற்றுக் கொண்ட அன்றே ஒரு வழக்கு விசாரணைக்கு வந்தது. திருடன் ஒருவன் ஒரு பிரபுவின் வீட்டில் புகுந்து திருடியபோது கையும் களவுமாகப் பிடிபட்டான். அவனைக் கொண்டு வந்து அவையில் நிறுத்தியிருந்தார்கள்.

"இவன் என் வீட்டில் புகுந்து திருடினான்" என்றான் அந்த செல்வப் பிரபு. திருடியது உண்மைதான் எனத் திருடனும் ஒப்புக் கொண்டான்.

"திருடியவனுக்கு ஆறு மாதம் சிறைவாசம். திருட்டுக் கொடுத்த வனுக்கும் ஆறுமாதம் சிறைவாசம்" என்றார் லா வோ த்ஸு. மன்னர்

உட்பட அனைவரும் திடுக்கிட்டனர். "நான் என்ன தவறு செய்தேன்?" என்று அலறினான் அந்தப் பிரபு

"அவனைத் திருடும்படித் தூண்டியது உனது குற்றம். அவனோ வறுமையின் காரணமாகத் திருடினான். நீயோ மற்றவர்களின் உழைப்பைத் திருடிப் பணமாகக் குவித்து வைத்துள்ளாய். அனைத்து நிலங்களுக்கும் பாய வேண்டிய ஆற்று நீரை ஒருவன் தன் வலிமையால் தனது நிலத்துக்கு மட்டும் திருப்பிவிட்டால் அதை திறமை, சாமர்த்தியம் என்று கூறி உண்மையை மறைத்துவிட முடியாது. நியாயப்படி உனக்கு இன்னும் அதிகமான தண்டனை கொடுக்க வேண்டும். எனக்குள் இரக்கம் இருப்பதால் உனக்குக் குறைவான தண்டனையே கொடுத்துள்ளேன்" என்றார் லா வோ த்ஸு.

தண்டனைப் பெற்ற அந்த செல்வந்தன் மிகுந்த சிரமப்பட்டு மன்னரை சந்திக்க அனுமதி பெற்றான். அப்போது மன்னரிடம் அவன் சொன்னான்:

"அரசே! இந்த ஆள் ரொம்பவும் விசித்திரமானவன். இவனைப் போன்றவர்களை அரண்மனையில் வைத்திருக்காதீர்கள். இன்று எனக்கு ஏற்பட்ட கதி நாளை உங்களுக்கும் ஏற்படலாம். உங்கள் கஜானாவில் குவிந்துள்ள பொருட்கள் ஏழைகளைச் சுரண்டி நீங்கள் சேர்த்தது என்று இவன் கூறலாம். உங்களை சிறையில் அடைக்கும்படியும் சொல்லலாம். ஜாக்கிரதையாயிருங்கள்."

மன்னர் குழம்பிப் போய் அமைச்சரை அதற்குப் பிறகு அப்பதவியிலிருந்து நீக்கி விட்டான்.

நோயின் காரணத்தை ஆராய்ந்து அப்புறப்படுத்தாமல் நோய்க்கு மட்டும் சிகிச்சை அளித்தால் நோயாளிகள் பெருகிக் கொண்டுதான் போவார்கள். குற்றம் நடைபெறும் சூழ்நிலைகளை மாற்ற நடவடிக்கை எடுக்காமல் வெறுமனே தண்டனைகள் அளிப்பதன் மூலம் குற்றவாளிகள் உருவாவதைத் தடுக்க முடியாது என்பதுடன் தந்திரமான குற்றவாளிகளாக அவர்களை உருவாக்கும் சூழ்நிலையும் ஏற்படும்.

லா வோ த்ஸுவின் இத்தகைய சிந்தனைகள்தான் சீனாவில் பெரும் தாக்கத்தை ஏற்படுத்தின. அவரது கருத்துக்கள் தாவ்-த-ஜிங் என்ற பெயரால் நூலாகத் தொகுக்கப்பட்டு உலக அறிஞர்களால் போற்றப்பட்டு வருகின்றன. இருபதுக்கும் மேற்பட்ட மொழிகளில் அவை மொழியாக்கம் செய்யப்பட்டு விமரிசிக்கப்பட்டுள்ளன.

தாவ்-த-ஜிங் என்றாலே ஞானமும், நல்வாழ்க்கையும் என்பதுதான் பொருள். இதுபற்றி பல்வேறு வகையான அறிஞர்கள் பல தரப்பட்ட கருத்துக்களைத் தெரிவித்துள்ளனர். "வாழ்வின் நோக்கம் ஞானம் பெறுவதே. தன்னை உணர்தல தான் ஞானம்" என்று ஒருவர் கருதுகிறார்.

“ஞானத்தின் அடிப்படையே நல்வாழ்வு தான். எப்படி வாழ்வது என்பதே வாழ்வின் குறிக்கோள்” என்று ஒருவர் குறிக்கிறார்.

ஞானம் - ஞானமின்மை, நல்வாழ்வு - அவல வாழ்வு இவையெல்லாம் ஜீவன்களின் சராசரியின் இரண்டு பக்கங்கள்தான். இவற்றையெல்லாம் தாண்டிய பேருண்மைதான் முக்கியமானது என்கிறார் இன்னொருவர்.

இப்படிப் பலரும் பலவிதமான கருத்துக்களைத் தெரிவித்த போதும் அனைத்துக்கும் அடிப்படையானஅவரது தாவோயிஸம் இன்னும் ஏராளமான சர்ச்சைகளுக்கு இடமளித்தபடி கம்பீரமாக நின்று கொண்டிருக்கிறது.

அவரது கோட்பாடுகள் எண்பத்து ஒரு பாடல்களாக வெளியிடப்பட்டுள்ளன. இந்த ஒவ்வொரு பாடலுக்கும் தனித்தனியே ஒரு புத்தகம் எழுதிவிடலாம். ராமாயணம் ஆறு காண்டங்களாக இயற்றப்பட்டது போல் இவருடைய ஒவ்வொரு பாடலுக்கும் ஒரு காண்டம் எனற கணக்கில் எண்பத்தோரு காண்டங்கள் எழுதிவிட முடியும்.

மிகச் சிறிய வுரிகள்தான். ஆனால் அந்த வரிகளுக்குள் உலகியலின் அத்தனை தன்மைகளும், வாழ்வின் பல்வேறு கோணங்களும் படம் பிடித்துக் காட்டப்பட்டுள்ளன. நிகழ்ந்தவை முதல் நிகழப் போகின்றவை வரையிலுமுள்ள அனைத்தின் அடிப்படையாக அவை விளங்கு கின்றன.

விஞ்ஞான வளர்ச்சி இல்லாத காலத்தில் வாழ்ந்த ஒரு ஞானி எல்லாக் காலங்களுக்கும் பொருந்தும் இவற்றை இயற்றினாரா? அல்லது அவர் மூலம் அவை தம்மை வெளிப்படுத்திக் கொண்டனவா என்பதுதான் அறிஞர்களின் வியப்பு.

1
அறிவது
ஞானமாகாது

அறிதல் மட்டும் அறிவன்று
   தெரிதல் மட்டும் பெயர் அன்று
அறிவிலும், பெயரிலும் அடங்காமல்
அப்பால் இருப்ப தொன்றுண்டு
பெயரில் அடங்கா திருப்பதுதான்
பிரபஞ்ச மூலக் கருவாகும்.
பெயரில் அடங்கி நிலைத்திட்டால்
பல்லாயிரமாய் உருக்கொள்ளும்.
பற்றினை விலக்கிப் பார்ப்பீரேல்
படைப்பின் மூலம் தெளிவாகும்.
பற்றுடன் பற்றில் லயிப்பீரேல்
படைக்கப் பட்டவை தான்தெரியும்.
இரண்டின் மூலமும் ஒன்றேதான்
எனினும் செயல்கள் எதிராகும்
புரிதல் என்பது மிகக்கடினம்
புரிந்தால் அதுவே ஞானத்தின்
   முதற்படியாம்.

லாவோ த்ஸு தன்னுடைய முதற்பாடலிலேயே தான் சொல்ல நினைத்த ஒட்டுமொத்த கருத்தையும் ஒன்றாக அளிக்கிறார் என்றே கூறலாம்.

வெறுமனே ஒன்றை அறிவதுமட்டும் ஞானமாகிவிடாது. அதன் உள்ளுக்குள் ஊறி உணர்தல் வேண்டும். அவ்வாறில்லாது வெறும் புத்தகங்களைக் கரைத்துக் குடித்து ஒப்புவிப்பதால் பயனில்லை. தேன் குடத்தில் வைக்கப்பட்ட கரண்டி தேனிலேயே ஊறியபடி கிடந்தாலும் அதனால் தேனின் சுவையை அறிய முடியாது. மலரில் உள்ள தேனை அருகில் உள்ள யாரும், எதுவும் அறிவதில்லை. எங்கோ உள்ள வண்டுதான் அதனைத் தெளிவாக உணர்ந்து பறந்தோடி வந்து அந்த மலரில் அமர்கிறது.

அறிவு என்பது வேறு. ஞானம் என்பது வேறு. அறிவு தோன்றும் பொருள்களை மட்டுமே உணரும். ஞானமோ அந்தப் பொருளின் தோற்றத்தின் காரணத்தையே உணரும்.

உத்தாலக ஆருணி தனது மகன் சுவேதகேதுவை குருகுல வாசம் அனுப்புகிறார். பல ஆண்டுகள் கழித்து திரும்பி வருகிறான் சுவேதகேது. இப்போது அவனது நடையில் ஒரு மிடுக்கு தெரிகிறது. முகத்தில் ஒரு கம்பீரம் குடி கொண்டிருக்கிறது, கண்களில் அளவு கடந்த ஒரு பெருமிதம் தென்படுகிறது. கைகளை வீசி நிமிர்ந்த பார்வையுடன் அலட்சியமாக நடந்து வருகிறான் அவன்.

அவனது நடை, உடை, பாவனைகளே கூறுகின்றன உத்தால கனுக்கு "இவன் பெரும் கல்விச் செருக்குடன் உள்ளான் என்பதை அதற்காக மனதுக்குள் வருந்திய அவர் அதனை வெளிக்காட்டாமல், "என்ன மகனே குருகுலம் முடிந்ததா?" என்று கேட்டார்.

"ஆம் தந்தையே. எல்லாவற்றையும் கற்றுத் தேர்ந்து விட்டேன்" என்றான் சுவேதகேது. தொடர்ந்து, மீமாம்ஸம், வியாகரணம், தர்க்க சாஸ்திரம், வேதங்கள், உபநிடதங்கள் அனைத்திலும் தேர்ச்சி பெற்று விட்டேன்" என்கிறான்.

"அறிவுக்குள் அடங்காததை, பெயருக்குள் ஆட்படாததை அறிந்தாயா?"

"அப்படி ஒன்று உண்டா?" என்றான் அவன் வியப்புடன்.

"ஆம். எது அனைத்திலும் அடங்கியுள்ளதோ, எது அனைத்துக் கும் அப்பாற்பட்டதோ, எதை அறிந்தால் வேறு எதையும் அறிய வேண்டாமோ அதனை அறிந்து கொண்டாயா?"

சுவேதகேது விழித்தான். "உன் கல்வி இன்னும் முடியவில்லை. குருகுலத்துக்கே திரும்பிப்போ" என்றார் உத்தாலாகர்.

அனைத்துக்கும் ஆதாரமாய் இருப்பது, அனைத்துமாகி இருப்பது..... அனைத்தையும் உண்டாக்கியது... இப்படி என்ன என்ன வார்த்தைகளையெல்லாம் பிரயோகித்தாலும் அந்த ஆதிமூலமானதை விவரிக்க வார்த்தைகளே இல்லை. மிகப் பெரிய ஞானிகள் இந்த ஒரு விஷயத்தில் தடுமாறி விடுகின்றனர். ஏனெனில் அவர்களுக்குள் அந்த அனுபவம் ஏற்படுகிறது. அதை ஞானம் என்பதா? இறை தரிசனம் என்பதா? மூலத்தின் விசுவரூபம் என்பதா?

அனுபூதி நிலை என்கின்றார் இதை அருணகிரிநாதர். எனினும் அதை விளக்க சொல்லுக்கு பஞ்சம் ஏற்பட்டு விடுகிறது அவர்களுக்கு. தாங்கள் விளங்கிக் கொண்டதைப் பிறருக்கு விளக்கவும் அவர்களால் முடியவில்லை. அவர்கள் விளக்கியதை விளங்கிக் கொள்ள மற்றவர் களாலும் இயலவில்லை.

பிறவிக் குருடன் ஒருவன், ஒளி என்றால் என்ன? என்று கேட்கும்போது மற்றவர்கள் அடையும் சங்கட நிலையேதான் இதுவும். நீங்கள் என்னதான் விவரித்தாலும் அவனால் அதை உணர முடியாது. அவனுக்கு அளிக்கப்படும் ஒரு பதில் இன்னொரு கேள்வியையே எழுப்பும். ஒளி என்பது பிரகாசமானது என்றால் பிரகாசம் என்றால் என்ன? என்ற அடுத்த கேள்வி அவனிடமிருந்து வரும்.

இதனாலேயே ஞானம் பெற்ற சித்தர்கள் பெரும்பாலும் மவுனமாகி விடுகின்றனர்.

"ஆசா நிகளம் துகளா யினபின்

பேசா அநுபூதி பிறந்ததுவே" என்கிறார் அருணகிரிநாதர்.

அனைத்துக்கும் அடிப்படையாய், முடிவற்றதாய், அனாதியாய் எங்கும் இருப்பது ஒன்றேதான். ஒன்று என்றால் கண்டிப்பாக இன்னொன்று வரும். ஆகவேதான் இரண்டல்லாதது என்ற பொருளில் அத்வைதம் என்கிறார் ஆதிசங்கரர்.

ஒன்று இரண்டாய்ப் பிரிந்தபின் அந்த இரண்டுக்கும் இடையே உள்ள பரஸ்பர ஈர்ப்பில்தான் அகிலமே இயங்குகிறது. வெட்டவெளியில், அந்தரத்தில் எந்தவிதமான பிணைப்பும் இல்லாமல் எப்படி இத்தனை கோள்களும் தொங்கிக் கொண்டிருக்கின்றன? பூமி சூரியனை இழுக்கிறது. சூரியன் பூமியை இழுக்கிறது. பூமி சந்திரனை இழுக்கிறது. சந்திரன் பூமியை இழுக்கிறது. இப்படி எல்லாக்

கோள்களும் ஒன்றையொன்று ஈர்ப்பதாலேயே அவற்றிடையே ஒரு தொடர் சலனம் நிலவுகிறது.

இதிலிருந்து ஒன்று விலகினாலும் இந்த ஒட்டுமொத்த அமைப்பும் ஆட்டம் கண்டுவிடும். இரவு - பகல், இருள் - ஒளி, ஆண் - பெண், பிறப்பு - இறப்பு என இரண்டிரண்டான இயற்கையின் நியதியில் உலக இயக்கம் நடைபெற்று வருகிறது.

சக்தியை ஆக்கவோ அழிக்கவோ முடியாது. ஒன்றை இன்னொன்றாக வேண்டுமானால் மாற்றலாம் என்கிறது பௌதீக விஞ்ஞானம். நீர் உஷ்ணத்தில் ஆவியாகிறது. அந்த ஆவி குளிர்ந்தால் தண்ணீராகிறது. அந்தத் தண்ணீர் உறைந்தால் பனிக்கட்டியாகிறது. பனிக்கட்டி உருகினால் நீராகிறது. பனி, நீர், ஆவி என்ற மூன்று நிலைகளிலும் அடிப்படையாக இருப்பது தண்ணீர்தான்.

கடல் நீர் ஆவியாகி மேகமாகிறது. மேகம் குளிர்ந்து அது மழையாகப் பொழிகிறது. மழை நதியாகப் பெருகி ஓடிப்போய் மீண்டும் இதே கடலில் சங்கமம் ஆகிறது.

பரமாத்மா அழிவற்றது. அதிலிருந்து பிரிந்த சலன சக்திகள் நீராய், நிலமாய், நெருப்பாய், காற்றாய், பல்வேறு ஜீவன்களாய்ப் பெருகி அலைந்து, திரிந்து, வாழ்ந்து, மறைந்து இறுதியில் பரமாத்மாவிடமே சங்கமம் ஆகின்றன.

வானாகி, மண்ணாகி, வளியாகி, ஒளியாகி,
ஊனாகி, உயிராகி, உண்மையுமாய், இன்மையுமாய்,
கோனாகி யான்எனதென்று அவரவரைக் கூத்தாட்டு
வானாகி, நின்றாயை என்சொல்லி வாழ்த்துவனே

என்கிறார் மாணிக்கவாசகர். இப்படி அறிவினால் அறியப்படாததாய், பெயரால் கட்டிக்காட்டப் படாததாய் உள்ளதுதான் பல்லாயிரக்கணக்கான வடிவங்களிலும், உருவங்களிலும் உள்ளது.

உருவமற்று அனாதியான பரம்பொருளாய் உள்ளதே உருவத்துடன் தோன்றி மறையும் பொருள்களாகவும் உள்ளது. உருவமற்றதும் அதுதான். உருவத்துடன் விளங்குவதும் அதுதான். அதனை உணர்ந்து கொள்ள முடிந்தால் அதுதான் ஞானத்தின் முதல்படியாகும்.

2

மவுனம்

அழகு தன்னை அழகென்றால்
அங்கே விகாரம் தோன்றிவிடும்
ஒழுக்கம் தன்னைப் பறைசாற்றின்
ஒழுங்கீன மங்கே உருவாகும்.
இருத்தலும், இன்மையும் சார்புடைத்தே.
எளிதும், கடினமும் ஒப்பீடே.
மேல், கீழ் என்பதும் அவ்வகையே.
முன், பின் என்பதும் அவ்விதமே.
ஞானம் என்பது மவுனம்தான்.
ஞானியர் நிலையும் அதுவேதான்.
வலியுறுத் தாமை இயல்பாகும்.
நிலைபெறும் அனைத்தும்
அதனிடத்தே.

மவுனமாயிருக்கும் ஒருவன் உரத்த குரலில் "நான் இப்போது மவுனமாயிருக்கிறேன்" என்று கூற முடியுமா? எப்போது அவன் வாயைவிட்டு சொல் பிறந்ததோ அப்போதே அவனது மவுனம் கலைந்துவிடுகிறது. மவுனம் எந்த வகையிலும் தன்னை வெளிக் காட்டவே முடியாது. அவனது மவுனத்தைத் தெரிவிக்க ஒரே வழி தொடர்ந்து மவுனமாக இருப்பது மட்டும்தான்.

அழகு தன்னை அழகு என்று பறை சாற்றும்போது அசிங்கமாகி விடுகிறது என்கிறார் லா வோ த்ஸு. இரண்டு எதிர், எதிரான சக்திகளின் இயக்கத்தில் இயங்கும் உலகத்தில் + x + = -என்று ஆகிவிடும். கடுமையான நோயால் தாக்குண்ட ஒருவன் வீரியம் மிக்க மருந்தை உட்கொண்டால் உடனடியாகக் குணமடைவான். ஆரோக்கியமானவன் தானும் அதே மருந்தை அருந்தினால் நோயாளியைவிட மோசமான பக்க விளைவுகளுக்கு ஆளாவான்.

கலவரமும், வன்முறைகளும் நிகழும் பிரதேசத்தை ராணுவத்திடம் ஒப்படைத்தால் கலவரங்கள் அடக்கப்பட்டு அந்த பூமியில் அமைதி திரும்பும். அமைதியான பிரதேசத்தை ராணுவத்திடம் ஒப்படைத்தால் அங்கே மக்கள் புரட்சி ஏற்பட்டு அரசே கவிழும் அளவுக்கு பயங்கரமாகக் கலவரமும், வன்முறைகளும் எற்படும்.

இருப்பது என்பதும், இல்லாமல் இருப்பது என்பதும் சார்பு நிலை கொண்டவைதான். ஒன்றுடன் ஒப்பிடும்போது மட்டுமே இன்னொன்றின் உயர்வு அல்லது தாழ்வு நிலை உணர்த்தப்படும்.

20-ஆம் நூற்றாண்டின் பெரிய அறிஞர் ஆல்பர்ட் ஐன்ஸ்டைன் சார்பியல் தத்துவம் (Theory of Relativity) என்பதனைக் கண்டுபிடித்தார்.

அறிவியலின் உச்சகட்ட கண்டுபிடிப்பே அதுதான். பிரபஞ்சத்தில் எல்லாமே ஒன்றையொன்று சார்ந்து இயங்குபவைதான். அவரது இந்தக் கண்டுபிடிப்பு பல புரியாப் புதிர்களுக்கு விடை அளித்தது. அணுகுண்டு, விண்வெளிப் பயணம் போன்ற பலவற்றுக்கு வழிவகுத்ததும் அதுதான்.

இடதுபக்கம் கோயில் இருக்கிறது என்று ஒருவர் சொன்னால் அது இங்கிருந்து இடதுபக்கம். அதாவது அவரை மையப் புள்ளியாகக் கொண்டால் கோயில் இடதுபக்கம் உள்ளது. அதே சமயம் கோயிலுக்கு மறுபுறம் உள்ளவர் அதை வலதுபக்கம் இருக்கிறது என்றுதான் கூறுவார்.

இதைவிட பெரியதுடன் ஒப்பிட்டால் இது சிறியது. இதைவிட சிறியதுடன் ஒப்பிட்டால் இது பெரியது. ஆனால் இதன் நீளம் என்னவோ ஒரே அளவுதான் இருக்கிறது. அது மாறுவதில்லை.

பார்ப்பதற்கு ஆளே இல்லாவிட்டால் வானம் நீலமாய் தோன்றுமா? என்று ஒரு கேள்வியை எழுப்புகிறார் ஆதிசங்கரர் சௌந்தர்ய லஹரியில். 20-ஆம் நூற்றாண்டின் சார்பியல் கொள்கையை 2500 ஆண்டுகளுக்கு முன்பே கண்டவர் அவர்.

இங்கே இதே கொள்கையை லா வோ த்ஸு இப்பாடலில் குறிக்கிறார். எளியது என்பதும் கடினம் என்பதும் ஒப்பீடுகள்தான். இருப்பதும், இல்லாதிருப்பதும் ஒன்று போன்றவைதான். முன்னால், பின்னால் என்பதும், மேலே கீழே என்பதும் ஒரே வகைதான்.

தீவிரமான நாத்திகன் நாத்திகத்தின் எல்லையில் ஆத்திகனாகி விடுவான். ஆத்திகனாயிருப்பவன் அதில் தீவிரமானால் இறுதியில் நாத்திகனாகிவிடுவான். கெட்டுத் திரிந்த பலரும் மிகப் பெரிய ஞானிகள் ஆகிவிடுவதும், ஒழுங்கானவர் பாதை தவறும்போது பாதாளத்தில் விழுவதும் இதனால்.தான்.

பிறப்பு இறப்பில்தான் போய் முடிகிறது. அதனாலேயே இறப்பு என்பது மீண்டும் பிறப்பாக ஆரம்பிக்கிறது.

இன்பத்திலிருந்துதான் துன்பம் பிறக்கும். ‘அதேபோல் துன்பத்தில் இருந்தே இன்பம் தோன்றுகிறது’. ‘இன்பத்தில் துன்பம் துன்பத்தில் இன்பம். இறைவன் வகுத்த நியதி’ என்று பாடுகிறார் கண்ணதாசன்.

இக்கரைக்கு அக்கரை பச்சை என்பார்கள். இங்கிருந்து காணும்போது மறுகரை பச்சையாகத் தென்படும். ஆற்றைக் கடந்து மறுகரைக்குச் சென்று பார்த்தால் இப்பகுதி பச்சையாக இருப்பது போல் தோன்றும்.

அரசனாயிருப்பவன் ஆண்டிக் கோலத்தை நினைத்தாலே அஞ்சுவான். ஆனால், அத்தகைய சூழ்நிலை வரும்போது அதை இயல்பாக ஏற்றுக் கொண்டு விடுவான்.

ஒரு அரசன் முனிவர் ஒருவரின் கோபத்துக்கு ஆளானான்.. நீ பன்றியாகக் கடவது என்று சபித்து விட்டார் அந்த முனிவர். மனம் வெறுத்துப்போன மன்னன் இளவரசனை அழைத்தான். “மகனே! முனிவர் என்னை சபித்து விட்டார். நான் மன்னனாக வாழ்ந்தவன். பன்றியாக வாழ வேண்டிய அவலநிலை எனக்கு ஏற்படக் கூடாது.

ஆகவே, நான் பன்றியான பின் எங்கிருந்தாலும் என்னைத் தேடிப் பிடித்துக் கொன்று விடு'' என்று கேட்டுக் கொண்டான். சிறிது காலம் சென்றபின் இளவரசன் கிளம்பினான். எங்கெங்கோ தேடி அலைந்து கடைசியாக ஓரிடத்தில் தன் தந்தையை பன்றி கோலத்தில் கண்டுபிடித்தான். ஒரு சாக்கடையில் அந்தப் பன்றி வேறொரு பெண் பன்றியுடன் இணைந்து நாலைந்து குட்டிகளைப் போட்டிருந்தது.

இளவரசன் அதை வெட்ட எண்ணி வாளை ஓங்கினான். அப்போது அந்தப் பன்றி பேசியது: ''மகனே! வேண்டாம். சற்றுப் பொறு. இப்போது இந்த வாழ்வு எனக்கு மிகவும் பிடித்து விட்டது. இவள் உன் சித்தி. இவர்கள் எல்லாம் உன் தம்பிகள்.''

அதைக் கேட்டு மனம் நொந்துபோய் அரண்மனைக்குத் திரும்பினானாம் இளவரசன். எதை வெறுக்கிறோமோ அதையே பின்னர் விரும்புகிறோம். எதை விரும்புகிறோமோ அதையே ஒரு காலத்தில் வெறுக்கிறோம். எதிர், எதிரான உணர்வுகளே மனதை ஆட்டி வைக்கின்றன. அதனாலேயே ஞானிகள் மவுனமாகி விடுகின்றனர். இன்றைய விருப்பம் நாளைக்கு வெறுப்பாக மாறும். இன்றைய வெறுப்பு நாளைக்கு விருப்பமாக மாறும். இதில் சொல்ல என்ன உள்ளது? சொற்கள் என்பதே எண்ணங்களின் ஒலி வடிவம்தானே. எண்ணங்களே மனதில் ஏற்படும் சலனத்தின் விளைவாகத் தோன்றுபவைதானே. மனமோ நேர்மறையாகவும், எதிரிடையாகவும் மாறி, மாறி சலனம் கொள்ளும் தன்மை கொண்டது. மனம் அடங்கிய நிலையே ஞானம். எண்ணங்களும் அற்ற அந்த நிலையே மவுனம்.

கோபுரத்தின் மீதிருந்து கீழே குதித்த அருணகிரிநாதரை தடுத்தாட்கொண்ட முருகப் பெருமான். ''சொல் அற சும்மாயிரு'' என்று போதிக்கிறார். வாய்மூடி, கண் மூடி மோன நிஷ்டையில் ஆழ்ந்த பின்னரே ஞானம் கிட்டுகிறது அருணகிரிநாதருக்கு.

மவுனம் என்பது வெறும் பேச்சை அடக்கிய நிலை மட்டும் அல்ல. அப்படிப் பார்த்தால் வாய் பேசாத பிறவி ஊமைகள் எவ்வளவோ பேர் உண்டே! உடலின் சலனம், புலன்களின் சலனம், மனதின் சலனம், எண்ணங்களின் சலனம் என அனைத்தையும் கட்டுப்படுத்திய நிலை அது. அந்த நிலையில் சூழ்வது அனைத்துக்கும் அநாதியான பிரபஞ்ச மவுனம், அனைத்தையும் உள்ளடக்கிய அபார மவுனம் அது.

3

எதையும் திணிக்காதே

பெருமிதம் உயர்வில் இல்லையெனில்
 பொறாமைக் காங்கே இடமில்லை.
அருநிதி உயர்வென இல்லையெனில்
 களவுக் காங்கே இடமில்லை
விருப்பத் தூண்டுதல் இல்லையெனில்
 உள்ளத்தில் குழப்பம் புகுவதில்லை
ஆதலின் ஞானியர் தம் அரசில்
 ஆற்றல் தம்மை வலியுறுத்தார்.
தீதற்ற உள்ளங்கள் வெறுமையுடன்
 ஆசையற்று வெகுளிகளாய்க் காட்சி தரும்.
வாதுறும் இலக்குகள் விலக்கப்பட்டு
 சாதுரியம் செயலற்று வீழந்து கிடக்கும்
எதையும் திணிக்காத செயல்பாடு:
 அனைத்தும் அதனுள் ஆட்படுமே.

அயோத்தியில் நடந்த ராமராஜ்யம் பற்றி பாடிய கம்பர் அதன் மேன்மையை விளக்கும்போது அங்கே பணக்காரர்கள் என்று யாரும் கிடையாது. ஏனெனில் ஏழை என்று எவரும் அங்கே இல்லை என்கிறார். அங்கு பிச்சை இடுபவர் எவரும் இல்லை. ஏனெனில் பிச்சை கேட்பவர் எவரும் அங்கு இல்லை என்கிறார்.

ஒன்றை புனிதம் என்று போற்றும்போதே இன்னொன்று பாவம் என்று ஆகி விடுகிறது. அதேபோல் ஒன்றை உயர்வு என்று கொண்டாடும்போதே இன்னொன்று தாழ்வு என்று ஆகி விடுகிறது. அரசர்கள், ஆட்சியாளர்கள், தங்களுக்கு வேண்டியவர்கள் என்று சிலரை உயர்த்துவார்கள். அதனாலேயே வேண்டாதவர்கள் பலர் துன்பத்துக்காளாக வேண்டியதாகிறது.

ஞானிகள் தங்களிடம் உள்ள எதையும் இது உயர்வானது என்று எண்ணிப் பெருமிதம் கொள்வது இல்லை. அதனால் அங்கே களவு, திருட்டு என்ற சொற்களுக்கு இடம் இருப்பதே இல்லை. ஆசைகளின் தூண்டுதல்கள்தான் மனதின் போராட்டங்களுக்குக் காரணமாகின்றன. அத்தகைய தூண்டுதல்களுக்கு ஞானிகள் இருக்கும் இடத்தில் இடம் இருப்பதேயில்லை.

ஞானிகள் நோயின் மூலத்தைக் களைவார்களே தவிர வெறுமனே நோய்க்கு மருந்து போட மாட்டார்கள். சாதுரியம், சூழ்ச்சி இவற்றை திறமை என்று பெயரிட்டு ஆதரிக்க மாட்டார்கள். சட்டத்தின் மூலம் கடும் தண்டனைகளை விதித்து ஒன்றை செய்யாதே! என நிர்ப்பந்திப்பதை விட அதில் ஒன்றுமே இல்லை என்பதை உணர வைத்து மனதில் இருந்து அந்த எண்ணத்தையே அகற்றி விடுவார்கள்.

உலகப்புகழ் பெற்ற விக்டர் ஹியூகோவின், லெஸ் மிஸரபிள் கதையின் கருவே இதுதானே!

கதாநாயகன் ஜீன்வால் ஜீன் பசிக் கொடுமையால் ஒரே ஒரு ரொட்டியைத் திருடுகிறான். காவல் துறை அவனை வேட்டையாடி சிறையிலடைக்கிறது. அவன் சிறையிலிருந்து வந்த பின்பும் அடிக்கடி கண்காணிப்பு, விசாரணை என அவனை துன்புறுத்தி நிரந்தரக் குற்றவாளியாகவே அவனை ஆக்கிவிடுகிறது.

பாதிரியார் அவனுக்கு அடைக்கலம் தருகிறார். அந்த இடத்திலேயும் அவன் திருடிவிடுகிறான். அவனைப் பிடித்த இன்ஸ்பெக்டர் பாதிரியாரிடமே அவனைக் கொண்டு வருகிறார்.

இவன் திருடன், இவனிடத்தில் இந்த வெள்ளி சாமான்கள் இருந்தன. இவற்றை நீங்கள் கொடுத்ததாக இவன் பொய் சொல்கிறான் என்கிறார் இன்ஸ்பெக்டர். பாதிரியார் சிரித்தபடி 'நான்தான் அவனுக்கு இவற்றைக் கொடுத்தேன். நண்பரே! இந்த வெள்ளிக் குத்து விளக்குகளை

விட்டுவிட்டுப் போய்விட்டீரே! இந்தாருங்கள். இதையும் எடுத்துச் செல்லுங்கள்' என்று குத்து விளக்குகளைக் கொண்டு வந்து கொடுக்கிறார். ஜீன்வால் ஜீன் மனமாற்றம் அடைந்து திருந்துகிறான்.

மரியாமக்தலீன் ஓடிவந்து ஏசுவிடம் அடைக்கலம் புகுகிறாள். அவளை விபசாரி என்று குற்றம் சாட்டுகிறது கூட்டம். உங்களில் யார் பாவமே செய்யாதவரோ அவர்கள் அவள் மீது முதல் கல்லை

எறியுங்கள் என்கிறார் இயேசு. ஒருவர் பின்னர் ஒருவராக மெல்ல அனைவரும் கலைந்து செல்கின்றனர். உன் மனம் எதைப் பாவம் என்று கருதுகிறதோ அதை நீ இனி செய்யாதே என்கிறார் இயேசு மரியாளிடம்.

அரசாங்கம் சட்டம் இயற்றும். அதற்கான விதிகளை வகுக்கும். சட்டம் என்று வரும்போது அநேக நிரபராதிகள் அதனால் பாதிப்படையக்கூடிய சூழ்நிலை சில சமயங்களில் ஏற்படும். அதைத் தவிர்க்கும் பொருட்டு பின்னர் அந்த விதிகளில் சில விலக்குகள் செய்யப்படும். அதனால் நிறைய குற்றவாளிகள் தப்பிச் செல்வார்கள்.

ஆன்மீகம் விரும்புவது அடக்குமுறையை அல்ல; மன மாற்றத்தை மட்டுமே. உள்ளத்தால் உணர்ந்து திருந்தியவன் பின்னர் எக்காலத்திலும் பழைய பாதைக்குத் திரும்ப மாட்டான்.

ஞானி தன்மனத்தை வெறுமையாக்கி விடுகிறார். தன் உள்ளே உள்ளவற்றையெல்லாம் கொட்டி மனத்தை தூய்மையாக்கி வெகுளித் தன்மையுடன் குழந்தைபோல் ஆகிவிடுகிறார். அவரிடமும் 'நான்' என்ற உணர்வு இருப்பது இல்லை. அவரால் உருவாக்கப்படும் சமூகத்திலும் 'நான்' என்பது இருக்காது.

இங்கே அரசாங்கத்தின் சட்டங்கள் (நான்) என்பதை முரசு கொட்டி பறையறைவிக்கின்றன. இச்சட்டங்களை அமல்படுத்தும் அதிகாரிகள் (நான்) என்ற உணர்வின் மறுவடிவமாக உள்ளனர். ஆளப்படும் மக்களின் (நான்) என்ற உணர்வு இவற்றை பகிரங்கமாகவோ மறைமுகமாகவோ மீறுகிறது. அதன் விளைவே ஓயாத போராட்டம். அதனால் ஏற்படுவதுதான் ஒழியாத மன உளைச்சல்கள்.

ஞானி மனம் என்பதையே எதிலும் செலுத்துவதில்லை. நான் என்ற உணர்வின் பிரயோகம் அங்கிருப்பதில்லை. அதனால் அங்கே வலியுறுத்துவதோ, திணிப்பதோ நடைமுறையில் இருப்பதில்லை. அதனாலேயே அனைத்தும் அங்கே தாமாகவே முன்வந்து ஆட்படுகின்றன.

4

வெற்றிடம்

ஞானம் என்பது ஏதுமில்லா
    வெற்றிடமே
மோனப் பரப்பின் முடிவேயில்லா
    பிரம்மாண்டம்.
தனது கூர்மையை தானே
    மழுங்கடிக்கும்
தனது துயர்களில் தன்னையே
    மூழ்கடிக்கும்
தன்னொளியைத்
    தானே குறைக்கும்.
தன் சுடரில்
    தானே ஒளிரும்
முடிவில்லா ஆழத்தின்
    ஞானம் அது
பரமனுக்கும் முந்தியது
    என்பது தெளிவு.

கோழியிலிருந்து முட்டை வந்ததா? முட்டையிலிருந்து கோழி வந்ததா? என்று கேட்டார் ஒருவர். அடுத்தவர் கொஞ்ச நேரம் யோசித்தார். பிறகு சொன்னார். "கோழியில் இருந்துதான் முட்டை வந்தது" என்று.

"எப்படி அவ்வளவு உறுதியாகக் கூறுகிறீர்கள்?"

"முட்டையிலிருந்து கோழி தான் வரவேண்டும் என்பதில்லை. சேவல் கூட வரலாம். ஆனால் கோழியில் இருந்து முட்டை மட்டும்தான் வரும்" என்றார் இவர்.

இடக்கான பதில்தான். ஆனால் வேறு வழியில்லை. இதுபோன்ற விடை இல்லாக் கேள்விகளுக்கு இந்த மாதிரி ஏடாகூடமான ஒரு பதில்தான் ஒருவரிடமிருந்து வரமுடியும்.

விதையிலிருந்து செடி வந்ததா? செடியிலிருந்து விதை வந்ததா? ஆணிலிருந்து பெண் தோன்றினாளா? பெண்ணில் இருந்து ஆண் தோன்றினானா?

இப்படிப்பட்ட கேள்விகளுக்கு எவராலும் பதில் கூறவே முடியாது. அப்படியே பதில் கூறினாலும் அது எதுவும் ஏற்கப்படு வதாகவும் இருக்க முடியாது. இதற்கெல்லாம் நிரூபணமும் கிடையாது.

விஞ்ஞானம் இவற்றை அலச முற்படுகிறது. என்றாலும் ஓர் அளவிற்கு மேல் அதனால் போக இயலாது. தோன்றும் பொருள்களை மட்டும்தான் அது ஆராயும். தோன்றாப் பொருட்களை ஆராய அதனால் முடியாது.

ஒரு இடத்தில் ஒரு எழுத்தாளர் கேட்டார், பல்லவ மன்னர்களைப் பற்றி நமக்கு எப்படித் தெரியும்? அவர்கள் விட்டுச் சென்ற மாமல்லபுரத்தின் மூலம்தானே! காவிரிப்பூம்பட்டினம், கபாடபுரம் இவற்றை கடல் விழுங்கியது போல் சென்னை மற்றும் அதன் சுற்றுப்புறங்களை கடல் கொண்டுவிட்டு அழிச்சாட்டியமாக கோல்டன் பீச் பகுதியை மட்டும் விட்டு வைத்தால் முந்நூறு வருடங்களுக்குப் பின் வரும் ஆராய்ச்சியாளர்கள் மாமல்ல புரத்தை ஆண்ட மன்னன் பெயர் வி.ஜி.பி. என்றுதானே கூறுவார்கள் என்று.

மறுக்க முடியாத உண்மை இது. ஆதாரங்களைக் கொண்டு ஆராயும்போது இத்தகைய இடர்களை சந்திக்க வேண்டியதைத் தவிர்க்க முடியாது. விஞ்ஞானம் தோன்றும் பொருட்களைத்தான் ஆராயும். ஆனால் மெய்ஞ்ஞானம் தோன்றாப் பொருட்களை ஆராயும். விஞ்ஞானம் ஒரு பொருளை பல துண்டுகளாகப் பகுத்து ஆராயும். மெய்ஞ்ஞானம் முழுமையை ஆராயும்.

"அர்ஜுனா! உனது இந்த சாதாரணக் கண்களால் எனது விசுவரூபத்தை உன்னால் காண முடியாது" என்கிறான் கிருஷ்ணன். அதற்கென விசேஷமான தெய்வீகப் பார்வை அவனுக்கு வழங்கப் படுகிறது. அந்தப் பார்வையின் மூலம் எங்கும் பரந்து காணப்பட்ட அந்த பிரம்மாண்டமான ரூபத்தைக் கண்டு மிரண்டு போன அர்ஜுனன் தனக்கு மீண்டும் பழைய பார்வையையே அளித்து சாதாரண ரூபத்திலேயே காட்சி தரும்படி கிருஷ்ணனை வேண்டுகிறான்.

எல்லைகளுக்கெல்லாம் அப்பால் கடந்து அப்பாலுக்கு அப்பாலாய் எங்கும் பரவியுள்ளது. அதனை சூன்யம் என்பதா? வெற்றிடம் என்பதா? வெறுமை என்பதா? ஆனால் அதில்தான் அனைத்தும் அடங்கியுள்ளன.

"எல்லையற்ற பிரம்மாண்டம். எல்லையற்ற மவுனம். எல்லையற்ற வெறுமை. பரமனுக்கும் முந்தியது அது" என்கிறார் லா வோ த்ஸு.

கடவுள் உலகத்தைப் படைத்தார் என்கின்றனர் ஆன்மீகவாதிகள். உலகத்தைப் படைத்தவர் கடவுள் என்றால் கடவுளைப் படைத்தவர் யார்? என்று கேட்கிறது பகுத்தறிவு. கடவுளை யாரும் படைக்கவில்லை. அவர் தாமாகவே உண்டானார் என்கிறது ஆன்மீகம். அப்படியானால் அவர் உண்டாவதற்கு முன்னால் என்ன இருந்தது? என்ற கேள்வி கேட்கப்படும். ஆன்மீகமே திணறும் இடம் இதுதான். அவர் உண்டாவதற்கு முன் அங்கே என்ன இருந்தது? ஒன்றுமே இல்லை. வெறும் வெட்ட வெளிதான் இருந்தது என்று ஆன்மீகவாதிகள் திணறலுடன் பதிலளிப்பார்கள். அப்படியானால் வெட்டவெளிதானே ஆதிமூலம்? அதுதானே ஆதி பரம்பொருள்? என்று கேட்டால் பதிலளிக்க முடியாமல் சமயவாதிகள் திணறுவார்கள்.

வெட்டவெளியல்லால் வேறெதுவும் இல்லை கண்டீர் என்று பாடுகிறார் சிவவாக்கியர்.

முடிவில்லாத ஆழம் என்றும் ஆழத்தின் ஞானம் என்றும் பரம்பொருளுக்கும் முந்தையது அதுதான் என்றும் லா வோ த்ஸு கூறுகிறார்.

"தனது கூர்மையைத் தானே மழுங்கடிக்கும், தனது பிரகாசத்தைத் தானே குறைக்கும்."

அதாவது அது பிரகாசமானது. ஆனால், தனது பிரகாசத்தை தானே குறைத்துக் கொள்ளும். ஏன்? இரண்டு எதிர், எதிரான சக்திகளின் இயக்கத்தில்தான் சலனமே நிகழ்கிறது. பிரகாசம் ஒரு சக்தி. அதன்

எதிர்மறை அதனைக் குறைத்தல். கூர்மை ஒரு சக்தி. எதிரிடை அதனை மழுங்கடித்தல்.

அரசு மக்களை ஆளுகிறது. ஆனால், அந்த அரசு மக்களால்தானே தேர்ந்தெடுக்கப்படுகிறது. ஆளும் கட்சி மக்களால் தேர்வு செய்யப் படுகிறது. எதிர்க்கட்சியும் மக்களாலேயே தேர்ந்தெடுக்கப்படுகிறது. ஆனால், ஆளும் கட்சியை எதிர்த்தே எதிர்கட்சி செயல்படும்.

இந்த எதிரெதிர் சலனங்களாலேயே தடையற்ற ஒரு இயக்கம் எங்கும் நிகழ்ந்தபடி உள்ளது.

தேவர்-அசுரர் என்ற இரு எதிர்மறை சக்திகள் ஒன்றுபட்டு பாற்கடலைக் கடைந்ததில்தான் அமுதம் கிட்டியது. அதுவும் முதலில் விஷம்தான் வெளிப்பட்டது. பிறகே அமுதம் கிட்டியது. வாழ்வு ஒரு பாற்கடல். மனம் ஒரு பாற்கடல். புண்ணியம்-பாவம், நல்லது-கெட்டது, ஏற்பு-மறுப்பு என எல்லா எதிர் எதிர் சக்திகளும் ஒன்றுபட்டு கடையும்போது முதலில் துன்ப துயரமாகிய விஷம்தான் வெளியாகும். அதன் பின்னரே ஞானம் என்ற அமுதத்தைப் பெற முடியும்.

வாழ்வையே யோகமாக்குவது கர்ம யோகம், மனதால் செயல்படுவது சாங்கிய யோகம். ஜெபம், தவம், உச்சாடனம் போன்றவை மனவழியில் செல்பவை. தானம், சேவை, வழிபாடு, தலயாத்திரை போன்றவை உடல் வழி செல்பவை.

இறுதியில் எட்டும் ஞானத்தை "உள்ளுக்குள் உள்ள" வெட்டவெளி என்கின்றனர். அந்த நிலையில்தான் அதுவரை எங்கும் தேடித் திரிந்தும் கிடைக்காத அமைதி, பரம நிம்மதி கிடைக்கும். போதிமரத்தடியில் புத்தரும், நர்மதா குகையில் ஆதிசங்கரரும் அத்தகைய பரம ஆனந்தத்தில் திளைத்து தன்னுள்தான் லயித்து அமர்ந்து இருந்தனர். அந்த நிலையில்தான் அவர்களைத் தேடி உலகமே வந்தது. வந்து வணங்கியது.

தங்களிடம் இல்லாத ஏதோ ஒன்றை இவர்கள் பெற்றுள்ளனர் என்பது மட்டும் புரிந்தது உலகினருக்கு. ஆனால் அது என்ன என்பது தெரியவில்லை. புத்தர்களோ, சங்கரர்களோ அதை விளக்கவும் இல்லை. 'என்றென்றும் இருத்தல்' என்ற பொருளில் ப்ரக்ஞை என்று மட்டும் கூறியுள்ளனர்.

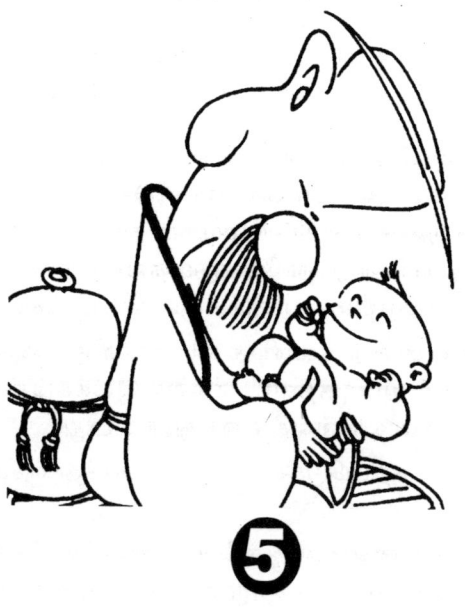

5

பெருங்கருணை

விண்ணிலும் மண்ணிலும்
கருணை இல்லையேல்
எண்ணில் அடங்காதவை
எரிந்திடும் வேள்வியில்:
மாரிபோல் கருணையை
ஞானியர் பொழிந்திடேல்
மூரி எரிந்திடும் மன்னுயிர்
யாவையும்.
எண்ணிலடங்கா வெறுமை
எனினும் அது
கண்ணுக்குத் தெரியா பூந்துருத்தி.
விரைவில் ஓய்ந்துவிடும் வீண் பேச்சு
கரையில் ஏறிடக் கற்றிடுவோம் நாம்.

‘இறைவன் கருணையே வடிவானவன் என்கின்றன எல்லா மதங்களும். கர்த்தர் அன்பாயிருக்கிறார் என்கிறார் இயேசு அன்போடிருப்பது வேறு. அன்பாயிருப்பது வேறு. அங்கே அவர் அன்பு காட்டவில்லை. அன்பாகவே மாறிவிடுகிறார். கருணை செலுத்தும்போது நாம் கருணை செய்பவர்கள்தான். நம்மிடமிருந்து கருணை என்பது செலுத்தப்படுகிறது. நாமே கருணையாக மாறிவிடும்போது நம்மிடம் இருந்து எட்டு திசைகளிலும் கருணை பொங்கிப் பெருகும்.

இயற்கையை ஊன்றி கவனித்த விஞ்ஞானிகள் ஒரு மகத்தான உண்மையைக் கண்டுபிடித்தனர். எல்லா இயக்கங்களிலும் ஒரு கருணை, மென்மை பரவியுள்ளது என்பதுதான் அது.

மகாகவி தாகூர் குறிப்பிடுகிறார் தம்முடைய கீதாஞ்சலி கவிதைத் தொகுப்பில்,

‘மரணத்துக்குப் பின் என்ன ஆகுமோ என்று எண்ணிக் கலங்காதே. நீ பிறப்பதற்கு மூன்று தினங்களுக்கு முன்பாகவே உன் தாயின் மார்பில் உனக்காகப் பாலைச் சுரந்து வைத்துள்ளான் ஒருவன். அவன் உனக்கெனத் தனியாக ஒரு உலகத்தையே படைத்து வைத்திருப்பான். அவனை நம்பி அஞ்சாமல் புறப்படு.’

உண்மையில் பார்க்கப் போனால் நாம் எதுவுமே செய்வதில்லை. நாம் உயிர் வாழக் காற்று தேவை. அந்த வாயுவை நாம் படைக்கவில்லை. அது ஏற்கனவே இந்த உலகத்தில் உள்ளதுதான். அதனை சுவாசிக்க நுரையீரல் தேவை. அதையும் நாம் உண்டு பண்ணவில்லை. நமக்குப் பிறப்பிலேயே அது கொடுக்கப்பட்டு விடுகிறது. உணவை நாம் சமைக்கிறோமே தவிர அவற்றை நாம் படைக்கவில்லை. அவை இயற்கையில் தாமே விளைபவை . அவற்றை விழுங்கி ஜீரணம் செய்யும் ஜீரண உறுப்புக்களான வாய், உணவுக்குழல், இரைப்பை, சிறுகுடல், பெருங்குடல் இவை அனைத்தும் நமக்குப் பிறவியிலேயே தரப்பட்டன. பாலைவன ஒட்டகம் ஆறு மாதம் குடிநீர் இன்றி வாழ்கிறது. பனிக்காலத்தில் துருவக் கரடியின் உடல் முழுவதும் கனத்த மென் மயிர்கள் அடர்ந்து வளர்கின்றன பனியிலிருந்து அதனைக் காப்பதற்காக.

படைக்கப்படும் ஒவ்வொரு அரிசியின் மீதும் அதன் உடைமையாளனின் பெயர் எழுதப்படுகிறது என்கிறது குர் ஆன்.

கல்லினுள் தேரைக்கும் கருப்பை உயிர்க்கும்
புல்லுணவே தந்து போற்றும் நம் நாதன் என்று பாடுகிறார்
பாபநாசம் சிவன்.

பாறையை உடைத்தால் உள்ளிருந்து தேரை வெளியே தாவுகிறது. எப்படி அதனுள் இவ்வளவு காலம் அது இருந்தது? அங்கே உயிர் வாழ்வதற்குத் தேவையான மூச்சுக் காற்றையும், உணவையும் அதற்கு அளித்தது எது?

பிறப்பு, வாழ்க்கை மட்டுமல்லாது மரணத்தில் கூட இயற்கையின் பெருங்கருணை அடங்கியுள்ளது. இதனை அறிவியல் சமீபத்தில்தான் கண்டுபிடித்துள்ளது.

17-ஆம் நூற்றாண்டில் இருண்ட கண்டம் எனப்படும் ஆப்ரிக்காவிற்குள் வெள்ளையர்கள் முதன் முதலாகப் புகுந்தனர்.

ஸ்டான்லி, மங்கோ பார்க், டேவிட் லிவிங்ஸ்டன் எனப் பலரும் நைல் நதி, ஜாம்பஸி, நைஜர் ஆறுகளையும், ஏரிகளையும் தேடிக் கண்டுபிடித்தனர். விஷப் பாம்புகள், கொடிய மிருகங்கள் என வழியில் அவர்களுக்கு ஏராளமான இடையூறுகள். காட்டு மனிதர்களின் தாக்குதல்கள் வேறு.

டேவிட் லிவிங்ஸ்டன் தனது குழுவினருடன் காங்கோ காடுகளினூடாக சென்றபோது திடீரெனப் பாய்ந்த ஒரு சிங்கம் டேவிட் லிவிங்ஸ்டனை கவ்வி இழுத்துக் கொண்டு ஓடியது. பதறிப்போன நண்பர்கள் துப்பாக்கியால் சுட்டபடி நெடுந்தூரம் விரட்டிச் சென்று ஒரு மணி நேரம் போராடி அவரை மீட்டனர்.

சிங்கத்தின் பற்களால் குதறப்பட்டு உடல் முழுவதும் ரத்த விளாறாக இருந்தார் அவர். நெடுநேரம் கழித்து அவர் சொன்னார், 'ஏனோ தெரியவில்லை. எனக்கு வலியே ஏற்படவில்லை. சிங்கம் நிச்சயமாக என்னை சாப்பிடப் போகிறது என்று என் மனதில் பட்டது. ஆனால் எனக்கு அதை எதிர்க்கத் தோன்றவில்லை. மவுனமாக என்னை அதற்கு அர்ப்பணிக்கத் தயாராகி விட்டேன். ஒருவிதப் பரவச மயக்கம்தான் அந்த சமயத்தில் என்னுள் இருந்தது.'

அவர் ஏதோ பிரமையில் உளறுவதாக அப்போது எல்லோரும் நினைத்தனர். விஞ்ஞானம் பெரிதும் முன்னேறிய கடந்த கால் நூற்றாண்டில் விஞ்ஞானிகள் ஒரு விந்தையைக் கண்டுபிடித்தனர்.

பாம்புகளுக்கு உணவாகப் போடப்பட்ட உயிருள்ள எலிகள், தவளைகளுடன் பல்வேறு கருவிகளை இணைத்துச் சோதித்ததில் அவர்கள் கண்ட உண்மை இது.

பாம்பால் கவ்வப்பட்ட எலிகள் முதலில்தான் போராடுகின்றன. பின்னர் பாம்பு நன்கு இறுக்கி பிடித்தபின் அவை செயலற்று விடுகின்றன. அப்போது அவற்றின் மூளையில் இருந்து ஒருவித திரவம் சுரக்கிறது. உடல் முழுதும் அது பாய, அந்நிலையில் உடலின் எல்லா அவயவங்களும் தனது செயல்களை நிறுத்தி விடுவதால் மெல்ல ஒரு மயக்க நிலையில் அவை ஆழ்கின்றன. அந்த நிலையில் அவற்றின் உடலை வெட்டினாலும், குத்தினாலும் அவற்றிற்கு வலியே ஏற்படுவதில்லை. இதனை அறிந்த பின்பே விஞ்ஞானிகள் ரணத்திற்கு முன்

ஏற்படும் மயக்கநிலை பற்றி தீவிரமாக ஆராய்ந்து வருகின்றனர்.

பெருங்கருணை என்கிறார் இதனை லா வோ த்ஸு.

முழு உயிருள்ள ஒரு மீனை விழுங்கினால் அது வயிற்றில் ஜீரணம் ஆகி விடுகிறது. ஆனால், வயிறு ஏன் தன்னைத்தானே ஜீரணம் செய்து கொள்வதில்லை? ஒரு பாம்பை இன்னொரு பாம்பு விழுங்கினால் அது ஜீரணமாகி விடுகிறது. ஆனால், அந்தப் பாம்பின் உடலில் சுரக்கும் நீர் அதனையே ஏன் ஜீரணம் செய்து விடுவதில்லை?

விஞ்ஞானம் இதனை இன்னும் விளக்கவில்லை. மெய்ஞ்ஞானம் இதனையே பெருங்கருணை என்கிறது. வாழ்வின் ஒவ்வோர் அசைவிலும், ஒவ்வொரு விநாடியிலும் இதனை நாம் உணரமுடியும்.

எண்ணில் அடங்காத வெறுமைதான் எங்கும் உள்ளது. ஆனால், பெரிய துருத்தி வழியே காற்று ஊதப்படுவது போல் அதனால் மலர்வது போல் அங்கே சூரியன் உதித்தால் இங்கே தாமரை மலர்கிறது. அங்கே மின்னல் மின்னினால் இங்கே தாழம்பூ மலர்கிறது.

இயற்கையின் இந்த அந்தர் லீலைகளை ஊன்றி நோக்குபவன் மவுனமாகி விடுகிறான். ஒன்றையும் தெரியாத நிலையில் உரத்த குரலில் உபதேசிப்பவர்கள் உண்மையை உணர்கையில் வீண் பேச்சுக்கள் அவர்களிடமிருந்து விடை பெற்று விடுகின்றன.

மிகக் கடினமான பாதைதான் அது. மவுனமாக சில விநாடிகள் கூட இங்கே எவராலும் இருக்க முடியாது. வெளி ஓசைகள் அடங்கும் போது

இங்கே மனத்தின் உள் இரைச்சல் ஆரம்பமாகி விடும். அந்த இடத்தில்தான் பலரும் சித்தம் தடுமாறி பித்தர்கள் ஆகின்றனர். எனினும் விடாமல் கொஞ்சம் உறுதியுடன் முன்னேறினால் புற ஓசைகள் அடங்கியது போல் அக ஓசைகளும் அடங்கி விடும். கரையில் ஏறிடக் கற்றிடுவோம் நாம் என்பதன் பொருள் இதுதான். கற்பிப்பவர்கள் யாரும் கிடையாது. அவரவரும் தாமாகவேதான் கரையேற வேண்டும். தேடுங்கள் கண்டடைவீர்கள் என்று ஏசு கூறுவது இதனைப் பற்றியே.

'ஆதி ஒளியாகி ஆள்வானும் தானாகி
ஆதி அவனுருவம் ஆம் என்கிறார் ஔவை.
ஓசையின்றி உள்ளே உதிக்கின்ற தொன்றுண்டு
வாசமலர் நாற்றம்போல் வந்து' என்றும் அவரே தான் கூறுகிறார்.

விண்ணின் பெருங்கருணை உணர்ந்த ஞானிகள் மூலம்தான் மண்ணில் உள்ள உயிர்கள் இதனை அறிய முடிகிறது. இல்லையேல் கால, காலமாக விலங்கொடு விலங்காக மனித வாழ்வு கழிந்திருக்கும். 'மாரிபோல் கருணையை ஞானியர் பொழிந்திடேல்' என்கிறார் லா வோ த்ஸு.

'விண் நிறைந்து நின்ற பொருளே உடம்பதன்
உள் நிறைந்து நின்ற ஒளி' என்று ஔவையார் பாடுவதும் இப்பொருளில்தான்.

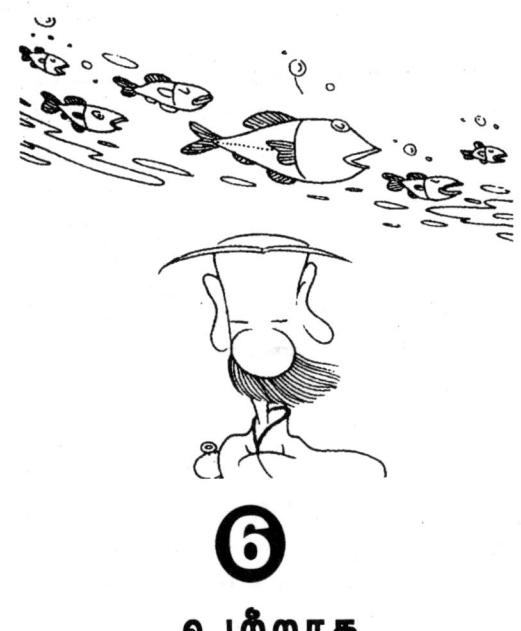

6
வற்றாத ஜீவ ஊற்று

பள்ளத்தாக்கில் வற்றாத ஊற்றுக்கண்
 உள்ளத்தால் உணர்ந்தோர் அதிசயப்
பெண்ணென்பர்
 அந்தப் பெண்ணின் நிலைவாயிற்
கதவம்தான்
 இந்த விண்மண் இடைவழி
வேறென்பார்
 என்றும் நிலைத்த அது
இயல்பாகப் பாய்வது
 குன்றா விசையுறு ஆன்மா
மடிவதில்லை
 நின்று நிலவும் அதிசயப் பெண்
 இதுவே.

மதுரகவி ஆழ்வார் வந்து கொண்டிருக்கிறார். எங்கோ இருந்து வரும் ஒரு ஒளி அவரை ஈர்க்கிறது. என்னது இது புதிய பிரகாசம்? என்ற வியப்புடன் அந்த திசையில் செல்பவர் மரத்தடியே அமர்ந்திருக்கும் பாலகனைக் காண்கிறார்.

முகத்தில் அருள் ஒளி. ஆனால் இளம் வயது. நம்ப முடியவில்லை அவரால். 'இவரென்ன யோகியா? ஆனால் இந்த இளம் வயதில் ஞானம் கூடுமோ?'

மரத்தடியில் அமர்ந்திருப்பவர் அருள்மாறர். நம் ஆழ்வான் என மகாவிஷ்ணுவால் பாராட்டப்பட்டு நம்மாழ்வார் என்றே வரலாற்றில் நிலைத்தவர். அவர் கண் விழிக்கும்வரை அங்கேயே காத்திருந்த மதுரகவியார் அவரிடம் கேட்கிறார்.

'செத்ததன் வயிற்றில் சிறியது பிறக்கின்
எத்தைத் தின்று எங்கே கிடக்கும்?'

அருள் மாறர் பதிலளிக்கிறார். 'அது அத்தைத் தின்று அங்கே கிடக்கும்' என்று. அப்படியே அவரது காலில் விழுந்து அவரைத் தம் குருவாக ஏற்கிறார் மதுரகவியார்.

வற்றாத ஒரு ஜீவ ஊற்று கிளம்பி எங்கும் பரந்து காணப்படுகிறது. எண்ணிறந்த கோடி உயிர்கள் அதில்தான் தோன்றுகின்றன. முரட்டுப் பாறையில் விழுந்த விதை மழையில் ஊறி முளைத்து அதன் வேர்கள் பாறையையே பிளந்து செல்வதைக் காணலாம். நெட்டிருப்புப் பாறைக்கு நெக்கு விடாப் பாறை பசுமரத்து வேருக்கு நெக்குவிடும், என்பது 'மூதுரை'யில் வரும் ஔவையார் பாடல்.

ஆழ்கடலில் நீரின் அடியே பல மைல்கள் ஆழத்தில் கனத்த இருளில் கண்களில் டார்ச் போன்ற ஒளியுடன் மீன்கள் வாழ்கின்றன. தண்ணீரே இல்லாத பாலைவனத்தில் இரண்டடி உயரத்துடன், ஆனால் இரண்டு மைல் நீளத்திற்குப் பரவும் வேர்களுடன் செடிகள் வாழ்கின்றன. மண்ணுக்கு அடியில் நீள, நீள புழுக்கள் மணலைக் குடைந்து அதனையே வாயினால் உண்டு, சத்துக்களை உறிஞ்சி, கூழாக்கப்பட்ட மணலை வெளியேற்றி வாழ்கின்றன.

எந்த இடத்திலுமே அந்த சூழ்நிலைக்கு ஏற்றபடி வாழக்கூடிய ஜீவன்கள் தோன்றி விடுகின்றன. அழுகிய பழத்தில் புழுக்கள் தோன்று

கின்றன. சாணத்தில் நெளியும் புழுக்களைப் பார்த்துப் பரிதாபப்பட்டு அவற்றைச் சந்தனத்தில் எடுத்துவிட்டால் அவை இறந்து விடும்.

செத்த பிணத்தின் வயிற்றில் குழந்தை பிறக்காது. அப்படிப் பிறக்குமானால் அதற்குரிய வாழ்வும், உணவும் அதற்கு முன்பே படைக்கப்பட்டிருக்கும். அதனால்தான் 'அத்தைத் தின்று அங்கே கிடக்கும்' என்றார் நம்மாழ்வார்.

ஒரு பெண் தன்னைப் போன்ற மனிதக் குழந்தையையே பெற முடியும். பறவை தன்னைப் போன்ற பறவைக் குஞ்சுகளையே பெறும். பசு தன்னைப் போன்ற கன்றையே பெறும். ஆனால், எங்கும் பரவிய இந்த ஜீவசக்தியோ பல்லாயிரம் வடிவங்களில், எண்ணிலடங்கா ஜீவன்களைப் பெறுகிறது. அதனாலேயே இதனை அதிசயப் பெண் என்கின்றனர் ஞானியர்.

"What is covering the universe?" ஒரு பேராசிரியர் மாணவனிடம் கேட்டார்.

சற்று நேரம் விழித்த மாணவன், "The universe as Hole" என்றானாம்.

அதிர வைத்த பதில் இது. இத்தனைக்கும் அந்த மாணவன் குருட்டாம் போக்கில் சொன்னான் இதனை. விண்வெளி முழுவதும் காஸ்மிக் கதிர்கள் விரவியுள்ளன. சூபர் நோவாபடலம் நிறைந்துள்ளது. ஈதர் பரவியுள்ளது என்றெல்லாம் பாடம் நடத்திய அந்த அறிவியல் பேராசிரியர் இந்த பதிலால் ஈர்க்கப்பட்டார்.

முட்டைகளை இடும் தாய்ப் பறவை போல் கோள்களையும், விண்மீன்களையும் பிரசவிக்கக் கூடிய அமைப்பு ஏதும் உண்டோ? என்று யோசிக்க ஆரம்பித்தார். அதன் பிறகே விண்வெளியில் உள்ள கருந்துளைகள் (Black Holes) பற்றிய கருத்து வலுப்பெற்றது எனலாம்.

ஆனால், நமது முன்னோர்கள் 'அண்டயோனி' என்ற சொல்லை வேதங்களில் உபயோகித்துள்ளனர். விராட் புருஷன் என்பதாகவும் குறிப்பிடப்படுவதுண்டு. ஆதிப்பழம் பாழ் என்னும் வெற்றிடத்தில் இருந்து அண்ட பீஜம் உருவாகிறது. அதிலிருந்து எல்லாம் வெடித்துக் கிளம்புகின்றன என்கிறது அது. விண்வெளி விஞ்ஞானமோ பிரபஞ்சத் தின் நடுக்கரு வெடிப்பதும், விரிவடைவதும், சுருங்குவதுமாக தொடர்

இயக்கம் நடைபெறுவதைக் கூறுகிறது. பிரபஞ்ச வெடிப்பில் கோள்கள், விண்மீன்கள் எல்லாம் தோன்றுகின்றன. விரிவடைவது தற்போது நடந்து கொண்டிருக்கிறது. சுருங்கும்போது எல்லாமே ஒடுங்கி அணுவாகக் குறுகி விடும். பின் மீண்டும் பழைய இயக்கமே நிகழும்.

வேதங்கள் அடிமுடி காணாத பரம்பொருளில் இருந்து தீச்சுடர்கள் வெளிப்பட்டு அனைத்துலகங்களும் உண்டாயின என்றும் இறுதியில் பிரளயப் பிரதோஷம் எனப்படும் ஐந்தாம் பிரதோஷத்தில் அனைத்தும் சிவனிடம் ஒடுங்கி விடும் என்றும் பின்பு மீண்டும் சிருஷ்டி துவங்கும் என்றும் கூறுகின்றன.

விண்ணுக்கும், மண்ணுக்குமாய் ஈசன் ஜோதிப் பிழம்பாய் நின்றதாக சிவபுராணமும், அர்ஜுனனுக்கு விண்ணும், மண்ணுமாய் வியாபித்து கிருஷ்ணன் விசுவரூப தரிசனம் தந்ததாய் விஷ்ணு புராணமும், ஆதிசக்தியானவள் விண்ணுக்கும், மண்ணுக்குமான வேராகவும், வேர்மூலமாகவும் நிற்பதாய் தேவிபாகவதமும் கூறுகின்றன.

'அந்தப் பெண்ணின் நிலைவாயிற் கதவம்தான்
இந்த விண் மண் இடைவழி வேறென்பார்'

இடையறாத ஒரு ஜீவ சக்தி விண்ணுக்கும், மண்ணுக்கும் பரவி நிற்பதை விளக்கும் லா வோ த்ஸுவின் உருவகம் இது.

குன்றாத விசையுடன் கூடிய ஆத்மா அது. அது மடிவதில்லை.

பானைக்குள் யானை போகுமா? என்று கேட்டார் தர்க்கவாதி. போகாது என்றார் பகுத்தறிவுவாதி. போகும் என்றார், ஆன்மீகவாதி.

எப்படி? யானை பெரியது. பானை சிறியது எப்படிப் போகும்?

'யானை பெரியதுதான். ஆனால் ஆலமரத்தை விட சிறியது. பானை சிறியதுதான். ஆனால் கடுகு போன்ற ஆலம் விதையை விடப் பெரியது. இத்தனூண்டு ஆலம் விதையிலிருந்து இவ்வளவு பிரம்மாண்டமான ஆலமரம் வரும் என்றால், இவ்வளவு பெரிய பானைக்குள் இந்த யானை போகாதா? இறைவன் அருள் அப்படி இருந்தால் கண்டிப்பாகப் போகும்' என்றார் ஆன்மீகவாதி.

மனிதப் படைப்புகள் உயிரற்றவை. பெரியதில் இருந்து சிறியது வரும். ஒரு எட்டு முழ வேட்டியில் இருந்து இரு 4 முழ வேட்டிகள்

வரும். அதையும் கிழித்தால் ஏழெட்டு துண்டுகள் வரும். இன்னும் கிழித்தால் சிறிய கைக்குட்டைகள் பல வரும். ஆனால் இயற்கையின் படைப்புகள் உயிருள்ளவை. ஒரு சிறு விதையில் இருந்து பெரிய மரம் வரும். அந்த மரத்தில் இருந்து ஆயிரக் கணக்கான பழங்களும், பல்லாயிரக்கணக்கான விதைகளும் என்று அதன் மூலம் ஒரு பெரிய மரங்கள் அடர்ந்த காடே உருவாகும்.

ஒரு சிறிய மலைச்சுனையில் பிறக்கும் நதி பிரம்மாண்டமாக ஓடி கடலில் கலக்கும். துவக்கத்தில் கையளவு நீரே அங்கிருந்து உருவாகி வரும். மெல்ல, மெல்ல அது விரிவடைந்து அசுரப் பெருக்காக அது ஓடும். இத்தனை மைல் நீளமுள்ள இந்த அகண்ட நதி அந்த சிறு இடுக்கிலா தோன்றியது?

தோட்டம் முழுதும் புற்களை கொத்தி மணற்பரப்பை கட்டாந்தரையாக வைத்திருப்பார்கள். ஒரு மழை பெய்தால் போதும். தோட்டம் முழுதும் புற்கள் அடர்ந்து மண்டிவிடும்.

குன்றாத விசையுடன் கூடிய ஆத்மா என்பது ஆழமான பொருள் கொண்ட வரி. 'நின்று நிலவும் அதிசயப் பெண் என்பது ஆதியும், அந்தமும் இல்லாத அழிவற்ற மஹாசக்தி' என்ற பொருள் கொண்டது. அந்த சக்தியே அனாதியானது. அது உள்ளவரை சிருஷ்டி நிகழ்ந்து கொண்டே இருக்கும்.

7

ஞானமும் வானமும்

வானமும் பூமியும் வழங்குவதல்லால்
எதையும் தமக்கென்று ஒதுக்குவதில்லை
ஞானமும் அத்தகு இயல்புடைத் தாதலின்
ஞானமும் வானம்போல் நின்று நிலைக்கும்
தமக்கென எதையும் வேண்டா இயல்பே
தலைமைப் பதவியின் தனிச் சிறப்பாகும்
நமக்கென பலவும் வேண்டியிருத்தலின்
நமைப்பின் னிறுத்தி ஞானியர் முந்துவர்.

மேகம் மழையைப் பொழிகிறது. அதனால் மேகத்துக்கு என்ன லாபம்? சூரிய, சந்திரர்கள் பகலிலும், இரவிலும் ஒளி வீசுகின்றனர். அதனால் உலகுக்கே பயன் உண்டு. ஆனால், கதிரவனுக்கோ, நிலவுக்கோ அதனால் எந்தப் பயனும் இல்லை.

அதனாலேயே அவை நிலைத்து நின்று நிலவுகின்றன என்கிறார் லா வோ த்ஸு. ஒரு குறிப்பிட்ட நோக்கத்துக்காக செய்யப்படும் காரியங்கள் அந்த நோக்கம் ஈடேறிய பின் பயனற்றவை ஆகிவிடுகின்றன. முட்டையின் ஓடு கடினமானது. உள்ளிருக்கும் கருவையும் அந்தக் கருவிற்கு தேவையான மஞ்சள் கரு, வெண் கரு ஆகியவற்றையும் பாதுகாக்கிறது அது. உள்ளே குஞ்சு வளர்ந்த பின் ஓட்டை உடைத்துக் கொண்டு வெளியே வருகிறது. பிறகு ஓட்டுக்கு எந்த வேலையும் இல்லை. அதைத் திரும்பிப் பார்ப்பவர் எவரும் இல்லை.

விதை முளைத்து வெளியே வரும்போது முளையின் இருபுறமும் விதையின் பருப்புக்கள் இருக்கும். முளையானது செடியாக வளர்வதற்கு தேவையான சத்துக்கள் அடங்கியது அது. செடி வளர, வளர இந்த விதைப் பருப்புக்கள் சுருங்கிப் பின் இற்றுப் போய் விடும். அதன் பயன் நீங்கி விட்டது. அதனால் இனி அது தேவை இல்லாதது ஆகி விடுகிறது.

திருமண நிகழ்ச்சிகளுக்கு ஆயிரம் பேர் விருந்தினராக வருவார்கள். அவர்கள் அனைவருமே தாலி கட்டி முடிந்ததுமே புறப்பட்டு விடுவார்கள். விழாவின் நோக்கம், அதாவது, ஹைலைட் முடிந்து விட்டது இனி விடை பெற வேண்டியதுதான் என்பதுதான் அவர்கள் நிலை.

எல்லா நோக்கங்களும் இப்படிப்பட்டவையே. தேவை நிறைவேறிய பின் அவை பயனற்று விடும். அதனால் ஞானியர் எந்த இலக்கும் வைத்துக் கொள்வதில்லை. அனைத்தின் மீதும் சமமான கண்ணோட்டமே செலுத்துவர்.

உயிருக்கு உயிரான பிராண நண்பர்களிடையே நிலவும் நட்பில் எந்த நோக்கமும் இருப்பதில்லை. அதனாலோயே அந்த நட்பு நீடிக்கிறது. தாய் குழந்தை மீது செலுத்தும் அன்பில் எந்த நோக்கமும் கிடையாது. அதில் இருப்பது வெறும் அன்பு மட்டுமே. அதனால்தான் இறுதிவரை அந்த அன்பு நீடிக்கிறது.

உலகம் ஏன் படைக்கப்பட்டது? இது தான் அறிவியல் நிபுணர்களையும் சரி, ஆன்மீகவாதிகளையும் சரி, உலுக்கும் கேள்வி. மனிதனுக்காகத்தான் உலகம் படைக்கப்பட்டது என்பது அபத்தம்.

கோடானுகோடி ஆண்டுகள் வயதுடைய கோடிக்கணக்கான விண்மீன்கள் நூறு வருடம் வாழக்கூடிய மனிதனுக்காகப் படைக்கப் பட்டன என்றால் ஒத்து வரவில்லை.

எதற்காக கடவுள் பிரபஞ்சத்தை சிருஷ்டித்தார்? வேதங்கள் கூறுகின்றன, சும்மாதான் படைத்தார் என்று. அதாவது ஏதேனும் நோக்கம் இருந்து அது ஈடேறிய பின் படைப்பு பயனற்றதாகி விடும். ஆகவே எந்த நோக்கமும் இன்றி சும்மா படைத்தார் என்கின்றன. படைப்பை அவர் கடமையாக செய்யவில்லை. காலப்போக்கில் கடமையானது ஒருவித சலிப்பை ஏற்படுத்தும். ஆகவே விளையாட் டாகப் படைத்தார் என்கின்றன. லீலை என்பது விளையாட்டு. பொருள் விளங்காத, உணர முடியாத தெய்வீக விளையாட்டு என்ற பொருளில் அந்தர் லீலை என்று இதனை ஆகமங்கள் குறிப்பிடுகின்றன.

ஞானிகளுக்கு வாழ்வே ஒரு விளையாட்டு. அவர்கள் எந்த நோக்கமும் கொள்வதில்லை. எந்தவித பலனும் எதிர்பார்ப்பதில்லை. அவர்கள் அனைத்திலும் பிறரை முன் நிறுத்தி தங்களைப் பின் நிறுத்திக் கொள்கின்றனர். அதனாலேயே அவர்கள் முந்தி வருகின்றனர்.

'தன்னைத் தாழ்த்திக் கொள்பவன் உயர்ச்சி அடைவான். இழப்பவன் பெறுகிறான்' என்ற ஏசுவின் போதனைகள் ஆழமான பொருள் கொண்டவை.

நாம் நடந்து செல்லும் வழியில் ஒரு கால்வாய் குறுக்கிடுகிறது. சற்று அகலமான கால்வாய் அது. அதனைத் தாண்டிக் கடக்க வேண்டும். நாம் என்ன செய்வோம்? முதலில் பின்னுக்குச் செல்வோம். பிறகு ஓடி வந்து தாண்டுவோம். 2 அடி முன்னால் தாண்ட எட்டடி தூரம் பின்னால் செல்கிறோம்.

வில்லை நன்றாகப் பின்னுக்கு இழுத்து செலுத்தினால் தான் அம்பானது படுவேகமாக முன்னோக்கிப் பாய்கிறது. வாழ்வின் நியதி இதுதான். கொடுப்பவன் பெறுவான். பணிபவன் உயர்வான். பின்னிடுபவன் முன்னேறுவான்.

ஞானியர் எதையும் நாடுவதில்லை. அனைத்தையும் முன் வந்து துறக்கின்றனர். அதனாலேயே அனைத்தும் வலிய வந்து அவர்களிடம் சேர்கின்றன. அதனாலேயே அவர்கள் சாசுவதமாக வரலாற்றில் நின்று நிலைக்கின்றனர். விரும்பிப் போனால் விலகிப் போகும். விலகி வந்தால் விரும்பி வரும் என்பது அவர்களுக்கு நன்றாகத் தெரியும்.

8

நீரும் இயற்கையும்

உயர்ந்தவை என்றும் தண்ணீர் போன்றே
உலகம் முழுதும் நன்மை பயக்கும்
அயர்வின்றி உழைக்கும் அனைவர்க்கு மளிக்கும்
ஆயின் வெறொடும் முரண்பா டில்லை
உயர்வு என்றும் தாழ்மையில் வாழும்
உயர்வின் நடுமம் கிளர்ச்சியில் நிற்கும்
கொடுத்தலின் உயர்வு கருணையில் முடியும்
சொற்களின் உயர்வே விசுவாச மாகும்
எடுத்த தொழிலின் உயர்வு திறமையில் சேரும்
செயலின் உயர்வு லயத்தில் நிலைக்கும்
விடுத்தறல் அரசின் உயர்வு ஒழுங்கில் அமையும்
விவாதம் இல்லை எதிர்ப்பும் இல்லை

தண்ணீருக்குக் கென்று தனி உருவம் கிடையாது. தனி நிறம் கிடையாது. தான் சேர்ந்த பாத்திரத்தின் உருவத்தையே அது அடைகிறது. பெரிய அல்லது சிறிய என்று எந்த வழிகளில் ஊற்றினாலும் தண்ணீரானது எல்லா இடங்களிலும் சமமாகப் பரவும்.

ஒருபடி மாவு கொள்ளக்கூடிய பாத்திரத்தில் திணித்து அழுத்தினால் ஒன்றேகால் படி மாவையும் அடைத்து விடலாம். ஒரு லிட்டர் காற்று கொள்ளக் கூடிய ஒரு பலூனில் அழுத்தித் திணித்து ஒன்றே கால் லிட்டர் வாயுவை அடைக்க முடியும். ஆனால், என்னதான் அழுத்தினாலும் ஒரு லிட்டர் தண்ணீர் கொள்ளக்கூடிய இடத்தில் ஒன்றே கால் லிட்டர் தண்ணீரை அடைக்க முடியாது.

திரவப் பொருளின் சுருங்கா இயல்பு என்றே இதற்கு பெயர். ஔவையார் பாடுகிறார்.
ஆழ அமுக்கி முகக்கினும் ஆழ் கடல் நீர்
நாழி முகவாது நால் நாழி- தோழி
நிதியும் கணவனும் நேர்படினும் தத்தம்
விதியின் பயனே பயன்

என்னதான் ஆழத்தில் அழுத்தி மொண்டாலும் ஒரு நாழி கலத்தில் (நாழி - அக்காலத்து அளவை) 4 நாழி மொள்ள முடியாது. நிதியும், நல்ல கணவனும் அமைந்தாலும் கூட விதிப்படித்தான் வாழ்வு அமையும்.

இயற்கை என்னும் பேராற்றலை லா வோ த்ஸு நீருடன் ஒப்பிடுகிறார். நீர் எல்லா இடங்களிலும் சமமாகப் பரவும். தனக்கென எந்தத் தனித்தன்மையும் இல்லாமல் இருக்கும். நீரின்றி உலகம் இயங்காது. எனினும் நீர் தன்னைப் பற்றிப் பறைசாற்றிக் கொள்வதில்லை. எங்கும் படைத்தல், காத்தல், அழித்தல் என்னும் முக்குணங்கள் கொண்டதாக இயற்கை இருப்பினும் அதன் அடிப்படையில் காத்தல் என்னும் குணமாகவே உள்ளது. காப்பதன் பொருட்டே படைத்தல், அழித்தல் இரண்டும் நிகழ்கின்றன. திட, திரவ, வாயு என மூன்று நிலைகளில் நீர் இருந்தாலும் அதன் அடிப்படை குணம் நீர் என்பதே. உறையும் போது திட நிலையையடைந்து அது பனிக்கட்டி ஆகிறது. கொதி நிலையில் அது ஆவி ஆகிறது. பனி உருகும்போது நீராகிறது. ஆவி குளிரும் போதும் நீராகிறது.

நீரானது பனியாக ஆக கூடுதலான குளிர் தேவை. பனி ஆவியாக கூடுதல் வெப்பம் தேவை. நீர் என்பதே அதன் இயல்பு நிலை. உயர்ந்த நலன்களும் நீர் போன்றவை. அவற்றின் உயர்வே அவை அளிக்கும் நலன்களில்தான் உள்ளது.

கொடுப்பது என்னும் உயர்வு நிலை கருணையாகிறது. அரசின் உயர்வு நிலை சமச்சீரான ஒழுங்காகிறது. தன்னைப் பின் நிறுத்திக் கொண்டு நலன்களை மட்டும் பிறர்க்கு அளிப்பதாலேயே இந்த உயர்வு நிலை நீரோடு ஒப்பிடப்படுகிறது.

உதங்கர் என்ற முனிவர் ஐம்புலன்களையும் ஒடுக்கியவர். அவர் முன் ஸ்ரீகிருஷ்ணர் காட்சியளித்தார். என்ன வேண்டும்? கேளுங்கள் முனிவரே என்றார் அவரைப் பார்த்து அன்புடன்.

'இறைவா! எல்லாமே உன்னுடையது. இந்த உலகம் நீ படைத்தது. அதிலுள்ள உயிர்கள் எல்லாமே நீ படைத்தது . அதேபோல் வாழ்வும், மரணமும் உன்னாலேயே படைக்கப்பட்டவை. அப்படியிருக்க நான்

என்ன கேட்பது? எல்லாம் உன் சித்தமே. நான் பசியால் வாடினால் அப்போது எனக்கு நீ உணவாக வரவேண்டும். தாகத்தால் தவிக்கும்போது என் தாகம் தீர்க்கும் நீராக நீ வரவேண்டும்.'

முனிவரின் வேண்டுகோளைக் கேட்டு, அப்படியே என்றார் கிருஷ்ணர். நெடுங்காலத்துக்குப் பின்னர் ஒருநாள் உதங்கர் பாலைவனத்தின் வழியே சென்றார். அவருக்கு அப்போது தாகம் தொண்டையை வறட்டியது. கண்கள் பஞ்சடைய ஆரம்பித்தன. மனம் இறைவனை நினைத்தது.

அந்த சமயத்தில் தனக்கு மிக அருகில் நாய்கள் குலைக்கும் சப்தம் கேட்டு கண்களைத் திறந்த முனிவர் எரிச்சலானார். அவர் எதிரே வேடன் ஒருவன் நின்றிருந்தான். அவன் தன் ஒரு கையில் நாலைந்து வேட்டை நாய்களைப் பிடித்திருந்தான். அவனது ஒரு தோளில் வேட்டையாடிய காட்டுப் பன்றியின் உடல் இருந்தது. மறு தோளில் வில்லும், அம்பும் மாட்டியிருந்தான். அழுக்கேறிய அவனது உடலிலிருந்தும், துணிகளிலிருந்தும் புலை வாசம் வீசியது.

“என்ன சாமியாரே, இம்மாந் தொலைவு வந்திருக்கீங்க. இங்கெல் லாம் யாரும் வரமாட்டாங்க. முகமெல்லாம் வேர்த்துக் கிடக்குதே? இந்தாங்க. தண்ணீர் குடிங்க” என்று அவன் நீட்டிய குடுவையைப் பார்த் துக் குடலைப் புரட்டிக் கொண்டு வந்தது உதங்கருக்கு. அதை வாங்கிக் கொள்ள மறுத்து விட்டார். புலையன் திரும்பத் திரும்ப வற்புறுத் தினான். சீ போ என்று முனிவர் விரட்டவும் சட்டென்று மறைந்து போனான்.

திடீரென அவன் மறையவும் திடுக்கிட்டார் முனிவர். இது ஏதோ இறைவனின் லீலை என்றுணர்ந்து கண்மூடி பிரார்த்தித்தார். மறுகணம் அவர் முன்பு கிருஷ்ணர் தோன்றினார். ''முனிவரே! உமக்காக நான் இந்திரனிடம் அமிர்தம் கொடுக்குமாறு கூறினேன். அதற்கு இந்திரன் மறுத்தான். மானிடர்களுக்கு அமுதம் தர விதியில் இடமில்லை என்றான். நான் அவனை மிகவும் வற்புறுத்தினேன். கடைசியில் அரை மனத்துடன் சம்மதித்தான். கோர ரூபத்தில் செல்வதாகவும், அவர் அதை வாங்கிக் கொண்டால் சரி. இல்லையேல் திரும்பி விடுவதாகவும் கூறினான். நீர்தான் ஞானியாயிற்றே! பேதங்களைப் பார்க்க மாட்டீர் என்று எண்ணினேன். ஏமாந்து விட்டீரே!'' என்றார்.

அமிர்தத்தை இழந்த உதங்கர் வெட்கித் தலைகுனிந்தார்.

9

இதுவே போதும்

கைகள் நிறைய எடுத்துக்கொள்

அத்துடன் போதும் நிறுத்திக் கொள்

ஐவகை சூழ்ச்சிகள் தேவையில்லை

இறுதிவரை வெரும் இருந்ததில்லை

குன்றா செல்வம் உயர்ந்த இடம்

கூடவே நிலைகொள்ளா ஆணவம்

என்றால் அழிவும் கூட வரும்

முயன்று சாதித்து புகழ்பெற்று

அன்றே விலகுதல் உயர்வாகும்

அதுவே சுவர்க்க நெறியாகும்.

வெட்டவெளியில் படுத்திருந்தார் அந்த ஞானி. அங்கே குதிரையில் வந்து இறங்கினான் அலெக்ஸாண்டர். அவரது புகழைப் பற்றிக் கேள்விப்பட்டு அவரைக் காண நேரில் வந்திருந்தான் அவன்.

'யார்' என்ற பாவனையுடன் அவனைப் பார்த்தார் ஞானி. "நான்தான் உலகம் முழுவதையும் வென்ற அலெக்ஸாண்டர்" என்றான் அவன்.

ஞானி சிரித்தார். 'உலகை வென்றவன் எவனும் இல்லை' என்றார்.

'இந்த இந்தியாவை நான் வெற்றிக் கொண்டுள்ளேன்.'

மீண்டும் சிரித்த ஞானி 'தமது மான் தோலை அவனிடம் கொடுத்து 'இதை போட்டு அதில் உட்கார்' என்றார். மான் தோலை விரித்த அலெக்ஸாண்டர் அதில் அமர்ந்தான். 'எழுந்திரு' என்றார். அவன் எழுந்ததுமே மான் தோல் விரிப்பு பழையபடி சுருண்டு கொண்டது.

'பார்த்தாயா?' என்றார் ஞானி. "நீ விரித்து அமர்ந்து கொண்டாய். ஆனால் நீ எழுந்தவுடன் அது சுருண்டு கொண்டது. நீ படையுடன் வந்தாய். நாடுகள் உனக்குப் பணிந்தன. நீ போனதும் பழையபடி அவை நிமிர்ந்து விடும்.

அலெக்ஸாண்டர் புதிராகப் பார்த்தான் அவரை. ஞானி அன்புடன் கூறினார்.

"அலெக்ஸாண்டர்! நதி பிரவாகமாகப் பெருகி ஓடும். ஆனால் அதில் உனக்குத் தேவை ஒரு விழுங்குதான். கை நிறைய அள்ளிக்குடி. அதில் தவறில்லை. ஆனால் ஒட்டு மொத்த நதியையும் உனது என்று சொந்தம் கொண்டாடாதே. பாத்திரம் நிறைய நீரை ஊற்றலாம். நிரம்பிய பின்னும் அதில் நீரை ஊற்றினால் அந்த நீர் வீணில் கீழேதான் வழிந்து ஓடும். களஞ்சியம் பூராவும் நெல் இருந்தாலும் நீ உண்ணப் போவது ஒரு பிடிதான். அரண்மனை முழுதும் ஆடைகள் இருப்பினும் நீ அணியப் போவது ஒரு ஆடையைத்தான். உலகம் முழுதும் நிலம் இருப்பினும் கடைசியில் நீ உறங்கப் போவது ஆறடியில்தான். உன் பொக்கிஷம் முழுவதும் தங்கம் நிரம்பி இருப்பினும் அது உன்னைக் காக்கவில்லை. நீதான் அதைக் காக்கிறாய்.''

அவ்வளவு தூரம் அவர் கூறியும் அவனால் எதையும் புரிந்து கொள்ள முடியவில்லை. குழப்பத்துடன் அந்த இடத்தை விட்டு

அகன்றான். மரணத் தறுவாயில்தான் அவனுக்கு ஞானம் ஏற்பட்டது. தளபதிகளை அழைத்த அவன் தான் இறந்தபின் சவப்பெட்டியில் தன் உடலை வைக்கும்போது தன் இரண்டு கைகளையும் வெளியே தெரியும்படி வைக்க வேண்டும் என்று கட்டளையிட்டான், ' உலகையே வென்றதாகக் கருதப்பட்டவன் வெறும் கையுடன்தான் போகிறான் என்பது அனைவருக்கும் தெரியட்டுமே' என்ற நோக்கில்.

நிறையச் செல்வம், உயர் பதவி, கூடவே ஆணவம் இவை அழிவை மட்டுமே கொண்டு வரும். நம்மால் முடிந்ததை பாடுபட்டு சாதிக்க வேண்டும். அதே புகழுடன் விலகிவிட வேண்டும். திருவிழா முடிந்தபின் பந்தலுக்கு அங்கே வேலையில்லை. அவை பிரித்து எறியப்பட்டு விடும். சமைத்தபின் கருவேப்பிலைக்கும், சாப்பிட்ட பின்பு வாழையிலைக்கும் வேலை இல்லை. அவை அதற்குப்பிறகு குப்பைத் தொட்டிக்குத்தான் செல்லும்.

உயிர் பிரிந்தபின் உடலுக்கு இந்த உலகத்தில் வேலை இல்லை. அது மயானத்திற்கே செல்லும். இல்லையெனில் நேரமாக, ஆக அது நாற்றம் அடிக்க ஆரம்பித்து விடும்.

உலகம் சாசுவதமானது. நாம்தான் நிலையற்றவர்கள். ஆனால்,நாம் எல்லோருமே உலகம் நிலை அற்றது என்கிறோம் பாமரத்தனமாக. உலகம் நிலையானதுதான். குறைந்தது இன்னும் பல கோடி ஆண்டுகள் இருக்கக் கூடியது. உலக வாழ்வு நிலையற்றது என்று வேண்டுமானால் சொல்லலாம். அது கூட உலகில் நாம் வாழும் வாழ்வுதான் நிலையற்றதே தவிர உலகின் வாழ்வு நிலையற்றதல்ல.

உலகம் எனக்காகப் படைக்கப்பட்டது என்று கருதுபவர்கள் தான் மனத்தளவில் துயரங்களுடன் கடைசிவரை வாழ்கின்றனர். உலகம் நமக்காக இல்லை. நாம்தான் உலகுக்காகப் படைக்கப் பட்டோம். பூமி நம்மில் பிறக்கவில்லை. நாம்தான் பூமியில் பிறந்துள்ளோம் என்று உணர்ந்தவர்கள்தான் நம் கடமையை செய்து அழியாப் புகழுடன் வரலாற்றில் நிலைத்து நிற்கின்றனர். நமக்கு முன்னும் இந்த உலகம் இருந்தது. நமக்குப் பின்னும் அது இருக்கும் என்பதை உணர்ந்து கொண்டு விட்டால் மனதில் துயரங்களுக்கு இடம் இல்லை.

10

எங்கே நிம்மதி ?

புலன் ஐந்தும் ஒருநெறியில் கொணர்பவனே ஒருமித்தோன்
மலரனைய மென்மையினை உயிர்ப்பித்தோன் அவனேயாம்
களரகன்ற விளைநிலம்போல் மனதளவில் குழவியென
வளர்ஞான முழுநிலவு அவனுள்ளே சுடர்விடுமே.
செயல்படுவான் தனக்கென்று ஏதும் செய்யான்.
இயல்பினிலே அரசன்தான்; ஆளுமை செய்யான்
துயர் துடைப்பான், நேசிப்பான், திணித்தல் செய்யான்
உயர் சுவர்க்கக் கதவுகளை திறப்பான் இவனே

'என்னால் நிம்மதியாக இருக்க முடியவில்லை' என்றான் ஒரு அரசன் ஞானியிடம்.

'உன் கடமைகளை நீ சரியாகச் செய்கிறாயா?' என்று கேட்டார் ஞானி.

'என் நாட்டிற்கு அந்நியர் பகை இல்லை. கள்வர் பயம் இல்லை. அதிக வரிகள் இங்கு இல்லை. முறையாக நீதி செலுத்தப்படுகிறது. நாட்டு மக்கள் மகிழ்வோடு இருக்கிறார்கள். ஆனால் என் மனத்தில் மட்டும் அமைதி இல்லை. இந்த அரச பதவியில் எனக்கு நிம்மதி கிடைக்கவில்லை.' என்றான் அவன்.

'அப்படியானால் ஒன்று செய். உன் நாட்டை என்னிடம் கொடுத்து விடு' என்றார் ஞானி.

'எடுத்துக் கொள்ளுங்கள்' என்றான் மன்னன்.

'நீ என்ன செய்வாய்?' என்று கேட்டார் ஞானி.

'நான் எங்காவது போய் ஏதாவது வேலை செய்து பிழைத்துக் கொள்வேன், என்றான் அரசன்.

'எங்கோ போய் தெரியாத வேலையை செய்வதை விட என்னிடமே வேலை செய். உனக்குத் தெரிந்தது ஆட்சி புரிவது. அதையே செய். என் பிரதிநிதியாக நீ நாட்டை ஆண்டு வா. நான் பிறகு வந்து கணக்கு, வழக்குகளைப் பார்க்கிறேன்' என்றார். சரி என்றான் மன்னன்.

ஒரு வருடம் கழிந்தபின் ஞானி அரசனைக் காண வந்தார். அரசன் இப்போது மகிழ்ச்சியாக காணப்பட்டான். அவரை வரவேற்று உபசரித்தவன் கணக்குகளை எடுத்து நீட்டினான்.

'அது கிடக்கட்டும்' என்ற ஞானி. 'நீ இப்போது எப்படி இருக்கிறாய்?' என்று கேட்டார்.

'நிம்மதியாக ஏன் சந்தோஷமாகவே இருக்கிறேன்.'

'முன்பு நீ செய்த பணிகளுக்கும், இப்போது செய்யும் பணிகளுக்கும் ஏதாவது வேறுபாடு உண்டா?'

'இல்லை.'

'அப்போது ஏன் மன அழுத்தத்துடன் இருந்தாய்? இப்போது எப்படி நிம்மதியாக இருக்கிறாய்?'

விழித்தான் அரசன். ஞானி சொன்னார். 'அப்போது நீ இது என்னுடையது என்று எண்ணினாய். இப்போது நீ இது எனதில்லை. நான் இங்கு வெறும் பிரதிநிதிதான் என்று எண்ணுகிறாய். அந்த மனம்தான் அனைத்திற்கும் அடிப்படையே. நான் என்ற எண்ணம் வரும்போது அத்தனை துயரங்களும் உன்னை சூழ்ந்து கொண்டுவிடும். இந்த உலகம் எனதல்ல. இந்த உடல் எனதல்ல. (இது) எனக்கு அளிக்கப்பட்டது. இந்த உயிர் எனதல்ல. எனக்குக் கொடுக்கப்பட்டது என்று நீ உணர்ந்தால் துன்பங்கள் அத்தனையும் ஓடிவிடும். இதே மனநிலையுடன் இந்த நாட்டை நீயே ஆட்சி செய்' என்று கூறி விடை பெற்றார் ஞானி.

ஐம்புலன்களையும் இடைவிடாமல் நெறிப்படுத்துபவன் மனம் ஒருமித்தவன் ஆகிறான். அவனிடம் சலனங்கள் ஏற்படுவது இல்லை. மூலாதாரத்தில் ஒருமுகப்படுத்தி மென்மையான சக்தியை எழுப்புகிறான் அவன். விருப்பு, வெறுப்பு அற்ற அந்த மனம் சிறு குழந்தையினுடைய் மனம் போன்றது. இயேசுவிடம் சீடா

கள் கேட்கின்றனர். 'விண்ணரசு யாருக்கு உரியது. நாங்கள் விண்ணுலகில் நுழைய என்ன செய்ய வேண்டும் என்று.'

'ஒன்றும் செய்ய வேண்டாம்' என்கிறார் இயேசுநாதர். ஒரு குழந்தையை சுட்டிக்காட்டி 'உங்கள் மனம் இதுபோல் ஆகிவிடுமானால் விண்ணரசு உங்களுடையது' என்கிறார்.

குழந்தை அனைத்தையும் நம்பும். அனைத்தையும் ஏற்கும். கண்டதை அப்படியே சொல்லும். ஆனால், குழந்தையிடம் அறியாமை உண்டு.

நாம் அறியாமையில் இருந்து அறிந்த நிலைக்கு வந்தோம். பின்பு அதையும் கடந்து விடல் வேண்டும். அதுவே ஞானத்திற்கு மேலான நிலை. ராமகிருஷ்ண பரமஹம்சர் கூறுகிறார். 'காலில் ஒரு முள் தைத்தால் மற்றொரு முள்ளால் அதனை அப்புறப் படுத்துவோம். அந்த முள் இருந்த இடத்தில் இந்த முள்ளை வைப்பதில்லை. இரண்டையும் தூக்கி தூர எறிவோம். அதுபோல் அஞ்ஞானம் என்ற முள்ளை ஞானத்தால் எடு. பிறகு இரண்டையுமே தூக்கி எறிந்து விடு' என்று.

அத்தகையவன் செயல்படுவான். ஆனால், அவன் செயல்களால் அவனுக்கு எப்பலனும் இருக்காது. அவன் தகுதி அவனை தலைமையிடத்தில் வைக்கும். ஆனால் அவன் ஆதிக்கம் செலுத்த மாட்டான். அவனிடம் நேசித்தல் என்பது மட்டுமே இருக்கும்.

ஆழ்ந்த உள்ளுணர்வினால் அவன் அனைத்து மாசுகளும் நீங்கியவனாக இருப்பான். லா வோ த்ஸு கூறுகிறார். 'இத்தகையவன்தான் சுவர்க்கத்தின் கதவுகளை மூடித் திறக்கும் தாய்ப்பறவை போன்றவன்' என்று. நான்கு திக்குகளையும் ஊடுருவிய பிரகாசம் அவனிடம் உண்டு. உள்ளும், புறமும் ஊடுருவிய ஒரு வெட்டவெளியை உணர்ந்தவன் அவன்.

அல்லல் வாசல் ஒன்பதும் அறுத்தடைந்த வாசலும்
சொல்லு வாசல் ஒரைந்தும் சொம்மி விம்மி நின்றதும்
நல்ல வாசலைத் திறந்து ஞான வாசல் ஊடுபோய்
எல்லை வாசல் கண்டவர் இனி பிறப்பதில்லையே

- சிவவாக்கியர்

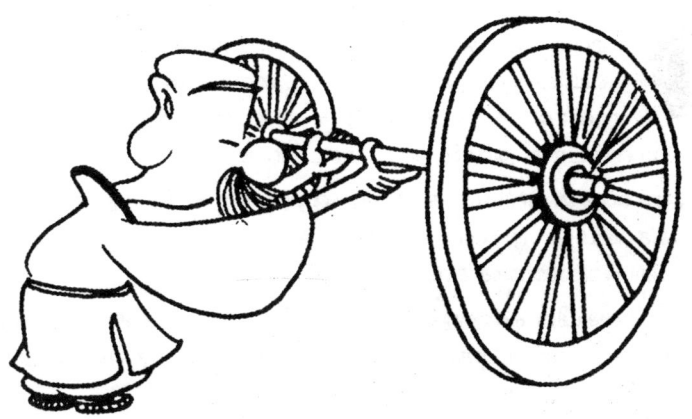

11

எல்லாம் வெறுமையே

உருவானது ஒரு சக்கரம் முப்பது ஆரக்கால்களுடன்

உருள்வதோ அதன் அச்சை சுற்றிய வெற்றிடத்தால்

பெரிதான வடிவத்தில் களிமண்ணால் ஒருபானை

பயனாவதோ பானையின் உட்புற வெற்றிடம்தான்

அரிதான ஒரு வீடு நாற்சுவரும் சன்னல், கதவோடும்

அதிலிருப்போர் வசிப்பதுவோ நடுவே உள்ள வெற்றிடத்தில்

தெரியாத தில்லாத தெதுவோ அதை உபயோகி

தெரிந்ததை உள்ளதை பலனோடு அனுபவி.

இயற்கை என்பது முரண்பாடுகளின் மொத்தமான ஒரு கலவை. வெயிலில் வாடும் ஒருவன் நிழலைக் கண்டால் மகிழ்வான். ஆனால் அந்த நிழல் உருவாகவே இந்த வெயில்தான் காரணம் என்பதை அவன் அறிய மாட்டான்.

ஆக்ஸிஜன் எரியக் கூடியது. ஹைடிரஜன் நீடித்து நிற்காமல் எரியக்கூடியது. இரண்டின் சேர்க்கையில் உருவான தண்ணீர் நெருப்பை அணைக்கக் கூடியது.

இயற்கையில் கண்ணுக்குப் புலப்படும் பொருட்கள் பயன்படும். கண்ணுக்குப் புலப்படாதவையே ஆதாரமாக அனைத்தையும் தாங்கி நிற்கும்.

லா வோ த்ஸு கூறுகிறார்:

முப்பது ஆரக்கால்களுடன் ஒரு சக்கரம் செய்கிறோம். அதில் அச்சுக்கும், சக்கரத்துக்கும் இடையில் வெற்றிடம் இருக்கும். அந்த வெற்றிடம் இல்லையேல் இந்த சக்கரம் சுழலாது. நிஜமான உண்மை இது. தோன்றும் பொருளான சக்கரம் சுழலுவது தோன்றாத அந்த வெற்றிடத்தால் மட்டுமே.

களிமண்ணால் பெரிய பானை செய்கிறோம். பானையின் உள்ளே வெற்றிடம் தான் இருக்கிறது. அந்த வெற்றிடம்தான் நீர் மொண்டு வர, பொருள்களைக் கொட்டி வைக்கப் பயன்படுகிறது. வெளியே பானையின் வடிவம். உபயோகமாவதோ உள்ளே உள்ள வெற்றிடம்தான்.

நாற்புறமும் சுவர் எழுப்பி மேலே கூரை போட்டு ஒரு வீடு கட்டுகிறோம். சுவரில் எவரும் வசிப்பதில்லை. சுவர்களின் நடுவே அமைந்துள்ள வெற்றிடத்தில்தான் வாழ்கிறோம்.

வெற்றிடம்தான் உண்மையில் பயன்படுகிறது. ஆனால் வெறும் வெற்றிடம் பயனாகாது. அதன் பயனை அளிக்க ஒரு தோன்றும் பொருள் தேவை. அருவமான வெற்றிடம் உருவமான பொருட்களுக்குப் பயன்படுகிறது.

ஆண்-பெண், இரவு-பகல், இறப்பு-பிறப்பு இப்படி இரண்டிரண் டான எதிர்மறை சக்திகளால் வாழ்வு என்ற அற்புதம் அமைந்துள்ளது.

அரசு-மக்கள். இதில் கண்ணுக்குத் தெரியும் மக்கள் கூட்டத்தைக் கண்ணுக்குப் புலப்படாத அரசாங்கம் என்ற அமைப்பு செலுத்துகிறது. அரசு இன்றி மக்கள் இல்லை. மக்கள் இன்றி அரசு இல்லை.

உண்மையில் ஆத்திகம் நிலைப்பதே நாத்திகத்தால்தான் என்பது எவ்வளவு பேருக்குத் தெரியும்? என்றைக்கு நாத்திகம் காணாமல் போகிறதோ அன்று ஆத்திகமும் காணாமல் போய்விடும்.

இறை உணர்வு என்னும் மெய்யறிதல் இரண்டிற்கும் அப்பாற் பட்டது. இரு வேறு சக்திகளின் சலனம்தான் அடிப்படை என்பது அதற்கு நன்கு தெரியும். இன்பத்தின் மறுபக்கம் துன்பம், துன்பத்தை உணராமல் இன்பத்தைத் துய்க்கவே முடியாது.

ராமரது பிறப்பின் நோக்கமே ராவண வதம்தான். ராவணனை வீழ்த்த வேண்டுமானால் சீதை சிறையெடுக்கப்பட வேண்டும். சீதை அபகரிக்கப்பட வேண்டுமானால் ராமர் வனம் செல்ல வேண்டும்.

கம்பர், ராமாயணத்தில் இதை அழகாகக் கூறுகிறார்.

மிதிலை சென்று ஜனகனின் வில்லை உடைத்து சீதையை மணந்து கொண்டு ராமர் அயோத்திக்கு வருகிறார். அரண்மனை வாயிலில் அனைவரும் மகிழ்ச்சியோடு அவர்களை எதிர்கொண்டு அழைக்கக் காத்திருக்கின்றனர். வாயிலில் குலகுரு வசிஷ்டர், தசரத மன்னர், ராணிகள் கோசலை, கைகேயி, சுமித்திரை அனைவரும் உள்ளனர்.

ராமர் குல குருவான வசிஷ்ட முனிவரை வணங்கவில்லை. தந்தை தசரதனை வணங்கவில்லை. பெற்ற தாய் கோசலையையும் வணங்கவில்லை. நேராகச் சென்று கைகேயின் தாள் பணிந்து அவரது முகத்தை நிமிர்ந்து பார்த்தாராம்.

அதன் மூலம், நான் செய்ய வேண்டியதை செய்து முடித்து விட்டேன். இனி உங்கள் பங்குதான் பாக்கி என்று அவரது உள்மனம் கைகேயின் உள்மனதுக்குக் குறிப்பால் உணர்த்தியதாம்.

'தோன்றாத வெற்றிடத்தை உபயோகி, தோன்றும் பொருட்களின் பலனை அனுபவி' என்கிறார் லா வோ த்ஸு.

ஞானியர் கூறுகின்றனர்: உடல் என்ற தோன்றும் பொருளுக்குள் ஆன்மா என்ற வெட்டவெளி உள்ளது. நான் என்ற மனம் இதன்மூலம் செயல்படுகிறது. உடல் என்பது வீடு, வீடு இல்லாமல் குடியிருக்க முடியாது. வீட்டில் கதவு, ஜன்னல் இன்றி நாலு புறமும் மூடி விட்டால் உள்ளே புழுங்கி விடும். உறக்கமே இல்லாதபோது உள்ளே உள்ள உயிரும் சோர்ந்து விடும். உடல் என்ற வீட்டுக்குள் ஆன்மா உள்ளே இருக்கிறது. பெரும் வெற்றிடம் வெளியேயும் உள்ளது. உள்ளும், புறமும் ஒன்றாகி, என்பது சித்தர் கண்ட நிலை.

பராபரமானதடி அகப்பேய் பறவையாய் வந்ததடி
தராதலமும் ஏழ்புவியும் அகப்பேய் தானே படைத்த தடி
விந்து நாதமடி அகப்பேய் மெய்யாக வந்ததடி
ஐந்து பூதமும் அகப்பேய் அதனிடம் ஆனதடி.

- அகப்பேய்ச் சித்தர்

12

அந்தர்முகம்

வண்ணங்களைந்தும் இணைந்தால்
    கண்கள் குருடாகும்
பண்ணின் சுரங்களைந்தும் ஒன்றிணையின்
    செவிகள் செவிடாகும்.
நண்ணும் சுவையைந்தும் கலந்திடிலோ
    நாவின் திறனழியும்
எண்ணும் வெற்றிகளும் வேட்டைகளும்
    சிந்தைதனை பித்தாக்கும்.
அறத்தினை நாடும் அறிஞர் பலரும்
    புறத்தினை விடுத்து அகத்தினால் உணர்வர்
புறத்தினை விடுத்து அகத்தினை நாடும்
    திறத்தினில் தேர்ந்தோர் தெளிந்தநல் ஞானியரே.

செல்வத்தில் ஆசை வைத்தவன் எவ்வளவுதான் செல்வத்தைக் குவித்தாலும் இன்னும் குவிக்க வேண்டும் என்றுதான் எண்ணுவானே தவிர அவனுடைய ஆசை அடங்கி விடாது. நாவின் ருசிக்கு அடிமையானவன் எவ்வளவு சாப்பிட்டாலும் அவனது ஆசை அடங்குவதில்லை. இன்னும் உண்ண வேண்டும் என்றுதான் அது துடிக்கும். வயிறுதான் அதற்கு இடந்தராது.

மோகத்தில் திளைத்தவன் எத்தனை பெண்களுடன் திரிந்தாலும் ஆசை அவனை விடாது. நெருப்பில் இட்ட நெய்போல் மேன்மேலும் அவனது ஆசை கொழுந்து விட்டு எரியும். ஐம்புலன்களின் வழி செல்பவன் மாயமானைத் துரத்திச் செல்பவன் ஆகிறான். கடைசிவரை மான் கண்ணில் மட்டும் தான் தெரியுமே தவிர கையில் சிக்கவே சிக்காது.

சூதாடுபவன் ஒவ்வொரு முறையும் இதோ நாம் வென்று விடுவோம் என்ற எண்ணத்தில் ஆடி தன்னிடமுள்ள மொத்தத்தையும் இழந்து விடுகிறான். மாயமானைத் துரத்திய ராமர் சீதையை இழந்தார். சூதாடிய தருமர் அனைத்தையும் இழந்து அடிமையாகி வனம் சென்றார். ஆசை வழியில் சென்ற அவதார புருஷர்களே அல்லல்பட்டு தான் இறுதியில் பெரும் யுத்தம் நடத்தித் தான் இழந்ததைப் பெற்றனர்.

வாழ்க்கையைப் பெரும்பாலும் நாம் சூதாட்டம் போல்தான் நடத்துகிறோம். அதில் நிச்சயம் வெல்வோம் என்பது நம் கனவு. ஆனால் நிகழ்வது தோல்வி மட்டுமே. ஆயினும் மீண்டும் மீண்டும் ஆடி தோல்வியுடன் தான் முடிக்கிறோம்.

"வண்ணங்களின் ஒளி பார்வையை மறைக்கும். ஓசைகள் செவிகளை அழிக்கும். சுவைகள் நாவினை அழிக்கும்" என்கிறார் லா வோ த்ஸு.

புலன்களின் வழி செல்லாமல் உள்ளுணர்வின் வழி செல்பவனே ஞானி. ஞானம் என்பது படிப்பினாலோ பண்பினாலோ வருவதல்ல. பற்றுக்களைத் துறப்பதன் மூலமே ஞானத்தை அடைய முடியும்.

கற்றறிந்த ஞானியும் பற்றுக்களில் சிக்குண்டு விடுகிறான். கல்வி அறிவில்லாத பாமரனும் ஞானியாகிறான்.

முனிவர் ஒருவர் இருந்தார். எல்லாவற்றையும் துறந்த அவரிடம் ஒரே ஒரு கோவணம் மட்டுமே இருந்தது. உறங்கும் போது அதனை எலி கடித்துவிட்டது. வேறு கோவணம் கொணர்ந்தார். அதையும்

எலிகள் கடித்தன. மாற்றுக்கு இருக்கட்டுமே என அதற்குப் பின்னர் நாலைந்து துண்டு துணிகளை இருப்பு வைத்துக் கொண்டார். அவற்றையும் எலிகள் கடித்து நாசப்படுத்தின.

இந்த எலித் தொல்லை தாளவில்லையே என அவற்றை விரட்ட பூனை ஒன்றை வளர்த்தார். பூனைக்குத் தினந்தோறும் பால் வேண்டுமே! ஆகவே ஒரு பசு மாட்டை தானம் வாங்கிக் கொணர்ந்து கட்டினார். மாட்டைப் பராமரித்து பால் கறக்க ஒரு ஆள் வேண்டும். அதற்காக ஒருவேலைக்காரியை நியமித்தார். பிறகு...?

ஒரு நாள் அந்த வழியே வந்த அவரது குரு அந்த இடத்தில் புதிதாக ஒரு பெரிய மாளிகை இருப்பதையும் அதில் பிள்ளைகளும்,

பெண்களுமாக பல குழந்தைகள் இருப்பதையும் கண்டார். அருகில் போய் கதவைத் தட்டினார். வந்து கதவைத் திறந்தவரிடம், "இங்கு ஒரு ஆசிரமம் இருந்தது. என் சீடன் அதில் இங்கே துறவியாக இருந்தான்....." என்று இழுத்தார்.

"குருவே! என்னைத் தெரியவில்லையா? நான்தான் அது" என்றார் கதவைத் திறந்தவர்.

"அடப்பாவி! நீயா? என்ன ஆயிற்று உனக்கு? எங்கே போயிற்று உன் தவம்?"

"எல்லாம் ஒரே ஒரு கோவணத் துணியைக் காப்பாற்றப் போய் வந்த வினை என்றால் நம்புவீர்களா?" என்றார் அந்த சம்சாரி.

ஏதோ ஒரு இடத்தில் எல்லோருமே தவறி விடுகிறார்கள். அந்த ஒரு சறுக்கல் அடியோடு கொண்டு போய் அவர்களைப் புறப்பட்ட இடத்திலேயே விட்டு விடுகிறது. நாய் வைராக்கியம் என்பார்கள். குப்பை மேட்டில் இலை விழுந்த ஓசை கேட்டதுமே நாய் துள்ளி எழுந்து ஓடுவதுபோல் சிறு காரணம் ஏற்பட்டாலும் மனித மனம் உடனே ஆசைகளின் பாதையில் தாவி விடுகிறது.

புலன் வழி செல்வதும், மனம் வழி செல்வதும் இரண்டுமே ஒன்றுதான். புலன்கள் மயக்கத்தில் ஈடுபடுத்தும். மனமோ காரணங்களை அடுக்கி அதனை நியாயப்படுத்தும். அந்தராத்மா எனப்படும் உள்ளுணர்வின் வழி நடப்பதே ஞானத்தின் பாதை.

புறத்தே பார்ப்பதை விடுத்து உள்முகமாகப் பார்ப்பதே "அந்தர் முகம்'' எனப்படும். தன்னைத் தானே அறிதல் அல்லது பார்வையின் மூலம் பார்ப்பதை விட உள்ளே பார்ப்பவன் யார் என்று பார்த்தல். இத்தகைய ஞானம் பெற்றவர்கள்தான் எதனையும் இயல்பாக ஏற்பவர்கள். "உங்களில் ஒருவன் என்னைக் காட்டி கொடுப்பான்" என்று இயல்பாக சீடர்களிடம் கூறுகிறார் ஏசுநாதர். அவர் அதற்காக வருந்தவுமில்லை அந்த இடம்விட்டு ஓடவும் இல்லை. இதுதான் நடக்கும் என அறிந்தவராக முழு மனத்துடன் அதற்கு உடன்படுகிறார்.

"பாரான சாகரமே அண்ட உச்சி
பதினாலும் லோக மெல்லாம் பரத்தினூடே
சீராக தெரியுமடா மவுன மார்க்கம்
சித்தான தத்துவிளை யாடி நிற்கும்''

-என்பது காகபுஜண்டரின் வாக்கு

13

எல்லாம் நான்

அள்ளித் தரும் ஆதரவும்
அவமதிப்பு போன்றதுதான்
உள்ளே என் தன்மானம்
ஒடுங்குவதன் காரணத்தால்
பதவியுடன் நான் என்ற
ஆணவமும் இணைந்துவிட்டால்
உதவியில்லை: துன்பம்தான்
உணர்ந்திடும் உள்மனது.
உதவியிலும் நான் என்ற
தன்மான பாதிப்பு
உதவியின்றேல் நான் என்ற
சுயநலத்தின் பாதிப்பு
நான் என்ற செயல் நீங்கி
நான் மட்டும் இருந்
விட்டால் நானிலத்தின் முதல்
வனை நானன்றோ திகழ்ந்திடுவேன

உலக இயக்கங்களின் அடிப்படையே "நான்" என்ற உணர்வாகத்தான் உள்ளது. வெற்றி பெற்றவனும் "நான் வென்று விட்டேன்" என்று ஆர்ப்பரிக்கிறான். தோற்றவனும் "நான் தோற்று விட்டேன்" என்று வெறியுடன் தவிப்புடன் மீண்டும் போருக்குத் தயாராகிறான்.

அன்பு, நட்பு, பாசம், பக்தி என்றெல்லாம் என்னென்ன குணங்கள் கூறப்படுகின்றனவோ அவை அனைத்தின் அடிப்படையாக நான் என்ற உணர்வே உள்ளது. தேசபக்தி உள்ளவனும் "இது என் தேசம்" என்ற உணர்வில்தான் தேசப்பற்றுடன் இருக்கிறான். தர்மம் செய்பவனும் "நான் தர்மம் செய்கிறேன்" என்ற உணர்வுடன் தான் தர்மம் செய்கிறான்.

அண்ட பேரண்டங்களையும் படைத்த கடவுளைக் கூட இது என் கடவுள், அது உன் கடவுள் என்று பிரித்து விடுகிறோம். சிலுவைப் போர்கள் என்னும் பெயரில் பல நூற்றாண்டுகள் இஸ்லாமும் கிறிஸ்தவமும் போர் புரிந்துள்ளன. பௌத்த - ஜைனமோதல், சைவ-வைணவ மோதல்கள் பலமுறை நிகழ்ந்துள்ளன.

"எங்கே நான் என்பது இல்லையோ அங்கேதான் இறைவன் இருக்கிறான்" என்பது ஆகமங்களின் கூற்று. சுவர்க்கம் ஆனந்தமானது. அங்கே நான் என்ற உணர்வே இருக்காது என்பது வேதங்கள் கூறும் செய்தி.

பைபிள் கூறுவதன்படி ஆதிமனிதர்களான ஆதாமும் ஏவாளும் நன்மை-தீமை அறியும் மரத்தின் கனியை சாத்தானின் தூண்டுதலால் சாப்பிட்டனர். உடனே அவர்களுக்கு நான் நிர்வாணமாக உள்ளேன் என்று தோன்றியதாம். நான் என்ற உணர்வு ஏற்படவும் நீ என்ற உணர்வும் அங்கு ஏற்பட்டது. கடவுள் வேறு, தோட்டம் வேறு தான் வேறு என அவர்கள் எண்ணினர். அதனாலேயே ஈடன் தோட்டத்திலிருந்து பூமிக்குத் தள்ளப்பட்டனர்.

"ஒருவன் உலகில் எதையும் வெல்ல முடியும். ஆனால் நான் என்ற உணர்விலிருந்து அவன் மீளுவது எளிதான விஷயம் அல்ல" என்கிறது தம்மபதம். ரமண மகிரிஷியின் "நான் யார்?" என்ற வார்த்தைகள் உலகப் பிரசித்தி பெற்றவை. இது என் உடல். இதன் உள்ளே உள்ளது என் மனம். அதன் உள்ளே உள்ளது என் உயிர். அப்படியானால் என் என்பது எது?

நான் என்ற உணர்வு இருக்கும்வரை மனிதன் மீண்டும் மீண்டும் பிறந்து கொண்டே இருக்க வேண்டும் என்கின்றன உபநிடதங்கள். கீதையில் கிருஷ்ணர் அர்ஜுனனுக்கு உபதேசிக்கையில் கர்மங்களைத் துறந்து, துறத்தலின் பயனையும் துறந்து, அதனால் உண்டாகும் அகங்காரத்தையும் துறந்து விடுவதுதான் உண்மையான துறவு நிலை என்கிறார்.

தருமபுத்திரர் சொர்க்கம் சென்ற போது அங்கே துரியோதனன், துச்சாதனன் போன்றோர் உயர்ந்த ஆசனங்களில் அமர்ந்திருப்பது கண்டு அசூயை அடைந்தார். பாண்டவர்கள் எங்கே? என்று கேட்டார். தூதர்கள் அவரை அழைத்துப் போனார்கள். எங்கும் இருள். வழி முழுவதும் துர்நாற்றம். அதைத் தாளமுடியாமல் அவர் திரும்பியபோது பல குரல்கள் "பிரபுவே! நான் பீமன், நான் அர்ஜுனன், நான் திரௌபதி" என்று ஒலித்தன. "சற்று நேரமாவது இங்கேயே இருங்கள். நீங்கள் வந்ததால் நறுமணம் மிக்க தூயகாற்று வீசியது. எங்கள் உபாதைகளும் குறைந்தன" என்றது கர்ணனின் குரல்.

தருமர் திடுக்கிட்டார். தூர்த்தர்களான சகுனி, துரியோதனன், துச்சாதனன் ஆகியோருக்கு சொர்க்கம். பாண்டவர்களுக்கும் துரோபதைக்கும் நரகமா? மனம் வெதும்பிய அவர் "நானும் இங்கேயே இவர்களுடன் இருப்பேன். எனக்கு சொர்க்கம் வேண்டாம்" என்றார். மறு கணம் அனைத்தும் மறைந்தன. தன்னை சோதிப்பதற்காக தர்ம தேவதை ஆடிய நாடகம் அது என்பதை தருமர் அதன் பின்னர் தான் உணர்ந்தார்.

தர்மதேவதை கூறியது: "ஆசைகளும், குரோதங்களும் பூவுலகுக்கே உரியவை. இது மேல் உலகம். இங்கு மாச்சரியங்களுக்கு இடமே இல்லை. நீ மரணம் அடையாமல் ஸ்தூல உடம்புடன் சுவர்க்கம் வந்ததால் உனக்கு இந்த உணர்ச்சிகள் உண்டாயின. சரீரத்தை விட்டு விட்டு திவ்ய வடிவம் பெறுவாயாக."

அதன்படியே தருமரும் தமது ஸ்தூல வடிவை விட்டுவிட்டு சூட்சும சரீரம் அடைந்தார் என்கிறது மகாபாரதம்.

உடல் உள்ளவரை உணர்ச்சிகள் உண்டு. உணர்ச்சிகளின் அடிப்படை நான் என்பதே. நான் என்ற உணர்வை விட்டவர்கள் தான் இம்மையிலும் முதன்மை பெற்று வாழ்கின்றனர். மறுமையிலும் முதன்மையாக உள்ளனர். தன்னை வென்றவன் தரணியை வெல்வான் என்பது பழமொழி.

14
கனம் கனமாக இரு

கண்டால் உருவம் தென்படாது.
கேட்டால் ஒலியும் அகப்படாது
விண்டால் பொருளும் புலப்படாது
விரவிக் கலந்த மர்மம்இது.
இருளின் போதில் ஒளியில்லை.
ஒளியின் பொழுதில் இருளில்லை
உருவம் கடந்த அருவம்இது
அருவம் தாங்கிய உருவம் இது.
தொடக்கம் எதுவென்று தெரியாது
தொடர்ந்தால் முடிவும் புரியாது
கடந்த மறைபொருள் இதுவென்பர்.
தொடர்ந்த இயக்கமும் இதிலென்பர்
இன்றைய கணமே நிகழ்காலம்
இதனுள் ஒன்றி பற்றிக்கொள்
முந்தைய காலம், எதிர்காலம்
மூன்றும் இணைந்த மூலம்இது.

'அலகிலா விளையாட்டுடையான்' என்கிறார் கம்பர் தமது முதல் பாடலிலேயே.

உலகம் யாவையும் தாமுள வாக்கலும்
நிலை நிறுத்தலுமண் நீக்கலும் நீங்கலா
அலகிலா விளையாட்டுடையான் ஒருவன்
தலைவன் என்னவர்க்கே சரணம் யாங்களே என்பது அவரது முதற் பாடல். உலகங்களை உண்டு பண்ணுவதும். நிலை பெறச் செய்வதும் நீக்குவதுமாக ஒரு அளவிட முடியாத அற்புத விளையாட்டை விளையாடும் தலைவன் என்கிறார் அவர்.

படைப்பதும் அவனே; காப்பதும் அவனே. முடிப்பதும் அவனே. அவன் பெயர் என்ன? தெரியாது. அவனது தோற்றம்? அதுவும் தெரியாது. அவன் எங்கே இருக்கிறான்? அதுவும் தெரியாது?

"ஏதுஅவன் ஊர்? அவன் பெயர்?
ஆர் உற்றார்? ஆர் அயலார்?"

ஏதவனைப் பாடும் பரிசேலோ ரெம்பாவாய் என்பது திருவெம்பாவையில் மாணிக்கவாசகர் பாடும் பாடல்.

எல்லாவற்றுக்கும் அநாதியான அந்த மூலப்பொருளைத் தேடிய பலரும் திகைத்துத் திண்டாடி நின்றனர். திடீரென ஒரு கணத்தில் உள்ளே இறை அனுபவம் பெற்ற சித்தர்கள் கூட தான் அடைந்த ஞானத்தை விளக்கும்போது திண்டாடினார்கள். எதற்குள்ளும் அடங்காத ஒரு உணர்வை எப்படி வார்த்தைகளுக்குள் அடக்குவது?

பதினெண் சித்தர்களில் ஒருவரான சிவவாக்கியர் பாடுகிறார்.

"உருவுமல்ல; வெளியுமல்ல; ஒன்றைமேவி நின்றதல்ல;
மருவுவாசல் சொந்தமல்ல; மற்றதல்ல; அற்றதல்ல;
பெரியதல்ல; சிறியதல்ல; பேசவான தானுமல்ல;
அரியதாகி நின்றநேர்மை யாவர்காண வல்லரே"

கண்ணுக்குத் தோன்றாதது அது. ஆனால் தோன்றும் பொருட்கள் யாவும் அதிலிருந்தே தோன்றின. அதில் ஓசை உண்டு. ஆனால் காதினால் அதைக் கேட்க முடியாது. ஒலியற்ற ஓசை எனப்படும் மிகப் பெரிய மவுனம் அது.

நிகழ்காலம் என்ற கயிறு நம் கையில் தரப்பட்டுள்ளது. அதனுடன் ஒன்றி அதன் போக்கில் இணைந்து செல்பவன் மூலத்தை அடைகிறான்.

ஒரு சின்னஞ்சிறு விதையில் ஒரு மரத்தின் ஒட்டு மொத்தமும் அடங்கியுள்ளது. 6 ஆண்டுகள் கழித்து அதில் பழுக்கும் கனிகளின் மூலம் நுண்மையாக அதனுள் அடங்கியுள்ளது. அந்தந்த காலகட்டத்தில் பிரமாண வரிசைப்படி அவை அவை தோன்றி அதனதன் செயலைப் புரிகின்றன.

குருஷேத்திரத்தில் கிருஷ்ணர் கூறுகிறார்: "அர்ஜுனா! இவர்கள் எல்லோரும் என்னால் முன்பே கொல்லப்பட்டவர்கள் என்று அறிவாயாக. நீ உடற்காரணனாக இரு."

அனைத்து இயக்கங்களும் முன்னதாகவே சிறு விதை வடிவில் அமைக்கப்பட்டுள்ளன. ஒரு கம்ப்யூட்டரின் செயல்பாடுகள் அனைத்தும் அதனுள் உள்ள மைக்ரோசிப் வடிவில் அமைக்கப் பட்டுள்ளதுபோல் அனைத்து இயக்கங்களும் காலப் பிரமாணப்படி நிகழ்கின்றன.

"கடமையைச் செய். பலன்மீது பற்று வைக்காதே" என்பது ஆழமான பொருள் கொண்ட வாசகமாகும். நிர்ணயிக்கப்பட்டவை நிகழ்ந்தே தீரும். இயற்கையின் போக்கில் ஒன்றிச் செல்பவன் துயரங்களை அடைவதில்லை. எதிரிட்டுச் செல்பவனே துன்பங்களை சந்திக்கிறான்.

ராஜசூய யாகம் முடிந்தபின் மன்னர்கள் எல்லோரும் விடைபெற்றுக் கொண்டு சென்றனர். அந்த நேரத்தில் தருமபுத்திரர் ஆழ்ந்த சிந்தனை வசப்பட்டவராக இருந்தார். தேவரிஷி நாரதரும் விடை பெற வந்தார். அவரிடம் தருமர் கேட்டார்.

"மகரிஷியே! கொடிய உற்பாதங்கள் தென்பட்டதாக சாகுனீகர்கள் கூறுகின்றனரே! சிசுபாலன் வதத்துடன் துயரங்கள் எல்லாம் முடிவு பெற்றுவிட்டதா!"

நாரதர் சிரித்தார்.

"யுதிஷ்டிரா! பெரிய யுத்தம் மூளும், மக்கள் கூட்டம் கூட்டமாக அழிவார்கள். அதற்கு நீ காரணமாக இருப்பாய்.'' என்று உன் கனவில் வெள்ளை உடை உடுத்திய தேவதூதன் ஒருவன் குதிரைமேல் ஏறி தெற்கு, வடக்காக வானில் பயணம் செய்வதைக் காண்பாயோ

அதிலிருந்து பதின்மூன்றாம் வருடம் இந்த கோரமான குலநாசம் ஏற்படும்.

இதைக் கேட்ட தருமர் பெரும் கவலையில் ஆழ்ந்தார். தன் சகோதரர்களிடம் சொன்னார்:

“அருமை சகோதரர்களே! கொடிய நாசம் ஏற்படும் என நாரதர் எச்சரித்துள்ளார். அதற்கு நாம் காரணமாகி விடக் கூடாது. இன்றிலிருந்து துரியோதனன் எது கேட்டாலும் மறுக்க மாட்டேன். இது என் தீர்மானமான முடிவு.”

அதனால்தான் துரியோதனன் சூதாட அழைத்தபோதும் தருமர் மறுக்கவில்லை. மறுத்தால் அதன் காரணமாகப் பகை ஏற்படுமோ என அஞ்சி சம்மதித்தார். ஆனால், அதுவே பாஞ்சாலியின் துகிலுரிப்புக்குக் காரணமாகிப் பெரும் போருக்கும் வழிவகுத்தது.

ஞானம் என்பது புரிபடாத தர்மம் என்கிறார் லா வோ த்ஸு. ஒளியைக் கொண்டுதான் ஒளியை அறிய முடியும். ஞானத்தின் துணை கொண்டுதான் ஞானத்தை அறிய முடியும்.

வாழ்வின் நிகழ்காலத்துடன் ஒன்றி செயல்படுபவன் மட்டுமே அதன்மூலத்தை உணர முடியும். இயற்கையில் ஒவ்வொருவருக்கும் ஒவ்வொரு நோக்கம் உண்டு. ஒவ்வொருவருக்கும் ஒவ்வொரு பணி உண்டு. அது என்ன என்று அறிவதுதான் அவனுடைய திறன். அதை அறிந்து செயல்படுபவன் ஞானி. அறியாமல் செயல்படுபவன் அதன் பலன்களான சுக, துக்கங்களில் சிக்கிக் கொண்டு விடுகிறான்.

இந்த ‘அறிதல்’ என்பதையே ‘பிரக்ஞை’ என்று புத்தர் கூறுகிறார். அறிந்து கொண்டவனால் தான் தன்னை இதிலிருந்து விடுவித்துக் கொள்ள முடியும்.

15

அதுவா? இதுவா? எது?

ஆதிகால ஞானியர்தம் அறிவுக்கப் பாற்பட்டோர்
வேதமந் திரங்கள்போல் உள்ளாற்றல் நிரம்பியவர்
மேதைமை, புலனடக்கம் மென்மையுடன் எளிமை
பாதங்கள் பனிமீது நடப்பதுபோல் பெருந்தன்மை
செதுக்காத மரம்போல் திறந்த மனம்; பரந்த
புதுவெள்ளம் பெருகுதல்போல் கலங்கலுடன் தெளிவு
அது தேவை; இது வேண்டும் என்றெல்லாம் விழையாது
எதுவரினும் மறுக்காமல் இயற்கையுடன் ஒன்றியவர்
ஊற்றுக்கேணி வழிவதில்லை. அள்ளவும் குறைவதில்லை
ஆற்றலிலே அதுநிகர்த்த ஞானியரை அறியப்போமோ?

'உருவுகண்டு எள்ளாமை வேண்டும்' என்கிறார் வள்ளுவர். தோற்றத்தைக் கொண்டு எவரையும் எடை போட முடியாது. பெரிய தேரின் அச்சாணி விரல் அளவுதான் இருக்கும். ஆனால், தேரின் இயக்கமே அதனை சார்ந்துதான் இருக்கும்.

ஞானிகள் புறத்தோற்றத்தில் எளிமையுடன்தான் இருப்பர். ஆனால், பிரபஞ்சமே அவர்களைப் போன்றவர்களால்தான் இயங்குகிறது. 'நல்லார் ஒருவர் உளரேல் அவர் பொருட்டு எல்லார்க்கும் பெய்யும் மழை' என்கிறார் ஔவையார். கேணியின் ஊற்று சுரந்தபடி இருக்கும். ஆனால், ஒருபோதும் அது பொங்கி வழிவதில்லை. அதேசமயம் அள்ள அள்ள அது குறைந்ததேயில்லை. ஞானியர் மனமும் வற்றாத ஊற்று போன்றதுதான். ஆனால் அவர்கள் தாமாகவே வலிய ஓடிவந்து அறிவுரைகளைப் பொழிய மாட்டார்கள். ஆனால் நாம் கேட்க கேட்க அவர்களிடமிருந்து வந்து கொண்டே இருக்கும். ஞானி பனிப்படலத்தின் மீது நடப்பவர் போல் மென்மையானவர் என்கிறார் லா வோ த்ஸு.

அரசன் ஒருவன் ஒரு கனவு கண்டான். அந்தக் கனவில் அண்டை நாட்டுப் படை அவன் அரண்மனையை சூழ்ந்து கொண்டு விடுகிறது. அதனிடமிருந்து தப்பி ஓடி தலைமறைவாகிறான் அவன். ஒற்றர்கள் அவனை நாலாபுறமும் தேடுகின்றனர். காட்டில் பதுங்கிய அவன் பல நாளாகப் பட்டினி கிடக்கிறான். ஒருநாள் பசி பொறுக்காது கந்தல் உடையுடன் பரதேசிபோல் இருந்த அவன் ஊருக்குள் வந்து சில வீடுகளில் பிச்சையெடுக்கிறான். அதில் கிடைத்த உணவைக் காட்டில் இருந்த ஒரு குளத்தின் கரை மேல் வைத்து விட்டுக் குளிக்கப் போகிறான். அப்போது திமுதிமுவென வந்த ஒரு யானை தன் காலால் அவனது உணவுச் சட்டியை இடறிச் செல்கிறது. அதனால் மண் சட்டி உடைந்து உணவு மண்ணில் கொட்டி வீணாகி விடவே அதைப் பார்த்து மனம் பதைத்து கதறி அழுகிறான் அவன்.

இந்த கனவிலிருந்து திடுக்கிட்டு எழுந்த மன்னன் குழம்புகிறான். தான் கண்டதில் எது உண்மை? கனவில் கண்டதா? இப்போது வாழும் வாழ்வா? என்ற குழப்பத்துடன் அரசவைக்கு வந்த மன்னன் 'அதுவா, இதுவா? எது?' என்று கேட்டான். எவருக்கும் ஒன்றும் புரியவில்லை.

தான் ஒரு கனவு கண்டதாக கூறுகிறான். 'கனவை சொல்லுங்கள். பலன் கூறுகிறோம்' என்கிறார்கள் அங்கிருந்தவர்கள். மன்னனுக்கு தன் கனவைப் பற்றி அவர்களிடம் சொல்ல விருப்பம் இல்லை. தான் கண்ட கனவை இவர்களிடம் அப்படியே சொன்னால் கண்டபடி அதற்கு விளக்கம் சொல்லி தன்னை மேலும் குழப்புவார்கள் என்று எண்ணினான் அவன். அதனால் என் கனவையும் சொல்லி அதற்கான பலனையும் சொல்பவர் எவரோ அவருக்கு எது வேண்டுமானாலும் தருகிறேன் என்று தண்டோரா போடச் சொன்னான்.

அவனது அரண்மனைக்கு அஷ்டாவக்ரர் வந்தார். பிறவியிலேயே எட்டுக் கோணலாக அவர் உடம்பு இருந்ததால் அவருக்கு அஷ்டாவக்ரர் என்று பெயர். அவரது கோர ரூபம் கண்டு அரசவை யினர் சிரித்தனர். அஷ்டாவக்ரர் அவர்களைப் பார்த்து பதிலுக்கு சிரித்தார்.

மன்னன் கேட்டான் "அதுவா, இதுவா, எது?"

அஷ்டாவக்ரர் சொன்னார்: "அதுவே இது, இதுவே அது ".

எதுவும் புரியாமல் விழித்தான் அரசன்.

"நீ கண்டாயே பகல் கனவு. அது எப்படி நீ முழுவதும் காண முடியாமல் பாதியில் முடிந்ததோ அதுபோல் இந்த வாழ்வும் நிலையானதல்ல."

"விளக்கிக் கூறுங்கள் சுவாமி" என்றான் அவன். "அரசனே! உன் கனவில் நீ நாட்டை இழந்தாய். யானை நீ பிச்சை எடுத்த உணவை இடறி வீணாக்கியதால் சாப்பாட்டுக்கு என்ன செய்வது என்று வருந்தி அப்போது அழுதாய். இப்போது விழித்த பின் இந்த அரச மகுடம் போய்விடுமோ என்று அஞ்சுகிறாய். இது அறியாமை. இதைவிடப் பெரிய நாடு உண்டு. நாம் அதை இழந்தோம். இந்தப் பூவுலக வாழ்வில் தஞ்சம் புகுந்தோம். உடல் என்னும் இந்த உணவை எடுத்துக் கொண்டு வந்தோம். மரணம் என்ற மதயானை இதனை இடறி மண்ணில் சிதறப் போகிறது. மேலுலகம் என்ற நாடும் போய் மண்ணுடல் என்ற உணவும் இழந்து நமது ஆன்மா வீரிட்டலறப் போகிறது. அதைவிடவா உனது இந்த அரியாசனம் உயர்ந்தது?"

அஷ்டாவக்ரரின் ஞானமும், விளக்கமும் மன்னன் கண்களைத் திறந்தன. மண்ணுலகப் பற்றுக்களை விடுத்து அவன் நிலையான ஒன்றைத் தேடித் தன் பயணத்தைத் துவக்கினான்.

ஞானியரின் தோற்றமோ, செயல்களோ எதனையும் புலப் படுத்துவதில்லை. எளிமை, மென்மை, அடக்கம், வெளிப்படுத்தாமை, பற்றின்மை இவற்றால் அவர்களைக் கண்டறிவதே கடினம். தக்க குரு அமைவது என்பதே மிகப்பெரிய விஷயம். கோவிந்தபாதர் ஆதிசங்கரரின் குருவானதும், பரமஹம்சர் விவேகானந்தரின் குருவானதும் அவர்களுடைய கொடுப்பினை எனலாம்.

16
அணுவுக்குள் அண்டம்

பிண்டத்தின் உள்ளே பிரித்துப் பார்த்தால்
அண்டத்தின் அமைப்பே அழகுற விளங்கும்
விண்டுநோக்கின் விரவிய அமைதியை
கண்டுணர்ந்தோர் முக்கால ஞானியாவார்.
தேரோடி தன்நிலைக்குத் திரும்புதல்போல்
பாரினில் உயிர்த்தெழுந்த பல்லாயிரமும்
வேருக்கே திரும்புவது விதியான நித்தியம்
யாருக்குப் புரிபடுமோ அவரே மெய்யுணர்ந்தார்.
நித்தியத்தை உணர்தல் நிலையான ஞானம்
நித்தியத்தை அறியாமை உணர்வுகளின் எழுச்சி
முத்தநிலை உணர்வகன்று விசாலமாய் அகங்கொள்ளல்
சத்தியமே அகங்கொள்ளல் விண்ணகத்து விளைஞானம்.

புத்தர் ஒருநாள் ஒரு மரத்தின் அடியில் அமர்ந்திருந்தார். அப்போது தரையை குனிந்து பார்த்து எதையோ ஆராய்ந்தபடி வந்த ஒருவன் அவர் இருந்த இடத்திற்கு வந்ததும் அவரை நிமிர்ந்து பார்த்தான். பிறகு "ஆச்சரியம்! ஆச்சரியம்!" என்றான் ஏதோ இதுவரை காணாத அதிசயத்தை கண்டு விட்டவன்போல்.

"என்னப்பா ஆச்சரியம்?" என்றார் புத்தர் அமைதியாக.

"நான் சாமுத்திரிகா லட்சண சாஸ்திர நிபுணன். வரும் வழியில் தரையில் சில காலடிகளைக் கண்டேன். அவை ஒரு சக்கரவர்த்திக்குரிய காலடிகள் என்று நான் பார்த்த சாஸ்திரம் சொல்கிறது. அதனால் அவற்றைப் பின்பற்றி வந்தேன். நான் இங்கு தேடி வந்ததோ ஒரு அரசனை. ஆனால் இங்கு காண்பதோ ஒரு பிச்சைக்காரனை."

"நீ சொல்வது உண்மைதான். நான் ஒரு காலத்தில் இளவரசனாக இருந்தவன்தான். அவற்றை உதறி விட்டுத்தான் துறவு மேற்கொண்டேன்."

"இல்லை" என்றான் அவன் அழுத்தமாக. "இந்தக் காலடிக் குரியவன் இப்போதும் சக்கரவர்த்திதான். ஒரு காலத்தில் அரசனா யிருந்தவனல்ல அவன். இப்போதும் அரசனாயிருப்பவன் அவன்."

"அதுவும் உண்மைதான்" என்றார் புத்தர். "வெளியேதான் நான் வெறும் பிச்சைக்காரன். ஆனால் உள்ளே சாம்ராட். என்னுள் பூரணமாக எல்லாம் நிரம்பியுள்ளது. ஆனால் வெளியே ஏதும் இல்லை."

புத்தரின் சொற்கள் அவனுக்குப் புரியவில்லை. ஆனால் அவர் சொன்னது உண்மை. நாம் எல்லோரும் வெளியே ஏராளமாக சேர்த்துக் குவிக்கிறோம். ஆனால் அவற்றால் நமக்கு நிறைவு ஏற்படுவதே இல்லை. உள்ளே வெற்றிடமாகவே இருக்கிறது. ஆனால் அவருக்கோ உள்ளே பூரணமான நிறைவு உள்ளது.

வெளியே உள்ள பொருட்களைப் பிரித்து ஆராய்வது அறிவு. ஆனால் தன் உள்ளுக்குள்ளே புகுந்து தேடி அறிவதே ஞானம். மனிதனின் பிண்டத்தைப் பகுத்துப் பார்த்தால் அண்டத்தின் அமைப்பு அதனுள்ளும் நிலவுவதைக் காண முடியும். எல்லாவற்றிற்குள்ளும் விரவி நிற்பது அமைதி அல்லது வெறுமை அல்லது நிச்சலனம்தான். இருந்த இடத்திலிருந்து அதை உணர்ந்தவனே ஞானியாகிறான்.

திருவிழாவில் தேரானது தன் இடத்திலிருந்து புறப்பட்டு வீதி உலா வந்து கடைசியில் தன் இடத்திற்கு வந்ததும் நிலை பெறுகிறது. அது வீதி உலா செல்லாமல் அங்கேயே இருந்து விட்டால் அதில் ஏதும் சிறப்பில்லை. வீதி உலாவை முடிக்காமல் அது சுற்றிக் கொண்டே இருப்பினும் அதிலும் ஏதும் சிறப்பில்லை. புறப்பட்டு, சுற்றி, முடித்தபின் தன் நிலையில் ஒன்றுவதே 'திருத்தேரோட்டம்' ஆகிறது. நாம் இவ்வுலகில் பிறக்கவில்லை என்றாலும் பயனில்லை. பிறந்து இப்படியே இங்கேயே வாழ்ந்து கொண்டிருந்தாலும் பயன் ஏதுமில்லை. வாழ்ந்த பின்னர் முடிவதே இயற்கை. அதுதான் சிறப்பு.

தனி உயிர்கள் போல் பிரம்மாண்ட பிரபஞ்சமும், அண்டங்களும் தோன்றி, இயங்கி பின்னர் ஊழியின் போது ஒடுங்குகின்றன.

அமைதி-அதிலிருந்து சலனம்-அந்த சலனம் முடிந்து மீண்டும் அமைதி. இதுவே இயற்கையின் நியதி. இந்த நியதியை வெறும் நூலறிவாகவோ, நுண்ணறிவாகவோ காணாமல் உள்ளுணர்வால் உள்ளுக்குள்ளே அந்த அமைதியை உணர்ந்து அதனுடன் ஒன்றுதலே சமாதி நிலை. அப்படி ஒன்றி உணர்ந்தவனே ஞானி.

நித்யம் என்பது என்றும் இருப்பது. அதனை ஏகம் என்கிறோம். அது எல்லாவற்றிலும் இருக்கும். ஆனால் எல்லாவற்றிற்கும் அப்பாற் பட்டு இருக்கும். அதனை அறிய முடியாது. ஆனால் உணர முடியும். அறிதல் என்பது அறிவு. உணர்தல் என்பது ஞானம். தேனை நம்மால் அறிய முடியும். பிறருக்கும் காட்ட முடியும். தேனின் சுவையை அறிய முடியாது. ஆனால் உணர முடியும். பிறருக்கு அதைக் காட்ட முடியாது. ஆனால் உணர்த்த முடியும் ஒரு சொட்டை நாக்கில் தடவுவதன் மூலம்.

நித்யத்தை உணர்வது நிலையான ஞானம். இறந்தவை பிறக்கும். பிறந்தவை இறக்கும். இந்த நியதியை உணராமல் காண்பதே நிலையென்று வாழ்வது வெறும் உணர்ச்சிகளின் எழுச்சியே என்கிறார் லா வோ த்ஸு. தருமபுத்திரனிடம் நச்சுப் பொய்கையின் கரையில் தர்ம-யட்ச சம்வாதத்தில் யட்சன் கேட்கிறான்.

"உலகில் மிகப்பெரிய அதிசயம் எது?"

தர்மர் சொல்கிறார். "கண்ணெதிரே தினந்தோறும் ஆயிரக்கணக் கான மனிதர்கள் இறப்பதைக் கண்ட பின்பும் தான் மட்டும் நெடுங்காலம் வாழப் போவதாய் மனிதன் எண்ணுகிறானே அதுதான் மிகப்பெரிய அதிசயம்."

உள்மனம் விசாலமாகி அகங்கொள்ளல் தான் முக்தி நிலை என்பது. இந்த அகங்கொள்ளல் எனப்படும் தன்னுள் தான் லயித்தல் அல்லது தன்னைத்தான் அறிதல்தான் விண்ணகத்து ஞானம் எனப்படும்.

"உனக்குள் இருக்கும் இறை சாம்ராஜ்யத்தை முதலில் நீ தேடு. பிறகு எல்லாமே உனக்குக் கொடுக்கப்படும்" என்கிறார் ஏசுநாதர்.

'தேனுக்குள் இன்பம் கறுப்போ? சிவப்போ?
வானுக்குள் ஈசனைத் தேடிடும் மதியிலீர்!
தேனுக்குள் இன்பம் செறிந்திருந்தாற்போல்
ஊனுக்குள் ஈசன் ஒளிந்திருந்தானே!
-என்பது திருமூலர் வாக்கு.'

17

தலைமைப் பண்பு

சிறந்த தலைமை அதிகம் உணரப்படாது

அடுத்த நிலையில் பற்றும், பாராட்டும்,

திறந்த மூன்றாம் நிலையில் அச்சமே நிலவும்.

நான்காம் தரமோ வெறுப்புக்கு இடமாகும்

அரசன் மக்களை முழுமையாய் நம்பினால்

அரசன் மீதும் அதுவே திரும்பும்

காட்சிக்கு எளியவன்; கடுஞ்சொல் அல்லனேல்

ஆட்சிக்கு சிறப்பு; அமைதியின் இருப்பு.

அருமையான தலைமை சாதனைகள் நிகழ்த்தும்

பெருமையுடன் மக்கள் தங்களுடைய தென்பர்.

நாலு நாள் நான் ஊரில் இல்லைன்னா போதும். வீடே குட்டிச்சுவர் என்று பல தாய்மார்கள் புலம்புவதைக் காணலாம். காரணம் கணவன் அலுவலகம் சென்று விடுவான். கீழே இருப்பவர்கள் குழந்தைகள். தாயின் கடமையை செய்ய தாயைத் தவிர யாரும் இல்லை.

"ஒரு வாரம் நான் லீவு போட்டேன். ஆபீஸ் தடுமாறி விட்டது. எடுத்ததுக்கெல்லாம் போன் செய்கிறார்கள். என்ன செய்வது என்றே யாருக்கும் தெரியவில்லை" என்பார் ஒரு அதிகாரி பெருமையுடன்.

உண்மை என்னவென்றால் அவர் எவருக்கும் எந்த அதிகாரமும் வழங்கத் தயாராக இல்லை. எல்லாவற்றையும் தன்னிடமே குவித்து வைத்துள்ளார்.

ஒரு சிறந்த நிர்வாகம் அதன் உரிமையாளர் இல்லாவிடினும் சிறப்புடன் இயங்கும். ஜனாதிபதி ரஷ்யா போயிருக்கிறார் என்பதற்காக இங்கே எதுவும் நிற்பதில்லை. அவரவருக்கும் அதிகாரங்கள் பிரித்துத் தரப்பட்டுள்ளன.

இறைவன் உலகின் மிகச் சிறந்த நிர்வாகி. ஒருமுறை கூட அவர் நேரில் வருவதே இல்லை. ஆனால் உலகில் எல்லா செயல்களும் கச்சிதமாக வினாடி பிசகாமல் நடைபெறுகின்றன.

நல்ல தலைவனை அதிகம் பேர் உணரமாட்டார்கள். அவனும் தன்னை வெளிப்படுத்திக் கொள்வதில் ஆர்வம் காட்ட மாட்டான். மரத்தின் வேர்கள் கண்ணுக்குப் புலப்படாது. பூமியில் அது மறைந்திருக்கும். ஆனால் மரம் முழுவதையும் அதுதானே தாங்குகிறது. இயக்குகிறது.

சிறந்த தலைவன் நாட்டைத்தான் முன்னிறுத்துவான். தன்னை முன்னிறுத்திக் கொள்ள மாட்டான். காந்தி, லிங்கன் போன்றவர்கள் நாட்டைத்தான் முன்னிறுத்தினார்கள். தங்கள் உயிர்கூட அவர்களுக்குப் பொருட்டில்லை. இவர்கள் மக்களால் பயபக்தியுடன் வணங்கப்பட்டார்கள்.

அடுத்த வகையினர் மக்களுக்கு நெருக்கமானவர்களாயிருப்பார்கள். இவர்கள் மீது மக்கள் பற்றும், பாசமும் வைத்திருப்பர். மூன்றாவது வகைத் தலைவர்களிடம் மக்களுக்கு அச்சம் மட்டுமே இருக்கும். நான்காம் ரகத் தலைவர்களை மக்கள் தலைவர்களாகவே

ஏற்றுக் கொள்வதில்லை. இவர்கள் மீது அவர்களுக்கு கேலி, கிண்டல் மட்டும்தான் இருக்கும்.

சிறந்த தலைவன் அனைவரையும் லட்சியப் பாதையில் ஈடுபடுத்துவான். அதனால் சாதனைகள் விளையும். அவன் இது தன்னால்தான் என்று ஒரு போதும் கூறிக் கொள்ள மாட்டான். ஆனால் அனைவருமே இது எங்களால்தான் நடந்தது என்று பெருமை பேசுவர். இடுப்பிலே சிறு துண்டை மட்டும் கட்டிக்கொண்டு காந்தியடிகள் விடுதலைப் போரில் இறங்கினார். நாடே அவரது தலைமையின் கீழ் திரண்டது. ஒரு இடத்தில் கூட காந்திஜி, நான்தான் சுதந்திரம் பெற்றுத் தந்தேன் என்று கூறவில்லை. ஆனால் மக்கள் கூறினார்கள், நாங்கள் போராடி சுதந்திரம் பெற்றோம் என்று.

அடுத்தடுத்து 3 ராக்கெட்டுகள் விட்டு, அவற்றின் பயணங்கள் தோல்வி அடைந்ததில் அமெரிக்காவுக்குப் படுதோல்வி. ரஷ்யாவோ இந்தப் போட்டியில் வெற்றிகரமாக முன்னணியில் நின்றது. அப்போது கென்னடி கூறினார். நாம் இதை ஒரு சவாலாக ஏற்போம். இன்னும் பத்தே ஆண்டுகளில் நமது நாடு சந்திரனில் காலடி பதிக்கும் என்று.

கென்னடியின் தலைமையில் அமெரிக்கா வீறு கொண்டு எழுந்தது. சரியாக 10 ஆண்டுகள் கழித்து 1969ல் சந்திரனில் அமெரிக்கா காலடி வைத்தது. இதுவரையில் எந்த நாடும் முறியடிக்க முடியாத சாதனையை நிகழ்த்தியது.

கென்னடி எங்குமே சொன்னதில்லை: என் தலைமையில் அமெரிக்கா சந்திரனை வெல்லும் என்று. ஆனால், அமெரிக்கக் குடிகள் ஒவ்வொருவரும் மார்தட்டினார்கள். நாங்கள் நிலவில் கால் வைத்து விட்டோம் என்று.

நல்ல தலைமைக்கு லா வோ த்ஸு காட்டிய வழிமுறை இன்றும் உலகம் முழுதும் பொருந்துகிறது பாருங்கள்.

18
துன்பத்தில் இன்பம்

ஞானம் துடைத்தெறியப் படும்போது
 காருண்யமும், நியாயமும் உதயமாகும்
ஆன்ற விவேகமும், எச்சரிக்கையும்
 அதனுடனே பாசாங்கை கொண்டுவரும்
இல்லறம் சீர்குலைந்து துவளும்போது
 இணக்கமும், பரிவும் மேலோங்கும்
நல்லன அழிந்து நாடே நலிவுறின்
 நாட்டன்பும், தியாகமும் தழைத்தோங்கும்.

ஞானம் என்பது அறிவு என்பதிலிருந்து மாறுபட்டது. உண்மையான ஞானம் நம்மிடம் எதுவுமில்லை என்று உணர்தலே. எல்லாம் இறைவன் செயல் என உணர்ந்தவர்கள் அத்தனை ஜீவன்களையும் நேசிப்பார்கள். வெறும் நூலறிவை ஞானமாகக் கொண்டவர்கள் எல்லாவற்றின் மீதும் ஆதிக்கம் செலுத்த முனைவார்கள்.

அதனால்தான் அஞ்ஞானம் என்ற முள்ளை ஞானத்தால் அகற்றி விடு. பிறகு அந்த ஞானம் என்ற முள்ளையும் வீசி விடு என்கிறார் ராமகிருஷ்ண பரமஹம்சர்.

அறியாமை என்கிற அஞ்ஞானம் உள்ளவரை உடலின் இச்சைப்படி காம, குரோத, லோபங்களின் வழி மனிதன் செல்வான்.

அஞ்ஞானம் அகன்று ஞானம் வரும்போது புறப்பொருள்கள் மீதான இச்சை அகன்று அகப்பொருளின் மீது அவனுக்கு நாட்டம் வரும். அது ஞானத்தின் காரணமாக அகம்பாவமாக வரலாம். அல்லது அதீத சக்திகளின் மீதான நாட்டமாகலாம். ஆக மனோசக்திகள் என்ற வழியில் செல்லும். அதனையும் கடந்தால் ஞானம் என்ற நிலை. இதை நியாஸ் என்பர். சர்வம் பிரம்ம மயம் என்ற நிலை. சன்மார்க்கம். என்றால் அன்பு வழி. சன் என்றால் கருணை. அதனால் இந்த நிலை சன்+நியாஸ் எனப்பட்டது. இந்த நிலையை எட்டியவர்கள்தான் சந்நியாசிகள் எனப்பட்டனர்.

உன்னைப் போல் பிறரையும் நேசி என்று ஏசு சொன்னதும் இதைத்தான். அடிப்பதும் பிரம்மம். அடிபடுவதும் பிரம்மம். அனைத்திலும் பிரம்மமே உள்ளது என்று ஆதிசங்கரர் கூறுவதும் இதைத்தான்.

ஞானம் துடைக்கப்பட்டால் அங்கே கருணையும், நீதியும் தோன்றும் என்கிறார் லா வோ த்ஸு. குடும்பம் நன்றாக இருக்கும்போது தாய்-மகன், கணவன்-மனைவி, அண்ணன்-தம்பி பூசல்கள் இருக்கும். குடும்பத்திற்கு ஒரு இடர் ஏற்படும்போது எல்லா வேற்றுமைகளும் மறைந்து அன்பும், பாசமும் மட்டுமே அங்கே தலையெடுக்கும். நாட்டில் ஆயிரம் இன வேற்றுமைகள் இருக்கும். ஒரு அயல்நாட்டின் படையெடுப்போ அல்லது சுனாமி தாக்குதலோ ஏற்பட்டால் நாடு முழுதும் தேசப்பற்றும், தியாக குணமும் தழைத்தோங்கும்.

முரண்பாடான இந்த சித்தாந்தத்தை அழகாக சொல்கிறார் லா வோ த்ஸு. தாமரை அழகுதான். ஆனால், அது மலர வேண்டுமானால் கலங்கலான சேறுதான் தேவை.

எல்லோரும் ஞானத்தை விரும்புவார்கள். ஆனால், ஞானம் பெற்ற பலரும் இது புனிதம், அது பாவம் என விலக்குவதைக் காண்கிறோம். கடவுளின் பெயராலேயே பல ஒதுக்கல்கள் ஏற்பட்டு விடுகின்றன. ஞானம் மறையும்போது அதுவரை இல்லாத கருணை அந்த இடத்தில் ஏற்படுகிறது.

ஞானி ஒருவர் இருந்தார். தினந்தோறும் யாராவது ஒருவருக்கு உணவளித்து விட்டு அதன் பிறகே அவர் உணவு அருந்துவார். இதை ஒரு கொள்கையாகவே அவர் நெடுங்காலமாகக் கடைப்பிடித்து வந்தார்.

ஒருநாள் விருந்தினர் யாருமே வரவில்லை. நெடுநேரம் காத்திருந்து அவர் சோர்ந்து போனார். கடவுளே! இன்று யாரும் வராவிடில் என்ன செய்வது? தனியாக உணவருந்துவதா? அல்லது உபவாசம் இருப்பதா? என்று குழம்பினார்.

எழுந்து வெளியே சிறிது தூரம் காலாற நடந்து சென்றார். அப்போது எதிரே வெளியூர்க்காரர் ஒருவர் வருவது கண்டு மகிழ்ந்து ஓடிப்போய் அவரைத் தமது வீட்டிற்கு உணவருந்த வரும்படி அழைத்தார்.

அந்த வெளியூர்க்காரர் தீவிர நாத்திகர். இவருக்கு அது தெரியாது. இருவரும் உணவருந்த அமர்ந்தனர். ஞானி இறைவனை வணங்கிப் பாடினார். பிறகு "நீங்கள் பிரார்த்தனை செய்யவில்லையா?" என்று கேட்டார்.

"எனக்கு இந்த முட்டாள்தனங்களில் நம்பிக்கை இல்லை" என்றார் அவர்.

"உணவு உண்ணும் முன்பு இறைவனை வணங்குவது முட்டாள்தனமா?"

"இறை வழிபாடே ஒரு முட்டாள்தனம்தான்."

இருவருக்குமிடையே விவாதம் வளர்ந்தது. எனக்கு உணவளிப்பது நீங்கள். அதனால் தாராளமாக உங்களை வணங்குவேன். ஆனால் இல்லாத கடவுளை வணங்க மாட்டேன்" என்றார் அவர்.

இதனால் வாக்குவாதம் மேலும் தீவிரமடைந்தது. "நாத்திகனுக்கு நான் உணவளிக்க மாட்டேன். போங்கள் வெளியே" என்று கத்தினார் இவர். "நானா வந்தேன்? நீங்கள்தான் என்னை அழைத்தீர்கள். உமது ஒருவேளை உணவுக்காக எனது கொள்கையை தியாகம் செய்ய முடியாது" என்றபடி வெளியேறினார் அவர்.

இதனால் ஞானி சோர்ந்துபோய் படுத்து விட்டார். பசி மயக்கத்தில் அப்படியே உறங்கியும் விட்டார். அப்போது அவரது கனவில் கிருஷ்ணர் தோன்றினார். "அப்பா! அவன் என்மீது நம்பிக்கை இல்லாதவன்தான். ஆனாலும் நான் அவனுக்கு எழுபது வருடங்கள் விடாது உணவளித்துள்ளேன். ஆனால் உன்னை நம்பி ஒரே ஒரு வேளை உணவு கொடுக்கச் சொல்லி உன்னிடம் அனுப்பினேன். அவனை நீ இப்படி விரட்டி விட்டாயே! இப்போது நான் அவனுக்கு வேறு ஏற்பாடு அல்லவா செய்ய வேண்டும்" என்றார் இன்முகத்துடன் மென்மையாக.

அலறியடித்துக் கொண்டு எழுந்த ஞானி ஒரே ஓட்டமாக ஓடினார். "நான் கடவுளை எதிர்ப்பவன். என்னை நீங்கள் விரட்டியது நியாயம்தான். மறுபடியும் வந்து அழைக்கிறீர்களே. அப்படி என்ன நேர்ந்தது இதற்குள்?" என்று கேட்டார்.

ஞானி என்ன சொல்வார்? இவரிடம் போய் கிருஷ்ணர் கனவில் வந்ததை சொல்ல முடியுமா? தமது ஞானம், படிப்பு எல்லாவற்றையும் மூட்டை கட்டி வைத்து விட்டு அவனிடம் கூறினார்:

"ஐயா! நாங்கள் ஆத்திகர்கள். கடவுள் உண்டு என்று சொல்ல எங்களுக்கு தனி தைரியம் தேவையில்லை. ஆனால், கடவுள் இல்லை என்று சொல்வதற்குத்தான் அசாதாரணமான மன உறுதியும் வைராக்கியமும் தேவை. அந்த வகையில் நீங்கள் எங்களைவிடப் பல மடங்கு உயர்ந்தவர்கள். உங்களுக்கு உணவு அளிப்பது எனக்குப் பெருமை" என்றார்.

ஞானம் தானத்தில் நிலை பெறுகிறது. ஞானத்துக்கு தவணை யிடலாம். தருமத்திற்கு அப்படி செய்யலாகாது என்கிறார் கிருஷ்ணர்.

19
நிறைவு எது?

உயர்பண்பும், பேரறிவும், ஒழுக்கங்களும்
உலகுக்கு பெருநன்மை செய்வதில்லை
துயர்படுத்தும் பேராசை, மேதைமை இன்றேல்
திருட்டும், கொள்ளையும் இல்லாதொழியும்.
எளிமையுடன் பரிசுத்தம், குறைந்த ஆசை
என்றும் நிலைத்திருப்பதை பற்றிநிற்றல்
வலியின்றி ஆன்மாவின் சுமை குறைத்தல்
வாழ்க்கையையே சுவர்க்கம் போல் ஆக்கிடுமே!

'ஒருநாள் உணவை ஒழியென்றால் ஒழியாய்
இருநாள் உணவை கொள் என்றாலும் கொள்ளாய்'

என்று வயிற்றுக்கு கண்டனம் தெரிவிக்கிறார் ஔவையார்.

பசியில்லாத மனிதனே உலகத்தில் கிடையாது. சொல்லப் போனால் இந்த ஒரு சாண் வயிறு இல்லாவிட்டால் அவனவன் நிம்மதியாகப் படுத்துத் தூங்கிவிடுவான் எது எப்படிப் போனால் என்ன என்று. வயிற்றுப் பசிதான் பெரும் பெரும் புரட்சிகளுக்கும், போர்களுக்கும் அடிப்படையாக இருந்திருக்கிறது.

ஒருநாள் சாப்பிடாமல் இரு என்றால் வயிறு இருக்காது. வேளா வேளைக்கு அதற்குப் பசிக்கும். சரி, ஒரு பத்து நாள் உணவை முன்கூட்டியே சாப்பிட்டு சேமிப்பில் வைத்துக் கொள் என்றாலும் முடியாது என்று அது மறுத்து விடும். ஒரு வேளைக்கான நாலு கவளத்துடன் அதன் தேவை பூர்த்தியாகி விடுகிறது.

ஆக கூடவும் சாப்பிட முடியாது. சாப்பிடாமல் உணவை நீக்கி விட்டு இருக்கவும் முடியாது. உண்பது நாழி உடுப்பது நான்கு முழம் என்கிறார் ஔவை. ஆயிரம் மூட்டைகளை அடுக்கி வைத்தாலும் நீ உண்ணப் போவது நாழி அரிசியைத்தான். (நாழி என்பது அக்கால அளவை) ஆயிரம் உடைகளை அடுக்கி வைத்திருந்தாலும் நீ உடுத்தப் போவது நான்கு முழம் துணியைத்தான். பிறகு ஏன் இந்த பொருள் வேட்டை? அடித்து பிடித்து அதைக் கொணர்ந்து சேர்த்து அல்லும் பகலும் கண் விழித்து அதற்குக் காவல் இருந்து.... எதற்காக இந்த அல்லல்?

எளிமை குறைந்த ஆசைகள் இவை. ஆன்மாவின் சுமைகளைக் குறைக்கும் என்கிறார் லா வோ த்ஸு. மேதாவித்தனம், பேராசை இவை இல்லாவிடில் களவோ, கொள்ளையோ உலகத்தில் இருக்காது.

நல்லொழுக்கம், கெட்டிக்காரத்தனம் இவற்றால் பெரிய நன்மைகள் ஏதும் ஏற்படுவதில்லை. நான் இரண்டு வேளை குளிப்பவன். மூன்று வேளை வழிபாடு செய்பவன். சுத்தமாக உடுத்துபவன் என்பதெல்லாம் பிற்பாடு தன்னை உயர்வாகவும், அடுத்தவனை மட்டம் தட்டவுமே பயன்படும்.

வேதாகம பண்டிதர் ஒருவர் படகில் ஏறினார். சாஸ்திரங்களை படிக்காதவன் இந்த உலகத்தில் வாழ்வதே வீண் என்பது அவரது

கொள்கை. அவர் ஏறிய அந்தப் படகு போய்க் கொண்டு இருந்தது. அந்தப் படகுக்காரனிடம் பண்டிதர் கேட்டார்.

"நீ மீமாம்சம் படித்திருக்கிறாயோ?"

"இல்லையே சாமி" என்றான் அவன்.

"வாழ்க்கையில் கால் பகுதியை வீணடித்து விட்டாய்" என்றார் அவர்.

"போகட்டும், வியாகரணம் படித்திருக்கிறாயோ?" என்றார்.

"இல்லை" என்றான் அவன்.

"அடப்பாவமே! வாழ்க்கையில் பாதிப் பகுதியை வீணாக்கி விட்டாய். சரி. தர்க்க சாஸ்திரமாவது நீ படித்ததுண்டா?"

"இல்லையே!"

"உன் வாழ்வில் முக்கால் பகுதி வீண்."

பேச்சு இப்படிப் போய்க்கொண்டிருக்கும் போது சடாரென்று ஒரு பெரிய அலை அடித்தது. அதன் விளைவாக படகின் அடிப்புறம் விரிசல் கண்டு உள்ளே நீர் புக ஆரம்பித்தது. படகுக்காரன் இப்போது கேட்டான்.

"நீச்சல் தெரியுமா சாமி?"

"அய்யோ! தெரியாதே" அலறினார் பண்டிதர். ''உங்கள் முழு வாழ்க்கையும் வீணாகி விட்டதே.'' என்றான் படகுக்காரன் அவரிடம்.

நிலையற்ற பொருட்களை விட நிலையானதின் மீது வைக்கும் பற்றும் அவ்வப்போதைய தேவைகளுக்கான குறைந்த ஆசையும் மட்டுமே வாழ்க்கையை நிறைவு உள்ளதாக்கும். நிறைவு என்பது உள்ளத்தில் இருப்பதுதானே தவிர வெளிப் பொருட்களால் அது ஏற்படுவதே இல்லை.

அரசன் ஒருவன் துறவியை நாடிச் சென்றான். என் மனதில் கொஞ்சம் கூட நிம்மதி என்பதே இல்லை. சதா கவலைகளால் மனம் அலை பாய்கிறது என்றான். துறவி சொன்னார். கவலையே இல்லாத மனிதன் ஒருவனின் சட்டையை வாங்கி ஒரு நாள் அணிந்து கொள். உன் மனக் கவலைகள் பறந்து விடும் என்று.

அரசன் பலரிடமும் கேட்டான். உங்களுக்கு கவலை உண்டா? என்று. அதை ஏன் கேட்கிறீர்கள்? என்று எல்லோரும் தங்கள் கவலைகளை அடுக்க ஆரம்பித்தார்கள்.

வீரனுக்கும் கவலை இருந்தது. வியாபாரிக்கும் கவலை இருந்தது. வாலிபனுக்கும் கவலை. வயோதிகனுக்கும் ஏதோ ஒரு கவலை. சின்ன பையனுக்குக் கூட கவலை என்பது இருக்கத்தான் செய்தது. பெண்ணுக்கும் கவலை இருந்தது.

எல்லோரிடமும் கேட்டு அலுத்துச் சலித்துப் போன மன்னன் கோயிலுக்கு வந்தான். அங்கே வாசலில் ஆனந்தமாகப் பாடிக்கொண்டிருந்தான் பிச்சைக்காரன் ஒருவன். அரசன் அவனிடம் கேட்டான். "அப்பா! உனக்கு ஏதாவது கவலை உண்டா?" என்று.

"கவலையா? எனக்கென்ன கவலை?" என்றான் பிச்சைக்காரன்.

மகிழ்ந்து போன அரசன் "உன் சட்டையை எனக்கு ஒருநாள் இரவல் கொடு?" என்றான்.

"சட்டையா? எனக்கு ஏது சட்டை?" என்றான் அந்தப் பிச்சைக்காரன்.

20

அச்சமே மரணம்

மெத்தப் படித்தலை விட்டுவிட்டால்
 பெரிதும் குழப்பம் இருக்காது.
மொத்தம் இருப்பவை சிலசொற்கள்
 என்ன வேறுபாடு இவற்றிற்குள்?
நன்மை தீமை எனப் பிரித்து
 எத்தனை வேற்றுமை உள்ளது பார்!
புன்மை அச்சம் தீர்க்காவிடில்
 பயனற்று அனைத்தும் வீணாகும்
நன்னிமித்தம் எதிர்நோக்கி
 நாளும் காத்து நிற்கின்றேன்.
புன்னகை செய்யத் தெரியாத
 பச்சி ளம்குழந் தையைப்போலவே.

4

புத்தரிடம் ஒருவர் வந்தார். நான் நாற்பத்தாறு வருடங்களாக விடாமல் நியமங்களை அனுஷ்டித்து வருகிறேன். இன்னமும் என்னால் ஆன்மீக உணர்வு பெற முடியவில்லையே! என்றார்.

புத்தர் சிரித்தார். அவருக்கு ஒரு கதையைக் கூறினார்.

நான்கு அறிஞர்கள் ஒரு ஊருக்குப் போனார்கள். அங்கு ஒரு முக்கியமான விழா. அதில் அவர்கள் கலந்து கொண்டே தீர வேண்டும். அவர்கள் பயணம் செய்த வழியில் ஒரு காட்டாறு குறுக்கிட்டது. அதில் வெள்ளம் கரைபுரண்டோடியது. நால்வரும் திகைத்தனர் எப்படிக் கடப்பது இதனை? என்று. அப்போது ஒரு படகு அவர்கள் கண்ணில் பட்டது. உடனே அதில் ஏறி அமர்ந்து அவர்கள் நதியைக் கடந்தனர். மறுகரை ஏறியதும் படகிலிருந்த ஒருவர் சொன்னார். இந்தப் படகு இல்லாவிட்டால் நாம் இந்த நதியைத் தாண்டியிருக்கவே முடியாது. நம்மை இக்கரை சேர்த்த இதற்கு நாம் என்ன கைம்மாறு செய்வது? என்று. உடனே இன்னொருவர் சொன்னார். நம்மை இது சுமந்தது போல் நாம் இதனை சுமப்போம் என்று. உடனே நால்வரும் அந்தப் படகைத் தலைமேல் சுமந்து கொண்டு ஊருக்குள் போனார்கள். மக்கள் ஆச்சரியத்துடன் இதைப் பார்த்து இது என்ன விந்தை? என்று வியந்தார்கள். இவர்களும் விஷயத்தை விளக்கினார்கள். அதைக் கேட்ட மக்கள் “ஐயா! இந்தப் படகு உங்களை மறுகரைக்கு கொண்டு வந்து சேர்த்தது. ஆனால் அது படைக்கப்பட்டதே அதற்குத்தானே. அதைப்போய் பெரிதாக நினைத்துக் கொண்டு அதைத் தலை மேல் வைத்துச் சுமக்கிறீர்களே?” என்று. அதற்கு அந்த அறிஞர்கள் கோபமாக சொன்னார்கள். “நீங்கள் நன்றியற்றவர்கள். நாங்கள் அப்படிப் பட்டவர்களல்ல. எங்களை சுமந்த இந்தப்படகை நாங்கள் காலமெல்லாம் சுமப்போம் என்று. அதற்கு மக்கள் பதில் ஏதும் பேசாமல் விலகி விட்டனர்.

அதுபோல் விரதம், நியமம், ஜெபம், தவம் எல்லாமே செய்யப்படுவது ஆன்ம விழிப்புக்காகவே. அதன்பின் இவற்றுக்குத் தேவையே இல்லை. இதை விட்டுவிட்டு நீங்கள் வருடக்கணக்கில் நியமங்களைப் பின்பற்றுகிறீர்கள் என்றால் நீங்கள் அதற்கு அடிமையாகி விட்டீர்கள் என்றுதான் பொருள். நான் நாற்பது ஆண்டுகளுக்கு மேல் இதை செய்கிறேன் என்பதில் உங்களுக்குப் பெருமை. மற்றவர்கள் உங்களைப் பற்றி இவர் நாற்பது

வருடமாக விடாமல் இதை செய்து வருகிறார் என்று பேசுவதில் உங்களுக்கு ஓர் கர்வம். படகை தலைமேல் சுமந்துவந்த அறிஞர்கள் போல் நீங்கள் உங்கள் தலையில் இவற்றை சுமக்கிறீர்கள். கால மெல்லாம் அப்படி அவர்கள் சுமந்து கொண்டு திரிய வேண்டியது தான். அதனால் என்ன பலன்?

புத்தரின் விளக்கம் அந்தப் பண்டிதருக்கு மட்டுமல்ல. நமக்கும் பொருந்தும். அறிவு நூல்கள், ஞான நூல்கள் இவற்றை நிரம்ப கற்கி றோம். அதனால் நம் மனம் முழுதும் குழப்பமே மிஞ்சியிருக்கிறது. உள்ளத்தால் தோயாமல் வெறுமனே இவற்றை மனப்பாடம் செய்வ தால் எந்தப் பலனுமில்லை. மெத்தப் படித்தலை விட்டு விட்டால் குழப் பம் இருக்காது என்கிறார் லா வோ த்ஸு. எல்லாம் வெறும் சொற்கள் தான். இவற்றில் என்ன பெரிய வேறுபாடு இருக்கிறது? புனிதம்-பாவம், நன்மை-தீமை என பகுத்து நாம் எவ்வளவு விலகியிருக் கிறோம்?

மக்கள் எதைக் கண்டு அஞ்சுகிறார்களோ அந்த பயம் நீக்கப்படாவிடில் அனைத்தும் பாழ் என்கிறார் அவர். மனிதன் மரணத்தைக் கண்டு அஞ்சுகிறான். மறுபிறப்பு பற்றி அஞ்சுகிறான். நரகம் பற்றி அஞ்சுகிறான். இது பேதைமை. பிறப்பு என்று ஒன்று உண்டெனில் கண்டிப்பாக இறப்பு என்பதும் உண்டு. மகான்கள் முதல் மன்னர்கள் வரை எவரும் மரணத்தை வென்றதில்லை.

நரகம் பற்றிய அச்சம் வீண், நீரில் பிறக்கும் மீனுக்கு செவுள்கள், துடுப்புகள் உண்டு. பாலைவன ஒட்டகத்துக்கு ஆறு மாதம் தண்ணீர் குடிக்காமல் வாழும் திறன் உண்டு. துருவக் கரடிகளுக்கு உடல் முழுதும் ரோமம் உண்டு. ஆக யார் எங்கே அனுப்பப்படுவார்களோ அதற்குத் தேவையானவை அவர்களுக்கு நிச்சயம் வழங்கப்படும். நீங்கள் நரகத்துக்கு அனுப்பப்பட்டாலும் அதற்கு ஏற்ற வாய்ப்பு, வசதிகளுடன் மட்டுமே அனுப்பப்படுவீர்கள். பிறகு ஏன் அச்சம் உங்களுக்கு?

யார் யாருக்கு எது, எது தேவைப்படுமோ அவற்றை வழங்க இயற்கை தவறுவதேயில்லை. கம்பளிப் பூச்சியிலிருந்து அழகிய வண்ணத்துப் பூச்சி வருவது சாத்தியமாகும் போது உங்களிடமிருந்து அதைவிடப் பெரிய அதிசயங்கள் தோன்றலாமே!

21

வெறுமையில் முழுமை

விதிவழி செல்வதே மாபெரும் நலனின்
ஒருவரையற்ற வடிவம் ஆகும்
விதிகளை வகுத்த மிகப்பெரும் ஞானமும்
வடிவம் அற்று பிடிபடாது நிற்கும்
அனைத்தையும் தன்னுள் அடக்கி நிற்கும்
அனைத்துக்கும் அப்பாற்பட்டு மேவும்
என்றும் இருப்ப தென்பது அதன்பெயர்
நின்று நிலவும்; அனைத்து நலன் பேணும்
தூய்மையானது பரிசுத்த ஆன்மாவாய்
வாய்மையானது, நிலைத்த
நம்பிக்கையும் அதுவே.
எங்கிருந்து வந்தது? என்பதை அறியோம்.
எப்படி அதனை உணர்வதென்றறிவோம்
அங்கு அதன் மூலமே அதனை அறிந்திடல்
ஒன்றுதான் இருக்கும் ஒரே வழியாமே!

குருஜி வாசுதேவ்

பிரபஞ்சம் என்பது ஒரு மாபெரும் வெற்றிடம். காலம் என்பதும் ஒரு மாபெரும் வெற்றிடம்தான். இந்த வெற்றிடம், சூன்யம் என்ற வார்த்தையால் குறிப்பிடப்படுகிறது. புத்தர் சூனியம் என்று சொன்னதை ஆதிசங்கரர் பூரணம் என்கிறார்.

சூனியம் என்றால் ஒன்றுமே இல்லாதது. பூரணம் என்றால் எல்லாம் இருப்பது. இரண்டுமே ஒரே பொருள் கொண்டவையே. அது எங்கும் உள்ளது. ஆனால் அது எங்கும் இல்லாதது. அதில் எல்லாம் உள்ளது. அதே சமயம் ஒன்றுமே இல்லை. அணுவிலும் சிறியது அது. அண்டங்களை விட, பெரியதும் அதுவே என்கிறது வேதம்.

இயற்கையின் பாதை மிகவும் சிக்கலானது. மனித அறிவால் அறியவொண்ணாதது. அதன் வழியே ஒன்றுவதுதான் மாபெரும் நன்மைகளுக்கான ஒரே பாதை என்கிறார் லா வோ த்ஸு.

குரு ஒருவர் தமது மூன்று சீடர்களுடன் உரையாடிக் கொண்டிருந்தார். அப்போது ஒரு சீடர் கேட்டார். "குருவே! பாவம் என்பது என்ன? அது எதனால் பாவம் ஆகிறது?" என்று.

குரு சொன்னார்: "உண்மையில் இதற்கு சரியான விளக்கம் இதுவரை எவரும் கூறியதில்லை. ஒரு இடத்தில் சரி எனப்படுவது இன்னோரிடத்தில் தவறு ஆகிறது. ஒன்றின் விஷம் இன்னொன்றின் அமுதமாகிறது. இதன் பாதை சூட்சுமமானது. அவனவனும் தனது உள்மனத்தின் துணையுடன் தானே தான் இதைக்கண்டறிய வேண்டும்.

சீடர்களுக்கு அவர் சொன்னது புரியவில்லை. அவர்களது முகத்தில் தென்பட்ட ஏமாற்றத்தைக் கண்ட குரு சொன்னார்: "வாருங்கள் நாம் புஷ்பக விமானத்தில் போகலாம். வழியில் இயற்கையை ரசித்தபடி செல்வோம். அப்படியே அவை பற்றியும் பேசுவோம். ஆனால், ஒரு நிபந்தனை. இந்த விமானம் தவறாக பதில் சொல்பவரை வெளியே தள்ளி விட்டு விடும்."

நான்கு பேரும் அதற்கு சம்மதித்து விமானத்தில் ஏறிப் பறந்தனர். ஒரு காட்டுக்கு நேராக விமானம் தாழ்வாகப் பறந்து அந்தரத்திலே நின்றது. அங்கே அந்தக் காட்டின் ஒரு மூலையில் புலி ஒன்று குட்டிகளைப் பிரசவித்தது. அதே காட்டின் மற்றொரு புறம் மான் ஒன்று குட்டி போட்டது. பிரசவ அலுப்பில் இருந்து மீள அந்த மான் புதரை விட்டு வெளியே வந்தது. அங்கிருந்த புற்களை மெதுவாக மேய ஆரம்பித்தது. அதேபோன்ற பிரசவ அலுப்புடன் வெளியே வந்த புலி மானைக் கண்டது. பசியுடன் ஒரே பாய்ச்சலாகப் பாய்ந்து அதைக் கொன்று தின்றது.

இதையெல்லாம் பார்த்துக் கொண்டிருந்த சீடர்களைப் பார்த்து குரு கேட்டார். "இதுபற்றி நீங்கள் என்ன நினைக்கிறீர்கள்?" என்று.

"இது அநியாயம். குட்டிப் போட்ட மானைக் கொன்று விட்டால் அந்தக் குட்டியின் கதி என்ன ஆவது?" என்றான் ஒரு சீடன். மறுகணமே அந்த விமானத்திலிருந்து அவன் கீழிறக்கப்பட்டான்.

"புலியின் உணவு மான். மானின் உணவு தழை. அந்த மான் குட்டி போட்டதா, போடாததா என்பதெல்லாம் இங்கு பிரச்சினையே இல்லை. இது இயற்கை. அதன்படி இது நியாயம்தான்" என்றான் அடுத்த சீடன். மறுகணம் அவனையும் அந்த விமானம் இறக்கி விட்டுவிட்டது.

மூன்றாவது சீடன் சொன்னான்: "ஐயா! எனக்கு ஒன்றும் புரியவில்லை. இது சரியா, தவறா என்று எனக்கு எதுவும் புலப்படவில்லை. குழப்பமாக உள்ளது" என்றான்.

விமானம் இப்போது ஒரே சீராக சென்று கொண்டிருந்தது.

இயற்கை எப்போது தோன்றியது? அது பற்றி நமக்குத் தெரியாது. ஏனெனில் அது எங்கும் இருப்பது, அதனை விளங்கிக் கொள்ள நம்மால் இயலாது. அதன் செயல்களும் மாபெரும் வலைப் பின்னலாக ஒன்றோடொன்று இணைந்து காணப்படுகின்றன. ஆற்றின் போக்கிலே நீந்துவதுபோல் அதனுடன் இயைந்து செல்வது மட்டுமே நாம் அதனை அறியும் வழி.

சூரியனை எப்படிக் காண்பது? சூரிய ஒளி மூலம்தான் என்பதுபோல், அதன்மூலம் மட்டுமே அதனை அறிய முடியும்.

அதனாலேயே ஆழ்வார்கள். 'தம்மூலம் அவன் தன்னை வெளிப்படுத்திக் கொண்டான்' என்று பாடினார்கள். அவனருளாலே அவன் தாள் வணங்கி என்றனர் நாயன்மார்கள். அவன் திருவடிகளை வணங்கவும் அவன் அருள் தேவை. தன்னைத்தான் பாடுவித்தான் என்று ஆழ்வார்கள் கூறினார்கள். அவனைப் பாடவும் அவனருள் தேவை.

எங்கும் நீக்கமற நிறைந்த அதனை உணரவும் அதன் அருள் தேவை. எல்லையற்றுப் பரந்த அதனை உணர்வது என்பதுகூட கடற்கரையில் நின்று அலைகளில் காலை நனைப்பது போன்றதுதான். அது முழுக்கடலையும் கடந்து விட்டது ஆகாது. இதுதான் கடல் என்று பார்ப்பவனால் கடலின் முழுப் பரப்பையும் கண்டுவிட முடியுமா என்ன?

22

சுழலும் சக்கரம்

கோணல் என்பதும் நேராகும்
உடைந்தவை மீண்டும் ஒன்றிணையும்
கானல் வெறுமையில் நிறைவுவரும்
வீழ்ந்தது பலத்துடன் மீண்டு எழும்
இருப்பவன் இழப்பான்: இழப்பவன் பெறுவான்
விருப்பு, வெறுப்பு இரண்டையும் விடுத்து
இருத்தல் ஒன்றே ஏகம் என்றுணர்ந்தோன்
அருந்தவ ஞானி; அகிலமும் அவன்பின்
தன்னை முன்னிலைப் படுத்திடா தன்மை.
தரணிக் கோர்முன் மாதிரி யாக்கும்
அன்னவர் எதையும் தனக்கென தேடார்
அவனியும், வாழ்வும் அவர்க்கே யாகும்.

பாண்டவர்கள் வனவாசத்தின்போது தாகத்தால் தவித்தனர். தொலைவில் ஒரு பொய்கை தென்பட்டது. சகாதேவன் அதிலிருந்து நீர் கொண்டு வரச் சென்றான். அப்போது ஒரு யட்சன் தோன்றி, ''இது எனக்கு உரியது. என் அனுமதியின்றி இதை நீ தொட்டால் இறப்பாய். முதலில் என் கேள்விகளுக்கு விடை சொல்'' என்றான். அதைக் கேட்க மறுத்த சகாதேவன் ஒரு கை நீரை அள்ளிக் குடித்தான். மறுகணம் இறந்து விழுந்தான்.

அடுத்து நீர் கொண்டு வரச் சென்ற நகுலன், அர்ஜுனன், பீமன், அனைவருக்குமே இதே கதிதான் ஏற்பட்டது. கடைசியாக தம்பிகளை தேடிக் கொண்டு தருமபுத்திரனே அங்கே வந்து விட்டான். அங்கே நான்கு தம்பியரும் பிணமாகக் கிடப்பது கண்டு அதிர்ந்தான்.

அவன் முன்பும் தோன்றிய யட்சன், "என் உத்தரவை மீறியதால் உன் தம்பிகளுக்கு இந்த கதி ஏற்பட்டது. என் கேள்விகளுக்கு பதிலளிக்காமல் இந்த நீரை குடிக்க முற்பட்டால் உனக்கும் இதே கதிதான் ஏற்படும்'' என்றான்.

யட்சன் கேட்ட அனைத்து கேள்விகளுக்கும் தருமபுத்திரன் திறம்பட பதிலளித்தான். அதனால் மகிழ்ந்த யட்சன், "உன் நான்கு தம்பிகளில் ஒருவனை உயிர்த்து ஏழச் செய்கிறேன். நால்வரில் உனக்கு யார் வேண்டும்?" என்று கேட்டான்.

"நகுலன் எழட்டும்" என்றான் தருமன். ஆச்சரியப்பட்ட யட்சன் கேட்டான், "உன் தம்பிகளில் பீமனும், அர்ஜுனனும் தானே பலவான்கள். அர்ஜுனனின் காண்டீபம்தானே போரில் உங்களுக்கு வெற்றி தேடித் தரும்? பீமனின் பலம் அல்லவா துரியோதனின் கதாயுதத்திற்கு பதிலடி கொடுக்கும்?" என்று.

தர்மபுத்திரன் கைகூப்பி வணங்கியபடி சொன்னான்:

"யட்சனே எந்த பீமனும் அல்ல. எந்த அர்ஜுனனும் அல்ல மனிதனைக் காப்பது. தர்மமே மனிதனைக் காக்கிறது. தவறினால் தர்மமே மனிதனைக் கொல்கிறது. என் தந்தைக்கு குந்தி, மாத்ரி என இரு மனைவிகள். குந்தி மைந்தன் நான் ஒருவன் இப்போது உயிரோடு இருக்கிறேன். மாத்ரி மைந்தன் ஒருவனும் உயிரோடு இருந்தால் சமமாக இருக்கும். இல்லையா?"

இதைக் கேட்டு மகிழ்ந்த யட்சன், "பட்சபாதம் அறியாத என் மகனே! உன் நான்கு சகோதரர்களுமே உயிர்த்தெழுவார்கள்" என்றான்.

இழப்பவன் பெறுகிறான் என்பதும், எதைக் கொண்டு அளக்கிறீர்களோ அதனாலேயே அளக்கப்படுவீர்கள் என்பதும் என்றும் சாசுவதமானவை. மனிதன் அனுபவித்தறிந்த உண்மைகள் இவை.

இயற்கையே எதிர்மறை சக்திகளின் சங்கமம்தானே! அதனால்தான் இரவுக்குப் பின் பகல் வருகிறது. பகலுக்குப்பின் இரவு வருகிறது. ஆனால், எந்த ஒரு இடத்திலும் இரவும், பகலும் ஒரே சமயத்தில் சேர்ந்து வராது. வாழ்வு என்பது இருக்கும்போது மரணம் வராது. மரணம் வந்தால் அங்கு வாழ்வு என்பது இருக்காது. ஒரே சமயத்தில் வாழ்க்கையும், மரணமும் சேர்ந்து இருப்பதில்லை.

வளமாக ஒருவன் இருக்கும்போது வறுமை அவனிடம் இருப்பதில்லை. வறுமையில் இருப்பவனிடம் வளம் இருப்பதில்லை.

ஆனால் வளமும், வறுமையும் ஒரே சமயத்தில் ஒருவனிடம் சேர்ந்து இருப்பதில்லை.

இதையே கோணலானது நேர்ப்படும். உடைந்தது இணையும் என்கிறார் லா வோ த்ஸு. இருப்பவன் இழக்கிறான். இழந்தவன் பெறுகிறான். மாறி, மாறி சுழலும் இந்த சக்கரத்தில் அனைத்துக்கும் பொதுவானது ஒன்றுதான். அதை ஏகம் என்கிறோம். இருத்தல் என்கிறோம். இதனை உணர்ந்த ஞானிகள் விருப்பு-வெறுப்பு நிலைகளுக்கு அப்பாற்பட்டு நிற்கின்றனர்.

அவர்கள் தம்மை முன்னிலைப்படுத்திக் கொள்வது இல்லை. அதனாலேயே அகில உலகம் அவர்களின் பின் நிற்கிறது. அவர்கள் தமக்கென எதையும் தேடுவதில்லை. அதனாலேயே வாழ்க்கை அவர்களுடையதாகிறது. அவர்கள் உலகத்துக்காகத் தம்மையே அர்ப்பணிக்கின்றனர். அதனாலேயே உலகம் அவர்களுடையதாகிறது.

பூமியில் ஒரு விதையை விதைத்தால் அது பத்து மடங்காக நமக்குத் திரும்பித் தருகிறது. ஒன்றைக் கொடுத்தால் இன்னொன்றைப் பெறுகிறோம். ஒன்றைப் பெற்றால் இன்னொன்றை இழக்கிறோம். நீ எதைப் பெற்றாய்: அதை இழப்பதற்கு. எதைக் கொடுக்கிறாயோ அதை இங்கிருந்து கொடுக்கிறாய். எதைப் பெற்றாயோ அது இங்கிருந்தே பெறப்பட்டது. எதையும் நீ எடுத்தும் வரவில்லை. எதையும் எடுத்துச் செல்லவும் போவதில்லை என்பதுதான் கீதையின் சாரமே.

லா வோ த்ஸுவும் இதையே கூறுகிறார். இருப்பவன் அதை இழக்கிறான். இழந்தவனே பெறுகிறான். மாறி, மாறி சுழலும் சக்கரம் இது. என்றும் நிற்காமல் சுற்றிக் கொண்டேயிருக்கும் சக்கரம் இது. இதன் இயல்பை உணர்ந்தவன் விருப்பு, வெறுப்புக்களுக்கு இடம் கொடுப்பதில்லை. எது நிரந்தரமானதோ அதை விடுத்து மற்றவற்றின் மீது அவன் மனம் நாட்டம் கொள்வதில்லை.

23

ஒலியற்ற ஓசை

ஒலியற்ற ஓசை இயற்கையின் இயல்பு
இடியும், புயலும் நிரந்தர மன்று
நலிவும், பொலிவும் நிகழ்வின் சுழற்சி
நடப்பவை யாவும், விண், மண் இடையே.

ஞானம் தேடுவோர் ஞானத்தோடிணைவர்
நன்மை, தீமை, பண்புக ளென்று
வானம், பூமி இரண்டின் நடுவே
எதனைத் தேடினும் அதனோடிணையலாம்

தேடுவோர் இலக்கை அடைந்திடும்போதில்
துணையைச் சேரும் இன்பம் தருமே!
தேடலில் முழுமை இருந்தாலன்றி
தேடிடும் இலக்கை அடைய வொண்ணாதே!

‘பிரபஞ்சத்தின் ஆழம் மவுனம் நிரம்பியது’ என்று வேதங்கள் குறிப்பிடுகின்றன. ‘ஆதியில் எங்கும்’ வெறுமை இருந்தது. மவுனம் நிரம்பியிருந்தது என்கிறது பைபிள். ஒலியும், ஓசையும் ஜீவன்களின்இயல்பு. போட்டியில் வெற்றி கண்டவனும் ஆரவாரம் செய்கிறான். தோற்றவனும் வெறியில் கூவுகிறான். சிரிப்பிலும் எக்களிப்பின் ஓசை இருக்கிறது. அழுகையிலும் விரக்தியின் ஒலி இருக்கிறது.

மவுனம் இரண்டையும் கடந்தது. ஒலி, ஒலியின்மை இரண்டையும் அடக்கியது. இரண்டிற்கும் அப்பாற்பட்டது. பூமியைக் கடந்து முதன் முதல் விண்வெளியில் பறந்த வீரர் யூரிககாரின் “எல்லையற்ற மவுனம் எங்கும் படர்ந்திருப்பதை உணர்ந்தேன்'' என்கிறார்.

கடலின் அடி அழத்தில் எல்லையற்ற மவுனம் நிலவுகிறது. அங்குதான் முத்துக்களும், பவளங்களும் கொட்டிக்கிடக்கின்றன. பூமியின் ஆழத்தில் பிரம்மாண்டமாக இருப்பது மவுனம்தான். தங்கமும், வைரமும் புதைந்து கிடப்பது அங்குதான்.

ஞானம் தேடும் முனிவர்கள் முதலில் மவுனமாகிவிடுகின்றனர். தங்களது மவுனத்தின் ஆழத்தில் உள்ளே தனக்குள் தானே மூழ்குகின்றனர். முடிவில் அவர்கள் தேடிய ஞானம் உள்ளொளியாகப் பிரகாசிக்கிறது.

12 - ஆம் வயதுக்குப்பின் ஏசுவை எவரும் காணவில்லை. 30-ஆம் வயதில் தான் நாசரேத்தில் அவர் தென்படுகிறார் இறை மகனாக. பாறை மீது அமர்ந்த முகமது நபி தன்னுள் தானே மூழ்கிய பின்னர் ஒரு குரல் ஒலித்தது ஓதுவீராக என்று.

போதி மரத்தடியில் புத்தரும், நர்மதா குகையில் ஆதிசங்கரரும் இந்த எல்லையை எட்டினர். பின்னரே உண்மை உணர்ந்த, உலகு போற்றும் ஞானம் அவர்களிடம் தென்பட்டது.

“தேடுங்கள்; கண்டடைவீர்கள்” என்கிறார் ஏசு. ஞானம் என்பதே முழுமை, உண்மை, எங்கும் இருக்கும் ஒன்றைப் பற்றிய உணர்தல். இதனை அடைய முடியவில்லையெனில் ம்யற்சிப்பவன் மீதுதான் குறையே தவிர பொருளின் மீது அல்ல. ஞானம்தேடிய புத்தர் பெருமான் பல ஆண்டுகள் கடுமையான விரதங்கள் மேற்கொண்டார். உணவு மட்டுமல்லாது தண்ணீர் குடிப்பதையும் அடியோடு தவிர்த்தார்.

இதனால் உடல் பெரும் பலவீனமாகி நிற்கக் கூட முடியாதநிலை ஏற்பட்டது. படுத்தபடி தவழக்கூட முடியாத நிலையில் கிடந்தார்.

பின்னர் இவற்றால் எப்பயனும் இல்லை என்று அறிந்து தனது முறைகளை மாற்றிக் கொண்டார்.

வீணையின் கம்பிகள் அளவுக்கு மீறி அதிலிருந்து தொய் வடைந்தாலும் சரி, அளவுக்கு மீறி அதை இருக்கிக் கட்டினாலும் சரி. அதிலிருந்து இசையை எழுப்ப முடியாது. ஞானமும் அப்படியே. அதிக போதனைகளில் மூழ்கிய மனம் முரட்டு விரதங்கள், உபாசனைகளில் ஈடுபட்ட மனம் இரண்டுமே ஞானத்தை அணுக முடியாது என்பார் அவர் தன் சீடர்களிடம்.

விண்ணுக்கும், மண்ணுக்கும் இடையே எல்லாம் இரண்டிரண் டாகவே உள்ளன. எதை விரும்புகிறோமோ அதை அடைகிறோம். போகத்தைத் தேடுபவன் போகத்தை அடைகிறான். யோகத்தைத் தேடுபவன் யோகத்தை அடைகிறான். தேடுபவன் தான் தேடியதை அடையும் போது அடையும் ஆனந்தம் ஒரே மாதிரியாகவே இருக்கும்.

புத்தருடன் 40 ஆண்டுகளுக்கும் மேலாக இருந்த ஆனந்தரால் புத்தர் மரணமடையும் வரையில் கூட ஞானம் பெற முடியவில்லை. தான் புத்தருக்கு நெருக்கமானவன் என்ற பெருமித உணர்வே அவரை ஞானமடையவிடாமல் செய்தது. அதே சமயம் அவருக்குப் பின்னால் வந்த மகாகாசிபர் புத்தருக்கு அடுத்தபடி அனைவராலும் ஏற்கப்பட்டவராக உயர்ந்தார்.

"பெருமைக்கும் ஏனைசிறுமைக்கும் அவரவர் கருமமே கட்டளைக்கல்" என்பது அழியாப் பொன்மொழி.

எதை எண்ணுகிறீர்களோ அதுவாகவே ஆகிறீர்கள் என்கிறது கீதை.

ஒன்றையே எண்ண அதையே வரித்து அதுவாகவே ஆகும்போது நாம் அதனை நோக்கி ஈர்க்கப்படுவோம். அதே சமயம் அதுவும் நம்மை நோக்கிவரும். இறைவனையே எண்ணுபவன் இறுதியில் இறைவனை அடைகிறான். உலகப் பொருட்களை எண்ணுபவன் அவற்றை அடைகிறான்.

24

விதை

குதிகால் நுனியில் எழும்பி நிற்போன்
உறுதியோ டிருக்க இயலாது.
குதிரையில் ஏறிப் பறப்பதாலேயே
முன்னே றிவிட இயலாது.

தன்னைத் தானே போற்றி மகிழல்
தத்துவங்களை வலியத் திணித்தல்
அன்ன யாவும் அருவருப் பானவை.
அவற்றில் ஞானிக் கீடுபாடில்லை.

குதிகாலின் கட்டை விரல் நுனியில் எம்பி நிற்பவன் உறுதியாக நிற்க முடியாது. உயரத்தில் உள்ள ஒன்றை விரலால் தொட்டு எடுக்கவே அவன் எம்பி நிற்கிறான். அங்கே அவனை செலுத்துவது அவனது ஆசை மட்டுமே. தன் இலக்கை எட்டிவிட வேண்டும் என்ற துடிப்பு அவனிடம் அப்போது இருக்கிறது.

குதிரையில் ஏறிப் பறக்கிறவன் அதை வேகமாக ஓட்டுகிறான். அங்கும் அவனை செலுத்துவது ஆசையே. அவனைவிட ஆசையோடும், தேவையோடும், நிர்ப்பந்தத்துடனும் இருக்கும் வெறொருவன் எளிதில் அவனை முந்திவிடுவான்.

ஆசையின் அடிப்படையிலான செயல்கள், நான் என்ற எண்ணத்துடன் கூடிய செய்கைகள் இவை திகட்டிவிடக் கூடியவை. ஞானிகள் இவற்றில் ஈடுபாடு காட்டுவதில்லை.

பட்டினத்துப் பிள்ளை என்ற பட்டப் பெயருடன் மன்னனுக்கு ஈடான செல்வாக்குடன் திகழ்ந்தவர் திருவெண்காடர். அவர் மகன் மருதவாணன் ஒரே ஒரு துண்டுச் சீட்டை அனுப்பி விட்டு மறைந்து விட்டார். “காதற்ற ஊசியும் வாராது காண் உம் கடை வழிக்கே”. இந்த ஒரு வாக்கியம் அவரது அகக் கண்ணைத் திறந்துவிட்டது. அத்தனையையும் துறந்து இடுப்பில் துண்டுடன் வெளியேறிவிட்டார்.

முதியவன், நோயாளி, பிணம் இவற்றைக் கண்ட சித்தார்த்தர் நள்ளிரவில் அரண்மனையைவிட்டு வெளியேறினார். அழியாப் பொருளைக் கண்ட பின்னரே அவர் திரும்பினார். ஆசை, சுயநலம் இவற்றுடன் கூடிய பயணங்கள் பாதியில் நிற்க ஆசைக்கு அப்பாற்பட்ட மூலத்தையே தேடிச் சென்ற இவர்களது பயணங்கள்தான் இன்றும் வரலாற்றில் பொறிக்கப்பட்டு அழியாப் புகழுடன் விளங்குகின்றன.

விதை வலிவுடன் இருந்தால் எங்கும் முளைக்கும். நோக்கம் தூயதாக இருந்தால் தன் பயணத்தை அதுவே நிர்ணயித்துக் கொள்ளும்.

25
பூரணமான ஒன்று

பூரணமான அற்புதம் ஒன்று;
புரிபடா மகத்துவம் அனைத்தின்
காரணமாய் நிற்பது; யாவற்றையும்
காலத்தால் முந்தியது; பெயரற்றும்

அளவற்ற பேரமைதி; தனிமையுடன்
அப்பாலுக்கும் அப்பால் செல்லும்
நிலைபெற்ற தொடர்சலனம்; பெயரறியோம்
வேண்டுமெனில் பேராற்றல் என்றிடலாம்.

மானிட சலனம் பூமியின் போக்கில்
பூமியின் சலனம் வானின் போக்கில்
வானின் சலனம் இப்பேராற்றலின் துணையில்
பேராற்றலோ தானே இயங்கும் தன்திட்டப்படி

இயற்கையை நுணுகி ஆராய்ந்தால் வானம், பூமி, சூரியன், சந்திரன், காற்று, மழை என நமக்குத் தெரிந்த எண்ணிலடங்காத அற்புதங்களும் நம் கண்ணுக்குத் தெரியாத கணக்கிலடங்கா அற்புதங்களும் நமக்கு வியப்பைத் தருகின்றன. இவற்றையெல்லாம் படைத்தது யார்?

"பூரணமான ஒரு அற்புதம் அல்லது பேராற்றல்" என்று கூறலாம் என்கிறார் லா வோ த்ஸு.

"சோதித் திறம்பாடி சூழ்கொன்றைத் தார்பாடி
ஆதித் திறம்பாடி அந்தமா மாபாடி
பேதித்து நம்மை வளர்த்தெடுத்த பெய்வளைதன்
பாதத் திறம்பாடி ஆடேலோ ரெம்பாவாய்"

என்கிறார் திருவெம்பாவையில் மாணிக்கவாசகப் பெருமான்.

தொடர்ந்து பல ஆண்டுகள் மழை இல்லை. மணல் காய்ந்து கிடக்கிறது. திடீரென பேய் மழை கொட்டுகிறது. ஆறு, குளம், ஏரிகள் நிரம்பி வழிகின்றன. கூட்டம், கூட்டமாக மீன்கள் அதிலே நீந்துகின்றன. அவற்றை உருவாக்கியது யார்? தரையெங்கும் பச்சைப் பசேலென புற்கள் அடர்ந்து பூமித்தாய்க்குப் பச்சைக் கம்பளம் போர்த்தியதுபோல் செடி, கொடிகள் மண்டுகின்றனவே அவற்றை உண்டாக்கியது யார்?

ஆணும் பெண்ணும் இணைந்து நடத்தும் இல்லற வாழ்வின் பயனாக இந்திரியத்திலிருந்து கை, கால், கண், மூக்கு இவை இணைந்து ஒரு குழந்தை உருவாகிறதே. அதனை சிருஷ்டித்தது யார்?

எல்லையில்லாத பேராற்றல் ஒன்று எங்கும் பரவிக் கிடக்கிறது. எப்போதும் அது இயங்கியபடியே இருக்கிறது. அதற்கென்று எந்தப் பெயரும் இல்லை. அதற்கு என்ன பெயர் இடுவது? அதை யார் இடுவது?

ஒரு பக்தர், மகாவிஷ்ணுவை வணங்கிப் போற்றிப் பாடுகிறார். கொண்டாடுபவர்கள் "ராஜாவே! தங்கமே! வைரமே!" என்றெல்லாம் கொண்டாடுவார்கள். திட்டுபவர்கள் "பீடையே! தரித்திரமே!" என்று வைவார்கள்.

அனைத்துக்கும் அப்பாற்பட்ட சக்திக்கு போற்றுதல் ஏது? தூற்றுதல் ஏது? பரவச நிலையில் அவர் துதிக்கிறார். 'தாரித்ரியாயை நமஹ' என்று.

இறைவனுக்கு வியப்பு. தரித்திரமே என்கிறாரே நம்மை? என்று ஆச்சரியத்துடன் கேட்கிறார். "என்னப்பா என்னை தரித்திரம் என்று கூறுகிறாயே?'' என்று.

பக்தர் அதற்கு பதில் சொல்கிறார். "பகவானே! தரித்திரம் என்றால் வறுமைதானே, இல்லாமை என்பதைத் தானே வறுமை என்கிறோம். ஒன்று இருந்துவிட்டால் அது செல்வம். அது இல்லை என்றால் வறுமை இல்லையா?"

ஆச்சரியத்துடன் இறைவன் பார்த்துக் கொண்டிருக்க பக்தர் தொடர்கிறார்: ''இந்த உலகத்தில் எனக்கு மேலே உள்ள ஆயிரம் பேரை என்னால் காட்ட முடியும். ஆனால் உனக்கு மேலாக உள்ள ஒரே ஒருவனை உன்னால் காட்ட முடியுமா?. போகட்டும். எனக்கு சமமாக உள்ள லட்சம் பேரை என்னால் காட்ட முடியும்? உனக்கு சமமாக உள்ள ஒரே ஒருவனை உன்னால் காட்டமுடியாமா? சரி, எனக்குக் கீழே உள்ள கோடிப் பேரை என்னால் காட்ட முடியும்? உனக்கு அடுத்து உள்ள ஒருவனை உன்னால் காட்ட முடியுமா? உனக்கு மேலும் யாருமில்லை. உனக்கு அடுத்தும் யாரும் இல்லை. உனக்கு சமமாகவும் யாருமில்லை. அப்படியானால் நீதானே பரம தரித்திரன். என்னிடம் உன் கருணை ஒன்று தான் இல்லை. ஆனால் உனக்கென்று ஒரு பெயரும் இல்லை. எந்த உருவமும் இல்லை. தனிப்பட்ட குணமும் இல்லை. குறிப்பிட்ட தோற்றமும் இல்லை. உனக்கு முடிவும் இல்லை. அப்படிப்பட்ட உன்னை வேறு என்னவென்று சொல்வது?

வைணவத்தில் வரும் இந்த அருமையான கதை கூறுவதும் அதே பொருளைத்தான். பேராற்றல், தொடர் சலனம், முடிவற்றது என்று உள்ளது. அதனையே லா வோ த்ஸூ இங்கு குறிப்பிடுகிறார்.

இரவு வருகிறது. உயிர்கள் உறங்குகின்றன. பகல் வருகிறது. ஜீவன்கள் விழிக்கின்றன. மானுட சலனம் பூமியை சார்ந்து இயங்குகிறது. பூமியின் சலனமோ ஆகாயத்தை சார்ந்துள்ளது. ஆகாயத்தின் இயக்கம் பிரபஞ்சத்தை ஒட்டி இயங்குகிறது. பிரபஞ்சமோ தன் போக்கில், தன் திட்டப்படி இயங்கிக் கொண்டிருக்கிறது. "அறிவால் அறிந்துன் இருதாள் இறைஞ்சும் அடியார் இடைஞ்சல் களைவோனே" என்கிறார் தாயுமானவனார்.

26

அமைதியும் சலனமும்

பளுவற்ற தன்வேர் பளுமிக்கது.
சலனத்தின் ஆழம் சலனமற்றது.
அளவற்ற காலம் நொடியினில் அடங்கும்
ஏதுமின்மையில் எல்லாம் இருக்கும்.

உண்மை அறிந்த ஞானியர்
உள்ளடங்கிய மோனத்தில் இருப்பர்
நன்மை, தீமை இரண்டகற்றி
நடுவண் அமைதியில் திளைப்பர்.

வலிவுறு படைகளின் அரசன்
எளியவனாயின் என்னவாகும்?
எளிமை குடிகளை இழந்துவிடும்
பேரார்வம் ஆட்சியைப் பறிகொடுக்கும்.

எங்கே சலனம் உள்ளதோ அது சலனமற்ற அமைதியிலிருந்து தான் தோன்றுகிறது. எது பளுவே இல்லாமல் போனதோ அதன் அடி மூலம்தான் அளவிட முடியாத பளுவுடன் இருக்கும்.

மிகவும் முரண்பாடான இந்த தத்துவம் 20-ஆம் நூற்றாண்டில் ஐன்ஸ்டைன் உட்பட பல இயற்பியல் விஞ்ஞானிகளால் கண்டு பிடிக்கப்பட்டது. இதனை பல்லாயிரம் ஆண்டுகளுக்கு முன்பே லா வோ த்ஸூ போன்ற சீன அறிஞர்களும், வேதகால பாரத நாட்டு மகிரிஷிகளும் கண்டு உணர்ந்துள்ளனர்.

அணு என்பது குண்டூசி முனையின் பத்து கோடியில் ஒரு பங்கு. அந்த மிகச் சிறிய அணுவைப் பிளந்தால் அண்ட பேரண்டங்களை யெல்லாம் அழிக்கும் பேராற்றல் வெளிப்படும். நட்சத்திரங்கள் கோடிக்கணக்கான மைல் தொலைவில் உள்ளன. ஆனால் பிரம்மாண்ட வேகத்தில் ஒருவன் செல்லும் போது அங்கே காலமும் குறைந்துவிடும்.

ஐன்ஸ்டைன் இந்தக் கோட்பாட்டை விளக்கியபோது அறிவியல் உலகமே அதிர்ந்தது. ஏனெனில் காலம் சாசுவதமானது என்று அதுவரை அனைவருமே எண்ணியிருந்தனர். காலமும் கூடக்கூடியது. குறையக் கூடியது. காலம் இல்லாத நிலையும் உண்டு என்று தெரிய வந்ததும் அதுவரை இருந்து வந்த பௌதீகக் கோட்பாடுகள் அனைத்தும் சிதறின.

ஐன்ஸ்டைன் கூறினார்:

"வினாடிக்கு லட்சக்கணக்கான கிலோ மீட்டர் வேகத்தில் ஒருவன் நட்சத்திரங்களை நோக்கிச் செல்கிறான். அவனுக்கு அப்போது முப்பது வயது. அவனுக்கு ஒரு வயதில் ஒரு குழந்தை இருக்கிறது. ஓராண்டு கழித்து அவன் விண்வெளிப் பயணத்தை முடித்துக் கொண்டு பூமிக்குத் திரும்பும்போது அவனுக்கு முப்பத்தோரு வயதுதான் ஆகியிருக்கும். அதே சமயம் அவன் மகனுக்கு 60 வயதாகி இருக்கும்.

இதனைக் கேட்கும் எல்லோருக்குமே இது எப்படி சாத்தியம் என்ற பிரமை ஏற்படும். ஆனால், ஐன்ஸ்டைன் ரயில் வண்டி என்ற கற்பனை கணக்கீடுகள் மூலம் அதனை நிரூபித்துக் காட்டினார். அதன் பின்னரே விண்மீன்களுக்கு செல்வது பற்றிய ஆய்வுகளும் தற்போது நடைபெற்று வருகின்றன.

மேலை நாட்டு விஞ்ஞானத்துக்கு இது புதிது. ஆனால் நமக்கு இது பழைமையான கோட்பாடுதான். வேதங்களில் என்றோ சொல்லப் பட்டதுதான்.

பூரி ஜெகன்னாதர் ஆலயத்தை நிர்மாணித்த மன்னன் இந்திரதியும்னனை நாரதர் பிரம்மதேவரிடம் அழைத்துச் செல்கிறார். கற்பனைக்கு எட்டாத பெரு வேகத்தில் சென்ற அவர்கள் உடனே சத்யலோகத்தை அடைந்து விடுகின்றனர்.

அப்போது பிரம்மா நிஷ்டையில் இருக்கிறார். சிறிது நேரம் கழித்தே கண் திறக்கிறார். அவரை வணங்கிய மன்னர் அவருடன் அளவளாவிய பின்னர் தான் புறப்பட விடை கேட்கிறான்.

"எங்கே போகப் போகிறாய்?" என்கிறார் பிரம்மா.

"என் நாட்டிற்குத்தான்" மன்னனிடமிருந்து பதில் வருகிறது.

"யார் இருக்கிறார்கள் அங்கே."

"என் மனைவி, மக்கள் ... எல்லோரும்தான்."

சிரிக்கிறார் பிரம்மா. "உன் மனைவி, மக்கள் யாரும் அங்கே கிடையாது. நீ இங்கிருந்தது சிறிது நேரம்தான். ஆனால் அதற்குள்

அங்கே ஆயிரம் ஆண்டுகள் உருண்டோடி விட்டன. அங்கு இப்போது உன் வம்சமும் இல்லை. உன் ராஜ்யமும் அங்கு இல்லை. எத்தனையோ தலைமுறைகள் இதற்குள் அங்கே கடந்து விட்டன. உன்னை எவருக்குமே தெரியாது இப்போது அங்கே.''

இதுபோன்று பல கதைகள் புராணங்களில் கூறப்பட்டுள்ளன.

பலம்-பலமற்றது, வெகுதொலை-மிக அருகாமை எல்லாமே ஒரே நாணயத்தின் இரு பக்கங்கள் போன்றவைதான். உண்மையை உணர்ந்த ஞானி அதனால் இரண்டிலும் ஆட்படாது நடுவான அமைதியில் மவுனத்தில் இருப்பார்.

ஆனால் ஞானியின் அமைதி நாடாளும் அரசனுக்கு சரிப்படுமா? அரசன் எளிமையானவனாயிருந்தால் அவன் தன் குடிகளை இழந்து விடுவான். படாடோபமாக, பேராசைக்காரனாக இருந்தால் சிம்மாசனத்தையே இழந்து விடுவான்.

காந்திஜி எப்போதும் மூன்றாம் வகுப்பில்தான் பயணம் செய்வார். அவருடன் இருந்த தலைவர் ஒருவர் சொன்னார், "அவர் மகாத்மா காந்தி. மூன்றாம் வகுப்பில் வருவதுதான் அவருக்குப் பெருமை. நான் முதல் வகுப்பில் வந்தாலே என்னை மதிக்க ஆளில்லை" என்று.

ஞானத்தை உணர்ந்த ஞானியரும்கூட தங்கள் பாதையை அனைவருக்கும் போதிப்பதில்லை. அதனால் அதைக் கேட்பவனுக்குப் பலன் உண்டா என்பதை முதலில் கவனிப்பார்கள். கடமைகளும், நிர்ப்பந்தங்களும் நிரம்பிய ஒருவன் அதை முடிக்காமல் ஞானம் தேடுவதாகக் கூறினால் அது அறியாமை. கடமைகளை முடித்தவன் அல்லது கடமைகள் அற்றவன் ஞான வேட்கை அற்றவனாயிருப்பின் அவனை வலிய இழுப்பதும் வீண்தான்.

அவனுக்குள் தானாகவே தேடல் ஏற்படும்போது அழைக்காவிடினும் அவனே வந்து சேர்வான்.

27

உறுதியான இலக்கு

நல்ல பயணியின் சுவடுகள்
எதுவும் மிஞ்சி இருக்காது
நல்ல விவாதப் பேச்சினிலே
குறைகள் எதுவும் தோன்றாது.
சிறந்த பூட்டுக்கு உறுதுணையோ
நல்ல முடிச்சுக்கு துணைக்கயிறோ
மறந்தும் தேவைப்படுவதில்லை
எனினும் அவிழ்ப்பார் எவருமில்லை
எவருக்கும் உதவ முற்படுதல்;
எதையும் காக்க முன்வருதல்
எவரும், எதுவும் வீணாகா
தனைத்தையும் ஏற்றல் உலக ஞானம்.
மக்கள் கூட்டம் தனைக்கண்டும்
மகிழ்வுறு செல்வம் தனைக்கண்டும்
தக்க பாதையை மாற்றாமல்
தன்வழி தொடர்பவர் ஞானியெனக்.

இயற்கை ஒரு சக்கர வட்டத்தில் சுற்றி வருகிறது. அதன் படைப்பில் எதுவும் வீணாவதே இல்லை. ஈக்களை தவளை உண்ணும். தவளையை பாம்பு சாப்பிடும். பாம்பு கருடனுக்கு இரையாகும்.

மரங்களின் காய் கனிகளை மனிதன் சாப்பிடுகிறான். மனித உடலை மண்ணிலுள்ள நுண்ணுயிர்கள் உண்கின்றன. மக்கிய உடல் உரமாகி தாவரங்களால் அவை உறிஞ்சப்படுகின்றன.

இந்த சக்கரத்தில் ஒவ்வொன்றும், ஒவ்வொரு வகையில் யாருக்காவது பயனாகின்றது. ஒன்றிற்கு அமுதமாக இருப்பது இன்னொன்றுக்கு விஷமாகிறது.

தேர்ந்த ஞானிகள் அனைவருக்கும் உதவுவர் எவரும் வீணாகப் போகக் கூடாது என்பதால். அனைத்தையும் காக்க முன் வருவர் எப்பொருளும் வீணாகக் கூடாது என்பதால். அவர்கள் தங்களது சுவடுகளைக் கூட விட்டுச் செல்ல விரும்புவதில்லை.

பாண்டவர்க்கும், கௌரவர்களுக்கும் போர் நிச்சயமாகி விட்டது. துவாரகை அதிபதியான கிருஷ்ணனின் துணையை நாடி துரியோதனன், அருச்சுனன் இருவருமே வருகின்றனர். உரிமையுள்ள அத்தையின் மக்களாயிற்றே. அதனால் நேராகப் படுக்கையறைக்கே செல்கின்றனர்.

அர்ஜுனன் கிருஷ்ணரின் கால் மாட்டிலும், துரியோதனன் அவரது தலைமாட்டிலும் அமர்கின்றனர். கண் விழித்து கிருஷ்ணன் முதலில் அர்ஜுனனைத்தான் காண்கிறார். பிறகு துரியோதனனையும் பார்க்கிறார்.

"என்னைத்தான் முதலில் பார்த்தீர்கள்" என்கிறான் அர்ஜுனன். "நான்தான் முதலில் வந்தேன்" என்கிறான் துரியோதனன்.

கிருஷ்ணர் கூறுகிறார். "துரியோதனா! அர்ஜுனா! நீங்கள் இருவருமே எனக்கு வேண்டியவர்கள்தான். உங்கள் இருவரில் யாராவது ஒருவர் பக்கம்தான் நான் இருப்பேன். ஆனால் அவர்களுக்காக ஆயுதம் ஏந்த மாட்டேன். போராட மாட்டேன். மற்றொரு பக்கம் என் மாபெரும் நாராயணப் படை இருக்கும். உங்களுக்கு எது தேவை? என் படைகளும், அவர்களின் ஆயுதங்களுமா? அல்லது ஆயுதம் ஏந்தாத நானா? எது வேண்டும்?"

"உங்கள் படைகளை அவர்களது ஆயுதங்களுடன் போராட என் பக்கம் அனுப்புங்கள்" என்றான் துரியோதனன்.

"கிருஷ்ணா! நீ என்னோடிரு அதுபோதும் எனக்கு" என்றான் அர்ஜுனன்.

யுத்தத்தின் முடிவு என்னவாயிற்று? ஆனானப்பட்ட பீஷ்ம, துரோண, கர்ணர்களை வென்று புறங்கண்டது பாண்டவ சேனை.

மக்கள் கூட்டம் மகத்தான செல்வம் இவற்றுக்கு மயங்காதவன் ஞானி என்கிறார் லா வோத் ஸு. துவாரகையின் யாதவர் படையும், தளவாடங்களும் துரியோதனனை மயக்கின. போரிடாத கிருஷ்ணர் எதற்கு? அவருடைய படைகள் போதும் போரில் வெற்றி வாகை சூட என்றெண்ணினான் அவன். அர்ஜுனன் இதற்கெல்லாம் மயங்க வில்லை. வெறுமனே இருந்தாலும் கிருஷ்ணர் கடவுள். தர்மம் இருக்குமிடத்தில் தான் அவர் இருப்பார். அவர் இருக்குமிடத்தில் வெற்றி இருக்கும் என்று அவன் நம்பினான்.

ஞானி லா வோத் ஸு தெள்ளத் தெளிவாகக் கூறுகிறார். மக்கள் கூட்டமோ, மகத்தான செல்வமோ, இவற்றுக்கு மயங்கி பாதை மாறாதவன் ஞானிதான் என்று.

மக்கள் கூட்டம் மகத்தான பொருட்கள் இவையனைத்தும் படைக்கப்பட்டவை. படைத்தவன் இவற்றையெல்லாம் விட மேலானவன். கண்ணுக்குப் புலப்படாத தர்மமே போரிடாத கிருஷ்ணர் போன்றது. உன் படைகளும், ஆயுதங்களும் போதும் என்ற துரியோதனனைப் போல் மக்கள் கூட்டத்தின் பின்னால், பொருட்களின் பின்னால் பெரும்பாலானவர்கள் செல்கின்றனர். ஒரு சிலர் மட்டுமே இவற்றில் மயங்காமல் சாசுவத தர்மத்தை, நீடித்த கொள்கைகளைப் பின்பற்றுகின்றனர்.

வாழ்க்கை என்ற மாபெரும் போரில் மக்கள் கூட்டமும், பொருட்களும் போதும் என்பவர்கள் தோற்று காணாமல் போகின்றனர். உறுதியுடன் கண்ணுக்குப் புலப்படாத தர்மத்தை, கொள்கைகளை அதாவது ஆயுதம் ஏந்தாத, போரிடாத கிருஷ்ணரைப் பற்றியவர்கள்தான் இறுதியில் வெற்றி என்ற இலக்கை எட்டி தங்கள் பெயரை வரலாற்றில் அழியாமல் பொறிக்கின்றனர்.

28

எதிர் சக்தி

பெண்மையின் ஆழத்தில் ஆண்தன்மை
வெண்மையின் அடியில் கருமை.
மென்மையின் உள்ளடங்கிய கடுமை.
உண்மையின் கலவை இதுவே.

இரண்டின் கலவையே பிரபஞ்சம்
இதனுள் முகிழ்ந்திடும் இயக்கம்
திரண்டிடும் எல்லை காணா அழகே
திகைக்க வைக்கும் படைப்பாற்றல்

உணர்ந்தவர் மலைச்சரி வாகிடுவர்
உலகின் தலைமை அவர்க்கேயாம்.
கணந்தொறும் நிகழ்பவை இவையேதாம்
காலமும் அடங்கிடும் இதனிடையே.

மலையின் சிகரங்கள் நம் கண் முன்னே கம்பீரமாக உயர்ந்து நிற்கும். ஆனால், உயரே செல்ல செல்ல அதன் மீது வெறும் பனி மட்டுமே அடர்ந்திருக்கும். அங்கே புல், பூண்டு கூட முளைப்பதில்லை. மலைச்சரிவின் ஆழத்தில் உள்ள பள்ளத்தாக்கு மலையையும் தாங்கி நிற்கும். எண்ணற்ற செடி கொடிகள் அடர்ந்து படரவும், ஏராளமான ஜீவன்கள் தோன்றி வாழவும் அது இடங்கொடுக்கும்.

பிரபஞ்சத்தின் அடிப்படையை உணர்ந்த ஞானிகள் மலைச்சரிவு போன்றவர்கள். அவர்களே உலகைத் தாங்கி நிற்பவர்கள். தலைமை என்பது அவர்களையே தேடி வரும்.

ஏசு மறைந்து பல நூற்றாண்டுகளாயினும் அவர் பெயரில்தான் உலக நாடுகள் பலவும் கிறிஸ்தவ நாடுகளாக இயங்குகின்றன. ஆதிசங்கரரின் கோட்பாட்டில்தான் ஆயிரம் ஆண்டுகால படை யெடுப்புக்களையும் தாண்டி இந்தியா நிற்கிறது.

புத்தர், முகம்மது நபி இவர்களின் கொள்கைகள் தான் இன்றும் பல நாடுகளில் மக்களது வாழ்வை இயக்குகின்றன.

இவர்கள் யாரும் மணிமுடி தரித்து மன்னர்களாக உலவியதில்லை. மன்னன் பட்டம் மலைச் சிகரம் போன்றது. அங்கே புல் கூட முளையாது. இவர்கள் மலைச் சரிவாக, பள்ளத்தாக்காக மாறியவர்கள். அதனால்தான் இன்னும் நிலைத்து நிற்கின்றனர்.இரு வேறு சக்திகளின் சங்கமமே பிரபஞ்ச இயக்கம். வலுவான எதிர்சக்தி இருக்கும் போதுதான் ஒன்று வளர முடியும். மழையே இல்லை என்றால் பயிர் கருகி விடும். அதே மழை அளவுக்கு மீறிப் பெய்தாலும் பயிர்கள் அழுகிவிடும். கொஞ்சம் வெப்பம், கொஞ்சம் குளிர் இரண்டின் கலவையே உயிர்களின் தோற்றம்.

சிவன் வெப்பம்-சக்தி குளிர் என்கின்றன புராணங்கள். அக்னி ரூபமான சிவன் உறைவது பனி மலையின் சிகரத்தில். சிவன்-நெருப்பு, விஷ்ணு நீர், சிருஷ்டி சக்தியான பிரம்மன் இதிலிருந்தே, விஷ்ணுவின் நாபியிலிருந்தே தோன்றியதாக இதிகாசம் கூறுகிறது. ஒருவன் நம்மை ஆதரிக்கிறான் என்றால், பாராட்டினான் என்றால் நம்முள் பெருமிதம் எழும். கர்வம் மூளும். அதேசமயம் ஒருவன் நம்மை எதிர்த்தால் செயல்படும் ஆவேசம் நமக்குள் ஊற்றெனப் பொங்கும்.

இறைவா! என் நண்பர்களிடம் இருந்து என்னைக் காப்பாற்று. எதிரிகளை நானே பார்த்துக் கொள்கிறேன் என்றாராம் ஒரு அறிஞர்.

எதிர்ப்பு விழிப்புணர்ச்சியைத் தரும். எதிரிலுள்ள பாதையை உன்னிப்பாக கவனிக்க வைக்கும். புகழ்ச்சி போதையைத் தரும். மனத்தை மயக்கும். அதனால் பாதையில் கவனமோ, தெளிவோ இருக்காது.

பலராமன் துச்சாதனனின் மாளிகையிலிருந்து வரும்போது மானஸ ஆடி ஒன்றைப் பரிசாகக் கொண்டு வந்தார். அதன் எதிரில் நின்றால் நாம் எதை எண்ணுகிறோமோ அது அதைத் தெளிவாகக் காட்டும்.

துவாரகை அரண்மனையில் அனைவரும் அந்த ஆடியைச் சூழ்ந்து கொண்டனர். எல்லோருக்கும் அதில் பார்க்கவும் ஆசை. கூடவே பயம் வேறு.

கண்ணாடியின் எதிரே முதலில் பலராமன் நின்றார். அண்டா, அண்டாவாக பாயசம், அதிரசம், சீடை, பணியாரங்கள் காட்சி அளித்தன ஆடியில். அவர் போஜனப் பிரியர் என்பது தெரிந்திருந்த தால் அனைவரும் அதைப் பார்த்ததும் சிரித்தனர்.

பலராமரின் மனைவி வந்து ஆடியின் எதிரே நின்றாள். வைர, வைடூரிய நகைகளும், புடவைகளும், பட்டுப் பீதாம்பரமுமாக கண்ணாடியில் பளபளத்தன. நகை, புடவை மீது அவர் அடங்கா மோகம் கொண்டவர் என்பதால் அங்கே சிரிப்பு அலை பரவியது.

பலராமன் மகள் வத்ஸலை அதன்பின்னர் வந்து கண்ணாடியின் முன் நின்றாள். ஆடியில் அபிமன்யுவின் முகம் சிரித்தபடி தென்பட்டது. வெட்கத்துடன் ஓட்டமாக ஓடி ஒளிந்தாள் இளவரசி.

அந்த சமயம் பார்த்து கிருஷ்ணர் அங்கே வந்தார். "நீ வந்து நில் கிருஷ்ணா. உன் மனதில் யார் இருக்கிறார்கள் என்று பார்ப்போம்." என்றார் பலராமர். "மைத்துனர் மனதில் வேறு யார் இருப்பார்கள்? அர்ஜுனன்தான் இருப்பான். இதைக் கண்ணாடியில் வேறு பார்க்க வேண்டுமா?" என்றார் பலராமரின் மனைவி.

கிருஷ்ணர் வந்து மானஸ ஆடியின் முன்பு நின்றார். அதில் கைகளில் பகடையை உருட்டியபடி கபடச் சிரிப்புடன் கூடிய சகுனியின் உருவம் தென்பட்டது.

“இது என்ன விந்தை! இந்த தூர்த்தன் தென்படுகிறானே?'' என்றார் கிருஷ்ணரின் அண்ணி.

''யார் கண்டது? என் ஆழ்மனம் அவனைத்தான் எப்போதும் எண்ணுகிறதோ என்னவோ? நான் நினைப்பதை அவன்தான் நடத்தப் போகிறானோ என்னவோ” என்றாராம் கிருஷ்ணர்.

ராவணன் இன்றி ராமாயணம் முழுமை பெறாது. கோட்சே இன்றி காந்தியின் வாழ்க்கை சரிதத்தைப் பூர்த்தி செய்ய முடியாது. யூதாஸ் இன்றி ஏசுவின் வரலாறு உலகப் புகழ் பெறவே முடியாது.

எதிரெதிர் சக்திகளின் கலவையே உலகம் என்றறிந்தவனே ஞானி. அவனே உலகின் முதன்மையானவன் ஆகிறான்.

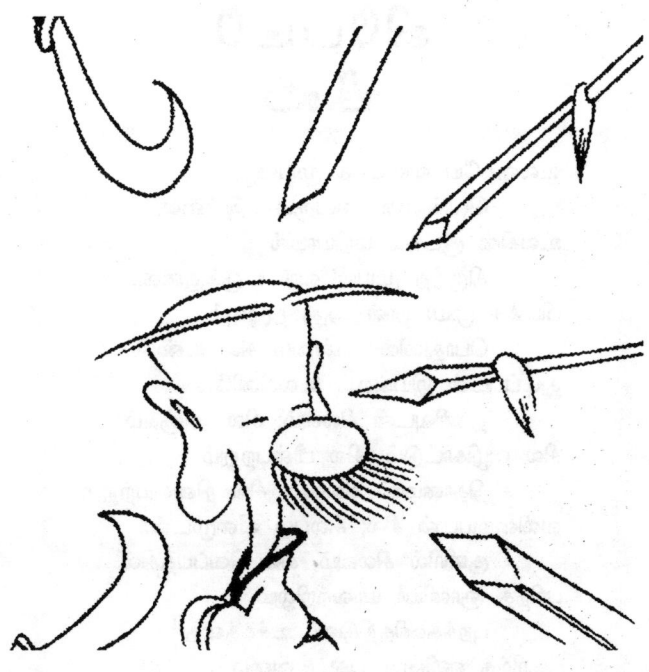

29

விடுபட்டு நில்

உலகையே வளைக்க முயன்று
வென்றவர் எவரும் இல்லை.
உலகின் சூட்சும மறியாமல்
திருத்த முயல்வோர் உருக்குலைப்பர்.
பிடிக்க முயன்றால் அது நழுவும்
பொதுவில் உண்மை சில உண்டு.
துடிப்புடன் இயங்கும் உலகினிலே
துணிவுடன் சிலவும்; சில அஞ்சும்
சில வழிகாட்டும்; சில பின்பற்றும்
நிதானமாய் சிலவும், சில நிலையற்றும்
வலிமையுடன் சில; சிலபல வீனமுடன்.
குளிரில் சிலவும், சில வெப்பத்தில்.
புரிந்த ஞானியர் யாவற்றிலும்
புறக்கணித்திடுவர் உச்சத்தை
தெரிந்த எளிமை, பகட்டின்மை
தேர்ந்த நிதானம் கடைப்பிடிப்பர்.

படைப்புக் கடவுள் பிரம்மனை நோக்கி தவம் செய்தான் இரண்ய கசிபு. நெடுங்காலம் அவன் இயற்றிய கடும் தவத்தால் மனம் மகிழ்ந்த பிரம்மதேவர் நேரில் தோன்றினார். அவரிடம் தனக்கு மரணமே ஏற்படக் கூடாது என்று வரம் கேட்டான் இரண்யன்.

படைக்கப்பட்ட எல்லாம் ஒருநாள் அழியும். இது இயற்கையின் நியதி. இதனை மாற்ற முடியாது. ஆயிரம் ஆண்டுகள் வாழ்க்கையைக் கேள். அல்லது 5,000 ஆண்டுகள் ஆயுள் கேள். அல்லது உன் மரணத்தை உன் இஷ்டப்படி அமைத்துக் கொள் என்றார் பிரம்மா.

இரண்யன் நன்கு யோசித்தான். பின்னர் கேட்டான்: "தேவர் களாலோ- அசுரர்களாலோ, மனிதர்களாலோ-மிருகங்களாலோ, இரவிலோ-பகலிலோ, வானத்திலோ-பூமியிலோ, வீட்டிற்கு உள்ளேயோ-வெளியேயோ, எந்தவிதமான ஆயுதத்தாலுமோ எனக்கு மரணம் ஏற்படக்கூடாது."

அப்படியே என்றார் பிரம்மா. அதன் பிறகுதான் ஆரம்பமானது இரணியனின் அட்டகாசம். சாதாரண வரமா அவன் பெற்றிருந்தான். அவனுக்கு இரவிலும் மரணமில்லை. பகலிலும் சாவு இல்லை. வீட்டிற்கு உள்ளேயும் இறப்பு என்பது அவனுக்கு இல்லை. வெளியே யும் அவன் ஆவி பிரியப்போவது இல்லை. ஆகாயத்திலும் அவன் உயிர் போகப் போவது இல்லை. பூமியிலும் அவன் ஆவி பிரியப் போவது இல்லை. எந்த ஆயுதங்களாலும் மரணம் என்பது அவனுக்கு இல்லை. மனிதர், விலங்கு, தேவர், அசுரர் எவராலும் அவனுக்கு அழிவு இருக்கப் போவது இல்லை.

சுருங்கச் சொன்னால் மரணம் என்பதே அவனுக்குக் கிடையாது. அதன்பிறகுதான் அசுர சக்திகளின் அட்டகாசம் ஆரம்பமானது. அவன் நானே கடவுள் என்றான். எல்லோரும் என்னையே வணங்க வேண்டும் என உத்தரவிட்டான். ஓம் இரணயாய: நம என்ற புது மந்திரம் ஒன்றையே உருவாக்கினான்.

எனினும் அவனுக்கு முடிவு ஏற்பட்டது. ஹரி பக்தனான அவன் தன் மகன் பிரகலாதனிடம் எங்கே இருக்கிறான் அந்த ஹரி? என்று கேட்க, அவர் இல்லாத இடம் எது? தூணிலும் உள்ளார். துரும்பிலும் உள்ளார் என்கிறான் பிரகலாதன்.

இந்தத் தூணில் உள்ளானா? என்று அவன் கேட்க. நிச்சயம் இருக்கிறார் என்கிறான் பிரகலாதன். மறுகணம் தன் கதாயுதத்தால் தூணை ஓங்கி இரண்யன் அடிக்க தூண் பிளந்து அதன் உள்ளிருந்து நரசிம்ம உருவம் வெளிப்படுகிறது.

பிரம்மனின் வரத்தின்படியே மனிதனும் அல்லாத, மிருகமும் அல்லாத சிங்கத் தலை, மனித உடலுடன், பகலும் அல்லாத இரவும் அல்லாத சாயங்கால வேளையில் வீட்டிற்கு உள்ளேயும் இன்றி, வெளியேயும் இன்றி வாயிற்படியில் அமர்ந்துகொண்டு பூமியிலும் இன்றி, ஆகாயத்திலும் இன்றி மடிமீது கிடத்திக் கொண்டு எந்த ஆயுதங்களும் இன்றி நகங்களாலேயே இரண்யனைக் கிழித்துக் கொன்றது.

உலகையே வளைக்க முயன்று, அதில் வென்றவர் எவரும் இல்லை என்கிறார் லா வோ த்ஸு. இங்கு உலகம் என்பது ஆளப்படும் பூமி அல்ல. இயற்கை, படைப்பு என்பது உருவகமாக சொல்லப்பட்டது. இயற்கை ஆறாகப் பெருகி ஓடுகிறது. உன் தாகத்திற்கு நீ அள்ளிப் பருகலாம். உன் தேவைக்கு குடம், குடமாக அந்த நீரை சேமிக்கலாம். ஆனால் ஒட்டுமொத்தமாக நதிமீது உன்னால் உரிமை செலுத்த முடியாது. அதன் போக்கைக் கட்டுப்படுத்தவோ, திசை மாற்றவோ உன்னால் முடியாது. ஏனெனில் உனக்கு முன்பும் அது இருந்தது. உனக்குப் பின்னும் அது இருக்கும். அது உன் உடைமை அல்ல. அதற்கு நீ தேவையும் இல்லை. உனக்குத்தான் தேவை நிறைய உண்டு. இந்த சூட்சுமம் அறியாமல் இயற்கையை வசப்படுத்த முயல்பவர்கள்தான் பெரும் வீழ்ச்சிகளை சந்திக்கின்றனர்.

இரண்டாகப் பிரிந்த இயற்கையின் இயக்கத்தில் சில பலமுடன் இயங்கும். சில பலவீனமாய் இருந்து கொண்டு பலமானதை சார்ந்து வாழும். உண்மையிற் பலவீனம் எப்படி பலத்தை சார்கிறதோ அதுபோல் பலம் பலவீனத்தை சார்ந்துதான் இயங்குகிறது.

கோடிக்கணக்கில் விற்பனையாகும் பெரிய நிறுவனங்களில் அந்த நிறுவனத்தின் முதலாளியின் சுண்டுவிரல் அசைவில் அந்த ஸ்தாபனமே இயங்கும். பத்துப் பேர் இருக்கும் இடத்தில் இங்கே எதற்கு இவ்வளவு பேர்? இரண்டு பேர் போதாதா? என்றால் போதும். இருவர் தவிர எட்டு பேர் விலகுவார்கள். ஒருவர் செய்யும் வேலைக்கு இது எப்படி போதும். இன்னும் 3 பேரை அனுப்பு என்பார். சும்மாவானும் 3 பேர் அனுப்பபப்படுவார்கள்.

அப்பேர்ப்பட்ட சர்வ சக்தி படைத்த முதலாளி ஒருநாள் எட்டு மணிக்கே தன் நிறுவனத்திற்கு வந்துவிட்டார். வாட்ச்மேன் கூட இல்லை. அந்த முதலாளிக்கு கையும் ஓடவில்லை. காலும் ஓடவில்லை. மேஜை மீதுள்ள வருகைப் பதிவேட்டை எடுத்து வைக்கத் தோன்ற வில்லை. மின் விசிறியைப் போடத் தோன்றவில்லை. எவராவது வரமாட்டார்களா அவர்களை ஏவி இதையெல்லாம் செய்யச்

சொல்லலாமே என வாயிலையே பார்த்தபடி ஆசனத்தில் கூட அமராமல் நின்று கொண்டிருந்தார்.

இதுதான் உண்மை நிலை. இயற்கையின் நியதி. சில துணிவுடன் இயங்கும். சில அச்சத்தில் வாழும். சில வழிகாட்டும். சில பின்பற்றும். சில குளிரில் வாழும். சில வெப்பத்தில் வாழும். சில வெளிச்சத்தில் இருக்கும். சில இருளில் இருக்கும்.

இயற்கையின் அடிப்படையை உணர்ந்த ஞானிகள் எதிலும் சிகரத்தை எட்ட விரும்புவதில்லை. உச்சத்தில் ஏறிய பின் அடுத்தபடி இறக்கத்தைச் சந்திக்க வேண்டியும் வரும் என்பதை அவர்கள் நன்கறிவார்கள். எதிலும் உச்சத்தை எட்டியபின் அதற்கு நேர் எதிராக திரும்பி புறப்பட்ட இடத்துக்கேதான் வருவோம்.

அழும் குழந்தை அளவுக்கு மீறி அழுதால் அந்த அழுகை கடைசியில் சிரிப்பாக மாறுவதை கவனியுங்கள். அளவை மீறி சிரிக்கும்போதும் கடைசியில் அந்தச் சிரிப்பு அழுகையாக மாறுவதையும் கவனியுங்கள்.

அளவுக்கு மீறிய போகங்களில் திளைத்துத் திரிந்தவர்கள் அதன் எல்லையில் மனம் வெறுத்துப் போய் மனம் மாறி மகான்களாகி விடுகின்றனர். அளவுக்கு மீறி விரதம், நியமம், கட்டுப்பாடு என்று நெடுங்காலம் இருந்த பலர் அப்படியே பெரும் போகங்களில் ஆழ்ந்து விடுகின்றனர்.

எதிலும் வரம்பு மீறக் கூடாது என்பதுதான் எளிமையான விதி.

'ஆசையறு மின்கள், ஆசையறு மின்கள்
ஈசனோ டாயினும் ஆசையறு மின்கள்
ஆசைப்படப்பட ஆய்வரும் துன்பங்கள்
ஆசை விட விட ஆனந்தமாமே'

என்கிறார் திருமூலர்.

ஞானிகள் எதிலும் பகட்டை விரும்புவதில்லை. எதிலும் தம்மை முன்னிலைப்படுத்துவதில்லை. அதனாலேயே அவர்கள் முதன்மையாக நிற்கின்றனர் என்கிறார் லா வோ த்ஸு.

சொல்லப்படும் சொற்கள் என்னவோ வேறு, வேறுதான். அவை சொல்லப்பட்ட வகைகளும் கூட வெவ்வேறாக இருக்கலாம். ஆனால், அவை சுட்டிக்காட்டும் பொருள் என்னவோ ஒன்றுதான்.

திருவள்ளுவர் கூட தமது பங்குக்கு கூறுகிறார்.

'யாதெனின் யாதெனின் நீங்கியான் நோதல்
அதனின் அதனின் இலன்.'

எவை, எவற்றையெல்லாம் நீக்குகிறோமோ அவற்றால் ஏற்படக் கூடிய துயரங்களிலிருந்து விடுதலை பெறுகிறோம்.

30

எதிலும் அளவோடிரு

மெய்ம்மையை உணர்ந்தவர் படைபலம் கொள்ளார்.
பொய்யான வெற்றியே போர்களில் விளைவது
பொய்மை வெற்றியில் போட்டிகள், பழிவெறி
உய்த்துணர்ந்தறிவதால் விலக்குவர் அவற்றினை.

போரின் முடிவிலே பஞ்சமும், பசியும்
தோற்றவர், வென்றவர் இருவர் துன்பமும்
பாரிலே ஒன்றுதான் என்பதை உணர்ந்தவர்
பலத்தினால் எதையும் சாதிப்பதில்லை

இலக்கிலே உறுதியுண்டெனினும் வன்முறை,
இறுமாப்பு, வீண்புகழ், மதர்ப்பு போன்றவை
விலக்குவர், வளர்ச்சியும் தேவைக்கு மேல் எனின்
வீழ்ச்சிதான் என்பதே இயற்கையின் நியதி.

தேவையே கண்டுபிடிப்புகளின் தாய் என்றொரு ஆங்கிலப் பொன்மொழி உண்டு. நமக்குத் தேவை எதுவோ அது குறைவுபடும்போது பிரச்சினை உண்டாகிறது. அது உடலாயினும் சரி அல்லது நாடு, சமூகமாயினும் சரி. அப்போதுதான் உலகில் போராட்டம், நெருக்கடி இவைகள் தோன்றுகின்றன. தேவையை அடைந்தபின் அவை தீர்ந்துவிடும்.

அதே சமயம் தேவைக்கு மிஞ்சி அவை இருந்தால் அதுவே எதிர்மறையான பிரச்சனைகளை உண்டு பண்ணும். அதிலும் போராட்டம், நெருக்கடிகள்தான்.

இயற்கை எப்போதும் எவரிடமும் தேவைக்கு மேல் அளிப்பதே இல்லை. இரையை வேட்டையாட சிங்கத்துக்கு வலிமையான நகங்களையும், பற்களையும் அளித்த அதே இயற்கைதான் தப்பி ஓடத் தேவையான வலிமையான கால்களையும் மானுக்கு அளித்துள்ளது.

உன் உடலில் சர்க்கரை குறைந்தால் உன்னால் நிற்கவும் முடியாது. மயக்கம் வரும். அதே சமயத்தில் சர்க்கரை கூடினாலோ மாரடைப்பு ஏற்படும். கொழுப்பு குறைந்தால் உடல் பலவீனமாகும். கொழுப்புச் கூடினாலோ இதய நோய் உன்னைத் தாக்கும்.

அளவுக்கு மீறினால் அமுதமும் நஞ்சு என்பது காலம் உணர்த்தும் பழமொழி. அளவுக்கு மீறிய வறுமையால் பிரெஞ்சு, ரஷ்ய புரட்சிகள் மூண்டன என்றால் அளவுக்கு மீறிய செல்வத்தால் ரோமப் பேரரசு அழிந்தது. வறுமையால் வன்முறை வெடித்த நாடுகளான பிரெஞ்சு, ரஷ்ய நாடுகள் இன்றும் உலகத்தில் இருக்கத்தான் செய்கின்றன. ஆனால் செல்வத்தால் செருக்குற்று அதனால் சீரழிந்த ரோமப் பேரரசின் அடையாளமே இப்போது இல்லை.

வறுமையால் வன்முறை செய்பவன் திருந்தி விடுவான். அதீத செல்வத்தால் கெட்டழிந்தவன் திருந்தியதாக வரலாறே இல்லை எனலாம். காற்றமுத்தம் ஓரிடத்தில் குறைந்தால் சூறாவளி ஏற்படும். அதேபோல் ஓரிடத்தில் காற்றழுத்தம் அளவுக்கு மீறினாலோ அந்த இடத்திலே எதிர் சூறாவளி ஏற்படும். சூறாவளியை விட பன்மடங்கு கொடியது இந்த எதிர் சூறாவளி.

பலத்தினால் யாரையும் வென்றுவிட முடியாது. அந்த வெற்றியே போலியானது. அது பழிக்குப் பழி வாங்க வேண்டும் என்ற உணர்வையே அதிகப்படுத்தும். ஒன்றிலிருந்து ஓராயிரம் வன்முறைகள் வெடிக்கும். ராணுவ பலத்தால் அடக்க யன்று அமெரிக்கா அன்று வியட்னாமிலும், இன்று ஈராக்கிலும் படும்பாடுகளை நாம் கண்ணாரக் காண்கிறோம். தேவை

என்றாலொழிய, வேறு வழியே இல்லை என்றால் மட்டும்தான் ஒரு நாடு போரில் இறங்கலாம். அதுகூட அந்த அவசியம் முடிந்ததுமே ஆக்கிரமிப்பிலிருந்து பின்வாங்கி விட வேண்டும். பங்களாதேஷ் போரை ஓராண்டு முன்னதாகவே இந்திராகாந்தி துவங்கி இருந்தால் உலக அரங்கில் இந்தியாவின் பெயரே நாசமாயிருக்கும். ஓராண்டு தாமதித்து நடத்தியிருந்தால் நமது பொருளாதாரமே தடம் புரண்டிருக்கும்.

போரின் விளைவால் ஏற்படுவது பஞ்சமும், பட்டினியும்தான். வென்ற நாடும் சரி, தோற்ற நாடும் சரி. இரு நாடுகளும் அதற்குரிய விலையைக் கொடுத்தே தீர வேண்டும். நீதிமன்றத்தில் வழக்காடுபவரில் எவர் வெற்றி பெற்றாலும் இறுதியில் வென்றவர், தோற்றவர் இருவருமே மொத்த சொத்துக்களையும் இழந்ததுதான் மிச்சமாக இருக்கும்.

பாரதப் போரில் 11 அட்சரோணி சேனைகளுடன் துரியோதனன் களம் புகுந்தான். 7 அட்சரோணி சேனைகளுடன் பாண்டவர்கள் களம் இறங்கினர். கிட்டத்தட்ட 27 இலட்சம் வீரர்கள் பங்கேற்ற பிரம்மாண்டமான போர் அது. இறுதியில் யுத்தம் முடிந்தபோது பாண்டவ சேனையில் ஏழு பேர் தான் மிச்சம் இருந்தனர். கௌரவர் பக்கம் 3 பேர் மீதம் இருந்தனர்.

எல்லாப் போர்களின் முடிவும் இதுதான். அதனாலேயே ஞானிகள் படை பலத்தை நம்புவதில்லை. வெற்றியில் இறுமாப்பு, கர்வம், திமிர் கொள்வதில்லை. வன்முறை, தற்புகழ்ச்சி இவற்றை ஒரு போதும் நாடுவதில்லை. வளர்ச்சி கூட அளவுக்கு மீறினால் வீழ்ச்சியை சந்திக்கும் என்பதை அவர்கள் நன்குணர்ந்திருந்தனர்.

ஆயுதம் ஏந்திய விடுதலைப் போரை அண்ணல் காந்தியடிகள் கடைசிவரை ஏற்கவில்லை. துப்பாக்கி முனையில் பெறும் சுதந்திரம் 5 ஆண்டுகள் கூட நீடிக்காது என்றார் அவர். இந்தியா சுதந்திரம் பெற்ற அதே கால கட்டத்தில் அறுபதுக்கும் மேலான நாடுகள் விடுதலை பெற்றன. ஆனால், இந்தியா ஒன்றைத் தவிர வேறு எந்த நாட்டிலும் ஜனநாயகம் என்பதே இல்லை இப்போது. பெரும்பாலான நாடுகள் ராணுவ சர்வாதிகாரத்திற்கும், தனிநபர் சர்வாதிகாரத்திற்கும் ஆட்பட்டுச் சிக்கித் திண்டாடுகின்றன. ஆயுத பலத்தை உதறி அகிம்சை பலத்தால் வென்ற ஒரே நாடு நம் நாடு மட்டுமே. இன்றுவரை ஜனநாயகம், மக்களாட்சி, சுதந்திரம், உரிமைகள் எல்லாமே நீடித்திருப்பது இங்கு மட்டும்தான்.

31
சபிக்கப்பட்டவை

வெற்றியை நல்குபவை சபிக்கப்பட்டவையே
விலக்கப்படவேண்டியவையும் கூட
ஞானிகள் அவற்றை சார்ந்திரார்
முற்றிய கதிராய் தலைவணங்கி இயல்பினில்
முழுதுமாய் பொருந்தி இருப்பர்
படைக்கலன் விலக்கி வைப்பார்
சான்றோர் இயல்பினில் இடப்புறம் போற்றுவர்
படைக்கலன் மட்டும் வலப்புறமே
அவையும் தேவைப் பட்டால்தான்
ஆன்ற அமைதியும் சமாதானமும் தான்
அவருக் குகந்தவை, வெற்றியல்ல
வெற்றி வேட்கை கொலைக்கொண்டாட்டம்
போன்றதால் அவற்றைப் பெரியோர் விரும்பார்
கொல்வதைப் போற்றுவோர் ஒருபோதும்
இலக்கினை வெல்வதே இல்லை.

வெற்றியைத் தரும் ஆயுதங்கள் சபிக்கப்பட்டவைதான் என்கிறார் லா வோ த்ஸு. எல்லா ஞானியரின் கருத்தும் அதுவே. எங்கே ஆற்றலும், ஆயுதங்களும் குவிந்து கிடக்கின்றதோ அதனுடன் சாபங்கள் மட்டும்தான் இருக்கும்.

ஞானிகள் இடப்பாகத்தைப் போற்றுவார்கள். ஆயுதத்தை வலப்பக்கம் வைப்பார்கள் என்று அவர் கூறுவதில் ஆழ்ந்த பொருள் உண்டு. படிப்பதையும், எழுதுவதையும், செய்வது வலது கைதான். ஆயுதங்களை ஏந்திப் போரிடுவதும் வலது கைதான். அறிவின் மமதை, வீரத்தின் செருக்கு எதுவாயினும் அவை அளிப்பது அழிவை மட்டுமே. அதனாலேயே வலப்புறத்தை அதற்கு ஒதுக்கினர். உடலின் இடப்புறம்தான் சக்தியின் வடிவம். இதயம், நுரையீரல் உள்ளிட்ட உயிர் வாழத் தேவையான அனைத்தும் இடப்புறம்தான் உள்ளன. ஞானியர் இடப்புறத்தை மதிப்பர் என்பது இதுவே.

இதற்கு உருவகமாகவே அர்த்தநாரி தத்துவம் தோன்றியது. பரம்பொருள் ஒன்றே. அது இரண்டாகப் பிரிந்தது. அதில் ஒன்று நிலையான சக்தியாகவும், மற்றொன்று சலன சக்தியாகவும் ஆனது. செயலற்றது சிவம், செயல்படுவது சக்தி. சக்தி இருந்தால் செய். இல்லையேல் சிவனே என்று இரு என்பார்கள் கிராமப்புறத்துப் பெரியோர்கள்.

சக்தியிலிருந்துதான் எல்லாம் தோன்றும். சக்தி பெண் வடிவம், பெண் உயிரை அளிப்பவள். அதனால்தான் சக்தி இடப்புறம் வைக்கப்பட்டது. ஆக்குவது சக்தி, அது இடப்புறம். அழிப்பது சிவம். அது வலப்புறம். இறந்தவர்களின் உடல் செயலற்றுக் கிடக்கும். அது சிவம். இனி இயங்காது. அவர் வலம் போனார் என்பார்கள் முன்னோர்கள். வலம் போதல் என்றால் வெளியேறுதல் என்று பொருள். உடலை விட்டு உயிர் வெளியேறி விட்டது. குளிர்காலத்தில் எண்ணற்ற பறவைகள் இருக்கும் இடம் விட்டு வெளியேறும். ஐரோப்பாவிலிருந்து பறந்து வந்து வேடந்தாங்கல் போன்ற பல இடங்களில் குடியேறும். இந்தப் பறவைகளின் வெளியேற்றம் (Migration) தமிழில் வலசை போதல் என்று சொல்லப்படும். வலம் போதல் என்பதன் மருவு இது.

அமைதியும் சமாதானமும் மட்டுமே ஞானிகளின் இயல்பு. அவர்கள் படைக்கலன்களை விரும்புவதேயில்லை. வேறு வழியின்றி போர் செய்ய முடிவு எடுத்தாலும் போரின் வெற்றிகளை அவர்கள்

கொண்டாடி மகிழ்வதில்லை. வெற்றியின் கொண்டாட்டம் என்பது கொலையைப் போற்றும் திருவிழா அல்லவா! கொலையைக் கொண்டாடுவோர் இலக்கினை எப்போதும் வெல்வதில்லை.

பழிக்குப் பழி வாங்க எண்ணி 9 ஆண்டுகள் படை திரட்டிய பல்லவ மன்னர் மாமல்ல நரசிம்மர் சாளுக்கிய நாட்டின் மீது படையெடுத்தார். வாதாபியை தகனம் செய்து புலிகேசியின் வெற்றித் தூணை நொறுக்கி அந்த இடத்தில் வெறொரு ஜெயஸ்தம்பம் நிறுவினார்.

புலிகேசியின் பேரன் விக்கிரமாதித்தன் பல்லவ நாட்டின் மீது பதிலுக்குப் படையெடுத்தான். அதற்குப் பழிவாங்க ராஜசிம்ம பல்லவன் சாளுக்கியர் மீது படையெடுத்தான். பதிலடியாக விஜயாதித்தன் பல்லவர் மீது போர் தொடுத்தான். பதிலுக்கு நந்திவர்மன் சளுக்கர் மீது படையெடுத்தான். மீண்டும் விஜாயாதித்தன் பல்லவர் மீது பாய்ந்தான். பதிலுக்கு நந்திவர்மன் சாளுக்கியர் மீது படையெடுத்தான்.

இப்படியே விதையிலிருந்து மரம் மரத்திலிருந்து விதை என ஆயுதங்கள் தொடர்ந்து அழிவை மட்டுமே தருவதால் சான்றோர் அவற்றை விரும்புவதே இல்லை.

சரித்திரகால பைசாண்டியம் நகரை கிறிஸ்தவர் கைப்பற்றி கான்ஸ்டாண்டிநோபிள் ஆக்கினர். முஸ்லிம்கள் கைப்பற்றி இஸ்தான்புல் ஆக்கினர். மாறி, மாறி நடந்த படையெடுப்புகளால் 9 நூற்றாண்டு காலம் அல்லோலகல்லோலப்பட்டது அந்நகர். சிலுவைப் போர்கள் என்று வரலாறு இதற்குப் பெயர் சூட்டியுள்ளது.

ரோமர்களுக்கும், பீனிஷியர்களுக்கும் இடையே நடைபெற்ற பியூனிக் போர்கள் மூன்று நூற்றாண்டுகள் நடைபெற்றது. இதில் வெற்றி தோல்விகள் மாறி, மாறி வந்தன. இங்கே ஒரு ஹமில்கார்பார்கா, ஹன்னிபால், அங்கே ஒரு ஜுலியஸ் சீஸர், அகஸ்டஸ் சீஸர்... இறுதியில் ரோமப் பேரரசு, பீனிஷியா இரண்டுமே காணாமல் போயின.

இந்த நிதர்சனமாக உண்மையை உணர்ந்தோர் ஆயுதங்களை நேசிப்பதில்லை. தானத்தில் சிறந்தது சமாதானம் என்ற பழமொழி காலத்தால் உருவாக்கப்பட்ட சாசுவதமான பொன்மொழி ஆகும்.

32

பெயர் இல்லாதது

நித்தியத்தில் பெயரிட முடியாதது ஞானம்
எளிமையில் சிறுதிறம் எனினும்
வெறாலும் கட்டுப்படுத்த இயலாதது.
சத்தியத்தில் இதனைக் கொண்டால் உலகம்
போற்றி வணங்கித் துதிக்கும்
பாரில் மேன்மை பரவும்
எத்திக்கும் ஒழுங்கு பரவிடும் போது
இருக்கவும் நிறுத்தவும் அறியும்
அறிவதால் ஆபத்து தவிரும்.
முத்தியின் நிலையில் ஞானமும் உலகும்
ஓடை நதியுடன் நிதியும்
கடலுடன் கலப்பது போன்றதே.

குருஜி வாசுதேவ்

எல்லாவற்றுக்கும் அடிப்படை எதுவோ அதற்குப் பெயர் என்பது கிடையாது. நிலைத்திருப்பது, என்றும் உள்ளது என்பதால் அது நித்தியம் என்றும் ஞானம் என்றும் குறிப்பிடப்படுகிறது.

ஆகாயம் எங்கும் உள்ளது. அதற்குப் பெயர் இல்லை. நாம்தான் அதனை வானம் என்று அழைக்கிறோம். இடத்துக்குப் பெயர் கிடையாது. மனிதர்கள் கூடி ஓரிடத்தில் ஒரு குடியிருப்பை ஏற்படுத்தும் போது அது நாளடைவில் ஒரு நகரமாக விரிவடையும். அதற்கு ஹஸ்தினாபுரம், பாடலிபுத்திரம் என்றெல்லாம் பெயரிடுகின்றனர்.

எளிமையானது. சின்னஞ்சிறியது. ஆற்றல்மிக்கது. ஆனால் அதற்குள்ளே தான் எதற்கும் கட்டுப்படாத பிரம்மாண்டம் உள்ளது. எல்லாவற்றிலும் சின்னஞ்சிறிய அணுவினுள்தான் எதற்கும் கட்டுப்படாத பிரம்மாண்ட ஆற்றல் அடங்கியுள்ளது.

அணுவினுக்கணுவாய் அப்பாலுக்கு அப்பாலாய் என்று பாடுகின்றனர் நாயன்மார்கள்.

ஆலம் விதையினுள் சிறுதிறன் அடங்கியுள்ளது. அந்த சிறு ஆற்றல் தான் பெரும் ஆலமரமாய் வளர்ந்து ஓங்கி நிற்கிறது. அந்த விதைதான் ஆயிரம், ஆயிரம் பழங்களாய், விதைகளாய் பெருகி அனைத்துப் பகுதிகளிலும் ஆலங்காடாகப் பரவக்காரணமாய் அமைகிறது.

இத்தகைய ஆற்றல் முறையாகப் பயன்படும் இடத்தில் உலகம் முழுதும் நன்மையே பரவும். அனைவரும் வணங்கித் துதிப்பதாக அந்த ஆற்றல் நிலவும்.

அசுர சக்கரவர்த்தி மகாபலி ஒரு யாகம் செய்தான். அது பூர்த்தியடைந்து விட்டால் அவனை வெல்ல எவராலும் இயலாது. யாக முடிவில் அனைவர்க்கும் அவர்கள் கேட்டதை அவன் தானம் செய்ய வேண்டும்.

அந்த சமயத்தில் மூன்றடி உயரமே உள்ள குள்ள உருவமாய் வருகிறார் வாமனர். கையில் தாழங்குடையுடன் வந்து நின்று அவர் மகாபலியிடம் யாசகம் கேட்கிறார்.

அசுரகுரு சுக்ராச்சாரியார் மகாபலியை எச்சரிக்கிறார்: "வந்திருப்பது யாரோ சிறுவன் என்றெண்ணாதே. இந்த சிறு ஆற்றல் பிரம்மாண்டமாகப் பெருகக் கூடியது. இவன் மகாவிஷ்ணுவே என்று எண்ணுகிறேன்" என்று.

மகாபலி சற்றே சிந்திக்கிறான். இவன் அந்தணச் சிறுவனாகவும் இருக்கலாம். அல்லது அந்த மாயாவி விஷ்ணுவாகவும் இருக்கலாம். எது எப்படியாயினும் யாக முடிவில் ஒருவன் தானம் கேட்டு இல்லை என்பதை விட அவன் கேட்டதை அளித்து விடுவது மேல். அதனால் எது நேர்ந்தாலும் சரி என்று.

வாமனரை வணங்கி வரவேற்கிறான். அவர் மூன்றடி மண் கேட்கிறார். தர சம்மதித்து மகாபலி தண்ணீர் ஊற்றி தத்தம் செய்ய ஆரம்பிக்கிறான். ஆனால் கெண்டியிலிருந்து நீர் விழாதபடி வண்டாக வந்து கெண்டியின் வாயை அடைக்கிறார் சுக்ராச்சாரியார். சிறு குச்சியை எடுத்து கெண்டியின் மூக்கினுள் குத்தி தள்ளுகிறார் வாமனர். சுக்கிரரின் கண் குருடாகிறது.

வாமனரின் கைகளில் நீர் ஊற்றி தத்தம் தருகிறான் மகாபலி. மறுகணம் விசுவரூபமெடுக்கிறார் வாமனர். இப்போது விண்ணுக்கும், மண்ணுக்கும் பிரம்மாண்டமாக வளர்ந்து உலகளந்த பெருமாளாக நிற்கிறார் அவர்.

ஒரே அடியால் பூமி முழுதையும் அளந்த வாமனர் இரண்டாவது அடியால் வானம் முழுதையும் அளந்து விடுகிறார். பிறகு சிரித்தபடியே, மூன்றாவது அடியை எங்கே வைப்பது? என்று கேட்கிறார்.

மண்டியிட்டு வணங்கிய மன்னன் தன் தலை மீது வைக்க வேண்டுகிறான். அப்படியே திரிவிக்ரமனாகிய வாமனர் அவன் தலைமீது காலை வைக்க அவன் பாதாள உலகம் செல்கிறான்.

காட்டுப் பொறியிலும் சிறு திறன்தான் உண்டு. அது காட்டுத் தீயாக மாறி எட்டுத் திக்கும் பேரழிவை ஏற்படுத்தும். திறன் ஒழுங்குக்குக் கட்டுப்படும்போது அதனால் செலுத்தவும், நிறுத்தவும் முடியும்.

உலகம் என்பதும், ஞானம் என்பதும் ஓடை நதியுடனும், நதி கடலுடனும் கலப்பது போன்றதே. கடலில் இருந்து வருவது மழை. மழை ஓடையாக, அருவியாக நதியுடன் சேரும். நதி ஓடிச் சென்று கடலுடன் சேரும்.

உலகம் என்பது வாழ்க்கை. உணர்தல் என்பது ஞானம். உணரப்படும் பொருளே பெயரற்ற அந்த ஆற்றல் அல்லது வெட்டவெளி.

ஓடை நதியுடன் கலப்பதுபோல் உலக வாழ்க்கை எந்தத் திசையில் எப்படி ஓடினாலும் இறுதியில் உணர்தல் என்னும் ஞானத்தில் போய் முடிந்து விடுகிறது. நதி ஓடிச் சென்று கடலில் கலப்பதுபோல் ஞானம் பெருகிச் சென்று மூலப் பொருளாகிய வெட்டவெளியுடன் கலந்து விடுகிறது.

எங்கிருந்து புறப்பட்டு வந்தோமோ அதனை உணர்ந்து மீண்டும் அதனுடன் இணைந்து விட்டால் மீண்டும் பிரிவுக்கு இடமில்லை. மறுபிறப்பு என்பதற்கும் வழியில்லை. புத்தர் கூறிய சூனிய நிலை. ஆதிசங்கரரின் இரண்டற்ற நிலை. சிவவாக்கியரின் வெட்டவெளியில் ஐக்கியமாதல் எல்லாம் அதுவேதான்.

உணராமை மீண்டும், மீண்டும் பிறப்பளிக்கும். உணர்ந்த பின்னர் பிறப்பு என்பதில்லை.

33
நிஜமான வெற்றி

உலகை உணர்ந்தவன் அறிவாளி, உட்புகுந்து
தன்னையே உணர்ந்தவன் மெய்ஞ்ஞானி
பலத்தால் பிறரை வெல்பவன் வீரன்
தன்னை வென்றவன் மகாவீரன்
போதுமென்றிருப்பவன் செல்வந்தன் -ஆற்றலோ
டொதுங்கியிருப்பவன் மேன்மையாளன்
வாதின்றி இயல்பினி லிருப்போன் நிலைத்தவன்
இறந்தும் இறவா அமரனவன்.

சமண மதத்தை நிறுவியவர் மகாவீரர். புத்தரின் சம காலத்தவர். புத்தர், ஏசு, நபி, சங்கரர், ஜராதுஷ்டிரர் என உலகின் கோடானு கோடி மக்களின் நடுவே ஞானம் பெற்ற வெகு சிலரில் ஒருவர்.

வீரன் என்பவன் பிறரை வெல்லக் கூடியவன். அப்படிப்பட்ட வீரர்களையெல்லாம் வெல்லக்கூடியவனையே மகாவீரன் என்பார்கள். ஆனால், ஒரே ஒரு ஈ, எறும்புக்குக் கூட பகை நினையாத ஒரு கொசுவைக் கூட நசுக்காத மாபெரும் அகிம்சாவாதியை மகாவீரர் என்கிறது உலகம்.

வீரத்தை விரும்பாத, எவருக்கும் சிறு துன்பம் கூட தராதவரை எப்படி மகாவீரர் என்கிறோம்?

காரணம் ஒன்றுதான். எவராலும் அடுத்தவரை வெல்ல முடியும். ஆனால், யாராலும் தன்னை வெல்ல முடியாது; தன் புலன்களை வெல்ல முடியாது.

உங்களது கைகளால் அடுத்தவன் கழுத்தை நெரிக்க முடியும். உங்கள் கழுத்தையே உங்களால் நெரிக்க முடியுமா? அடுத்தவன் தலைமுடியைப் பற்றி அப்படியே அவனை உங்களால் தூக்க முடியும். ஆனால் நம் தலை முடியை நாமே பற்றித் தூக்குவது சாத்தியப்படுமா?

புலன்களுடன் போராடுவது அத்தகைய மாபெரும் வித்தைதான். அதை நடத்திக் காண்பித்தவர் அவர். அதனால்தான் ஆயுளில் எவரோடும் சண்டையே போடாத அவர் மகாவீரர் என வரலாற்றில் புகழ்பெற்றார்.

உலகத்தைப் பற்றிய செய்திகளைப் புட்டுப்புட்டு வைக்க அறிவாளியால் முடியும். ஆனால், தான் யார் என்று உணர ஞானியால் மட்டும்தான் முடியும். அத்தகையவன்தான் ஆற்றல் இருந்தும் ஒதுங்கியிருப்பான். தன் இயல்பினில் பொருந்தி நிலைத்திருப்பான். அவன் உடல் மரணமடையும். ஆனால், அவன் என்றென்றும் அழிவின்றி நிலைத்திருப்பான்.

முனிவர் ஒருவரை கேலி செய்த யாதவர்கள் சாம்பன் என்பவனுக்கு பெண் வேடமிட்டு அழைத்துச் சென்று, “சுவாமி! இவள் கர்ப்பமாக உள்ளாள். இவளுக்கு என்ன குழந்தை பிறக்கும் என்று உங்கள் ஞான திருஷ்டியால் அறிந்து சொல்ல வேண்டும்'' என்று பணிவாக இருப்பவர்கள் போல் வேண்டினர்.

மனக்கண்ணால் உண்மையை உணர்ந்த முனிவர் சினத்துடன் இவனுக்கு உலக்கை பிறக்கும். அது உங்கள் வம்சத்தை நிர்மூலமாக்கும் என்றார்.

விளையாட்டு வினையாகவே பயந்து போய் திரும்பியவர்கள் அவன் வயிறு பெரிதாயிருப்பது கண்டு அதிர்ந்தனர். அதேபோல் சில மாதங்கள் கழித்து அவனுக்கு ஒரு உலக்கை பிறந்தது. அதை துண்டு, துண்டாக்கி நெருப்பிலிட்டு எரித்து சாம்பலை கடற்கரையில் தூவி விட்டனர். அத்துடன் பிரச்சினை தீர்ந்தது என்று நிம்மதியடைந்தனர்.

சில நாட்கள் கழித்துப் பெய்த மழையால் கரை முழுதும் மூங்கில்கள் போல் கோரைப் புற்கள் உயர்ந்து வளர்ந்தன.

நடந்ததை உணர்ந்த கிருஷ்ணர் யாதவர்களை அழைத்து இனி யாரும் மது அருந்த வேண்டாம் என்று கேட்டுக் கொண்டார்.

பல ஆண்டுகள் சென்றபின் விழாக் கொண்டாட துவாரகை நகரமே திரண்டு கடற்கரைக்குச் சென்றது. விழா முடிந்ததும் பலரும் உற்சாகமாக மதுபானம் அருந்தினர். மதுவின் போதை ஏற, ஏற அவர்கள் ஒருவரையொருவர் கேலி செய்து கொள்ள ஆரம்பித்தனர். அப்போது பேச்சு குருஷேத்ரப் போர் பற்றி திரும்பியது. அவர்களில் பலர் துரியோதனன் பக்கமும், சிலர் அர்ஜுனன் பக்கமும் இருந்து போரிட்டவர்கள்.

"ஏய் கிருதவர்மா! தூங்குபவர்களை யாராவது கொல்வார்களா? நீரும், அசுவத்தாமனும் செய்த கேவலம் நம் இனத்துக்கே அவமானம்" என்றான் சாத்யகி.

"நீ...? நீ மட்டும் என்ன? பூரிசரவஸை வஞ்சகமாக கொன்றவன் தானே?" என்றான் கிருதவர்மா பதிலுக்கு.

பேச்சு முற்றியது. வாளை உருவிக் கொண்டு பாய்ந்த சாத்யகி கிருதவர்மாவின் தலையை சீவ, அதற்கு பதிலாக பலர் சூழ்ந்து கொண்டு சாத்யகியை அடித்துக் கொன்றனர். கலவரம் பெரிதாகியது. குடிவெறியில் அவரவரும் கடற்கரையில் வளர்ந்திருந்த கோரைகளைப் பிடுங்கிக் கொண்டனர். உடனே உலக்கைகள் போல் உறுதியாக மாறிய அவற்றால் அடித்துக் கொண்டு அவர்கள் அனைவரும் மாண்டனர். கிருஷ்ணரின் மகன் பிரத்யும்னனும் இதில் மாண்டான்.

கண்ணெதிரே தன் வம்சம் முழுதும் அழிந்தது கண்ட கிருஷ்ணர் இது இயற்கையின் செயல் என அறிந்தார். சோர்வு அவரைக் கவ்வியது. மெல்ல நடந்து வனத்தினூடே சென்று படுத்தார் ஒரு மரத்தடியில்.

அவ்வழியே வந்த ஜரன் என்ற வேடன் தொலைவில் புதர்களில் அசைவு தென்படவே அது மான் என்று எண்ணி அந்த இடத்தை நோக்கி அம்பு விட்டான். கிருஷ்ணரின் குதிகாலில் புகுந்து ஊடுருவியது அந்த அம்பு.

ஓடி வந்த வேடன், அங்கே கிருஷ்ணரைக் கண்டதும் அலறினான். அழுது அரற்றி மன்னிப்பு வேண்டினான்.

மெல்லிய குரலில் கிருஷ்ணர் கூறினார்:

"வேடனே! விருப்பு, வெறுப்பின்றி தன் இயல்பினில் ஒன்றி நிற்பவன் அழிய மாட்டான். அமரனாகிவிடுவான். அவ்வாறு தன் இயல்பினில் பொருந்தியவன் முக்காலங்களையும் அறிவான். காந்தாரி என்னை சபித்தாள். துரியோதனன் மடிந்தபோது தன் வம்சமே தன் கண்முன் அழிந்ததுபோல், என் வம்சமே என் கண் முன் அழியும் என சாபம் கொடுத்தாள். அதன் விளைவே யாதவர்களின் அழிவு. நானும் போக வேண்டிய நேரம் வந்து விட்டது. அதனால் உன்னை எதிர்பார்த்து தான் நானும் காத்திருந்தேன்."

"என்னையா?" என்றான் வேடன் பயத்துடன்.

"சென்ற பிறவியில் நீ வாலியாகப் பிறந்திருந்தாய். உன் எதிரில் வரும் எவர் பலத்திலும் பாதி உன்னிடம் வந்து விடும். நான் அப்போது ராமனாகப் பிறந்திருந்தேன். அன்று மறைந்திருந்து உன்னை அம்பெய்து வீழ்த்தினேன். பதிலுக்கு நீ நான் யாரென்று அறியாமலேயே இன்று என் மீது அம்பெய்தாய். ஒரு கணக்கு நேராகி விட்டது. இயற்கையில் எதை எடுக்கிறோமோ அதைக் கொடுப்போம். எதைக் கொடுக்கிறோமா அதைப் பெறுவோம்."

இவ்வாறு உபதேசித்துவிட்டு கண் மூடினார் கிருஷ்ணர். தன் நிலையில் ஒன்றி இயல்பில் இருப்பவர்கள் அழிவதில்லை. அவர்கள் நிகழப் போவதை அறிகின்றனர். நிகழ்ந்ததன் தொடர் விளைவு அது என்பதையும் உணர்கின்றனர்.

கெத் சமனே தோட்டத்தில் ஏசு தன் முடிவை உணர்கிறார். உங்களில் ஒருவன் என்னைக் காட்டிக் கொடுப்பான் என யூதாஸைப் பார்த்தபடி கூறுகிறார்.

போதி மரத்தடியில் ஞானம் பெற்ற புத்தர், இவர் இதற்கு முன் பல பிறவிகளில் தான் இதுபோல் ஞானம் தேடி அலைந்ததையும் இது தன் இறுதிப் பிறவி என்பதையும் உணர்கிறார்.

இவர்களும் கூட மரணமடைந்தனர். எனினும் மங்காப் புகழுடன் இன்றுவரை வரலாற்றில் நின்று நிலவி வருகின்றனர்.

34
எங்கும் பரந்தது

எங்கும் விரிந்து பரந்த ஞானம்
இடமும், வலமும் பரவிநிற்க
பல்லாயிரவர் அதனைச் சார்ந்து
தங்கி வாழ்வர்; மறுப்பதில்லை
தனது சிறப்பில், பெருமைகளில்
தானே மகிழ்ந்து போவதில்லை
பெரியவற்றுடனும் இணையும்; அதுபோல்
சிறிய வற்றுடனும் சேரும்; எனினும்
சிறப்பாய் தன்னை நினைப்பதில்லை
அறிஞரும், ஞானியும் அங்ஙனமே
எங்கும் தம்புகழ் உரைப்பதில்லை
எனினும் அவர்பெயர் நிலைத்திடுமே.

அல்-பயாசித் மாபெரும் ஞானி. ஆனால், அவரைப் பற்றிய செய்திகள் அவ்வளவாக இல்லை. மகான்கள் என்று கூறும்போதே அவர்கள் செய்த அற்புதங்கள் அல்லது அவர்கள் எடுத்துரைத்த சித்தாந்தங்கள், அவர்கள் வாழ்வின் நெறிமுறைகள் என ஏதாவது ஒன்று அவர்களது பெருமையைப் பறைசாற்றும்.

மாபெரும் ஞானியான இவரைப் பற்றி அதிகமாகச் செய்திகள் ஏதும் கிடைக்கவில்லை. ஏனெனில் இவர் எதையும் நேரிடையாக நடத்தவில்லை. எங்கும் தன்னை இவர் முன் நிறுத்திக் கொள்ளவில்லை. எனினும் எண்ணற்றவை அவரால் நிகழ்ந்தவை. அவை இவரால் நிகழ்ந்தது என்பதை அவரே அறியாதபடி அவை நிகழ்ந்தன.

கர்மங்களைத் துறந்து, துறத்தலின் பயனையும் துறந்து அதனால் உண்டாகும் அகங்காரத்தையும் துறந்து விடுவதே உண்மையான துறவுநிலை என்கிறார் கிருஷ்ணர் கீதையில்.

அல்-பயாசித் வாழ்வு அப்படித்தான் இருந்தது. அவர் ஒரு பறவையைப்போல் வாழ்ந்தார். தன்னைப் பற்றிய எந்த அடையாளங்களையும் அவர் விட்டுச் செல்லவில்லை என்கிறது வரலாறு.

அவர் தமது ஆற்றலால் வானுலகம் சென்றார். தேவர்கள் அவரை வணங்கி வரவேற்றனர். அல்-பயாசித் அவர்களை நோக்கி ஆவலுடன், இறைவன் எங்கே இருக்கிறார்? என்று கேட்டார். அவர்கள் வியப்புடன். "அப்படியானால் அவர் பூவுலகில் இல்லையா?" என்று கேட்டார்களாம்.

வானில் இறைவன் இருப்பதாக நாம் எண்ணியிருக்கிறோம். பூமியில் அவர் இருப்பதாக தேவர்கள் எண்ணுகின்றனர். ஆக, அவர் எங்குமே இல்லை. உண்மையில் அவர் எங்கும் உள்ளார். எல்லாமாக உள்ளார் என்பதை விளக்கும் நுட்பமான கதை இது.

மண்ணும் நானே, மக்களும் நானே, மரம், செடி, கொடிகளும் நானே என கீதையில் கண்ணன் கூறுவது இதையே. எல்லாவற்றையும் தன்னைப் போலவே எண்ணி நேசிப்பவர்க்கு எல்லாமே இறைவனின் வடிவாகத் தென்படும் என்பதும் இதுவே.

இறைவன் அன்பாயிருக்கிறார் என்பதன் தத்துவமும் இதுதான். அவர் அன்போடிருக்கிறார் என்று கூறவில்லை. அன்பாயிருக்கிறார். அன்பே இறைவன், தன்னைப்போல் பிறரையும் நேசி என்பதும்

இதுதான். இறைவன் தாமே எல்லாமாக இருப்பதால் அனைத்தையும் இறைவனாகக் கருதும் உயர்ந்த நிலை அது.

இறுதியாக தேவர்களும் காணாத இறைவனை அல்-பயாசித் கண்டார். அதன் பின் அவரை மற்றவர் காணவில்லை. அதாவது அவர் தன்னுள்ளே இறைவன் இருப்பதை உணர்ந்தார். பின் அதுவே அவர் ஆகியது. அல்லது அண்டமாய், அவனியாய் எங்கும் பரவி விட்டார் அவர்.

இதனையே லா வோ த்ஸுவின் பாடல் ஒன்று கூறுகிறது. இடமும், வலமுமாய் ஞானம் எங்கும் பரவியுள்ளது. அதனை சார்ந்தே பல்லாயிரக்கணக்கானவை வாழ்கின்றன. எனினும் அது என்னால்தான் என்று அது கூறுவதேயில்லை என்கிறார்.

ஞானிகளும் அப்படிப்பட்டவர்களே. ஞானம் எப்படி தன் சிறப்பில் தான் மகிழ்வதில்லையோ அதுபோன்றே ஞானியரும் தமது பெருமைகளை தாமே பறை சாற்றுவதும் இல்லை. பிறர் புகழக் கேட்டு மகிழ்வதும் இல்லை.

ஞானம் எனப்படும் அந்த ஆதி அனைத்துடனும் இருக்கும். பெரியவற்றுடனும் இணையும். சிறியவற்றுடனும் சேரும். இரண்டிற்கும் அப்பாற்பட்டும் விளங்கும்.

''உணர்வார் ஆர் உன்பெருமை ஊழிதொறும் ஊழி'' என்று பாடுகிறார் தொண்டடிரப்பொடி ஆழ்வார்.

35
உள்ளில் ஒன்றுதல்

வெட்ட வெளியுடன் இணைந்து நிற்போரை
உலகம் தேடிவந்து அடையும்
உயர்த்திப் புகழ்ந்து கொண்டாடும்
எட்டியிருப்பதில்லை; அருகில் தான்
என்றும் உள்ளது; அதனிடம்
அபயமும், அமைதியும் மட்டும்தான்
கிட்டினாலும் பிடிபடாது; உணர்வில்
கேட்க, பார்க்க முடியாது
குறைவிலாப் பயன்கள் குவிந்திருக்கும்.

புத்தர் ஒரு மரத்தின் அடியில் அமைதியாக அமர்ந்திருந்தார். அவரிடம் வந்த ஒருவன் கேட்டான்: ''ஐயா! உங்களுக்குக் கடவுளிடமிருந்து என்ன கிடைத்தது?'' என்று.

புத்தர் சிரித்தார். "அப்பா! நான் எதையும் பெறவில்லை. இருந்தவற்றை இழந்தேன். அதன்மூலம் என்றும் இருத்தலை உணர்ந்து கொண்டேன்" என்றார்.

இயேசுநாதர் கூறினார்: "நீ உன்னுள் இருக்கும் இறை சாம்ராஜ்யத்தைத் தேடு. பின்னர் எல்லாம் உனக்குத் தாமாகவே வழங்கப்படும்.

தன் உள்ளே சுடர்விடும் அந்தராத்மாவை உணர்ந்தவன் பரமாத்மாவை உணர்கிறான். சகலத்துக்கும் ஆதாரமான அந்த ஜீவசக்தி வசப்பட்ட பின் அவனால் ஆகாதது எது?

இறந்தவனை 'லாசருவே! வா' என்றழைத்தார் ஏசுநாதர். அவன் எழுந்து வந்தான். சூரியனே உதிக்காமல் போகட்டும் என்று கட்டளையிட்டாள், நளாயினி. எண் திசைகளும் இருண்டன. கொங்கணவரின் பார்வையில் ஒரு கொக்கு எரிந்தது.

இவையெல்லாம் அவர்கள் படைப்பின் அனாதியான பெயரறியாத அந்த மகாசக்தியை உணர்ந்ததன் விளைவே.

அதனை ஞானமென்றும், வெறுமை என்றும் குறிப்பிடுகிறார் லா வோ த்ஸு. அந்த வெற்றுவெளியைத் தேடி அடைந்தோரை உலகம் தேடி வந்து வணங்கும். அந்த நாள் மிக தொலைவில் இல்லை. அருகில்தான் இருக்கிறது. பரலோக ராஜ்யம் சமீபத்தில் இருக்கிறது என்கிறார் ஏசு. அதனை அடைந்தால் இன்பமும் இல்லை. துன்பமும் இல்லை. அபயமும், அமைதியும் மட்டுமே அதனிடம் உண்டு.

பார்த்தால் பார்வைக்குப் புலப்படாது. கவனித்தால் கேட்க ஒலியிராது. ஆனால் குறைவற்ற பலன்கள் கொண்டது அது.

"வெட்டவெளிதன்னை மெய்யென்றிருப்போர்க்கு
பட்டயம் ஏதுக்கடி- குதம்பாய்"

-என்று பாடுகிறார் குதம்பைச் சித்தர்.

இவர்கள் அனைவரும் எட்டிய நிலை ஒன்றுதான். அதன் விவரணங்கள்தான் வேறு வேறாகக் கூறப்படுகிறது. ஆழ்ந்து நோக்கினால் எல்லாவற்றின் பொருளும் ஒன்றுதான் என்பது புரியும்.

36

நலிவே வலிவு

ஒடுங்கி இருப்பதே விரிவடைவது
நலிந்திருப்பதே வலிவூட்டியது.
அடங்கி இருப்பதே சீறிஎழும்
உயர்ந்து நிற்பதோ மடிந்து விழும்

இயற்கையின் ரகசியம் இதுவே
மென்மையே வன்மையை வெல்லும்
செயற்கை ஆயுதங்க ளேந்தார்
சீரிய உண்மையை உணர்ந்தோர்

இயற்கையின் மிகப்பெரும் ரகசியத்தை லா வோ த்ஸு இங்கு குறிப்பிடுகிறார். எதிர்மறை சக்திகளின் சங்கமத்தால் இயங்கும் இந்த உலகில் எது ஒடுங்கி இருக்குமோ அதுவே விரிவடையும். எது மிகவும் நலிவடைகின்றதோ அதுவே மிகவும் வலிமையோடு எழும்.

மிகவும் அடக்குமுறைக்கு ஆளான மக்களே மிகப்பெரிய புரட்சிகளை நடத்துகின்றனர். மிக, மிக அழுத்தப்பட்ட வெடிமருந்தே மிகவும் வலிமையுடன் வெடித்து சிதறுகிறது. ஞான வேட்கையிலும் எந்தத் தவறுகளுக்கும் ஆட்படாதவர்கள் வெறும் பக்தர்களாகவே நின்று விடுகின்றனர். குடிகாரனாய், வேசிலோலனாய், கள்வனாய் வாழ்வின் இந்தக் கோடிவரை சென்றவர்களே மிகப்பெரிய மகான்களாய் மாறி வாழ்வின் மறுகோடிவரை செல்கின்றனர்.

கொள்ளையனாய்த் திரிந்தவர் வால்மீகி முனிவராகி ராமாயணம் எழுதினார். பெண் பித்தனாய் திரிந்தவர் உடலெங்கும் ரோகம் பிடித்து கோபுரத்தின் மீதிருந்து தற்கொலை செய்து கொள்ள குதித்த போது முருகப் பெருமானால் தடுத்து ஆட்கொள்ளப்பட்டு அருணகிரிநாதர் என்ற மாபெரும் யோகியானார். கூடுவிட்டு கூடுபாயும் சக்தியும் பெற்றார்.

இயற்கையின் ரகசியம் இதுதான். நெருப்பை நெருப்பு அணைக்காது. ஆனால் அதற்கு நேர் எதிரான நீர் அணைக்கும். ஆணைப் பெண் வெற்றி கொள்வாள். வன்மையை மென்மையே வெல்லும். வலிமை வாய்ந்த பிரிட்டனை ஆயுதம் ஏந்திய கட்டமொம்மனோ ஜான்ஸி ராணியோ வெல்லவில்லை. அகிம்சையை ஒரு ஆயுதமாக ஏந்திய அண்ணல் காந்திதான் முறியடித்தார்.

ஔவையார் கூறுகிறார்:

வெட்டெனவை மெத்தெனவை வெல்லாவாம், வேழத்தில்
பட்டுருவும் கோல்பஞ்சில் பாயாது- நெட்டிருப்பு
பாறைக்கு நெக்குவிடாப் பாறை பசுமரத்து
வேருக்கு நெக்கு விடும்.

யானையின் உடலில் ஊடுருவிப் பாயும் ஈட்டி பஞ்சு மெத்தையில் பாயாது. கடப்பாரையால் பிளக்க முடியாத பாறையை ஒரு மரத்தின் வேர்கள் இரண்டாகப் பிளந்து விடும்.

இயற்கையின் பேருண்மையை உணர்ந்த ஞானிகள் ஒருபோதும் செயற்கை ஆயுதங்களை ஏந்துவதே இல்லை. அவற்றால் எந்தவித மான பயனும் இல்லை என்பது அவர்களுக்கு நன்றாகவே தெரியும்.

37

உண்மை உணர்தல்

உண்மை தெனையும் வலியுறுத்து வதில்லை

ெனினும் செயல்கள் விடுபடுவதில்லை

நன்மை விரும்பும் அரசுகள் இதனை

நாடின் நாடும் நலம்பெற் றுயரும்

புன்மை களைந்து சீர்படுத் தலிலும்

பல்வகை சலனம் தோன்றுவ துண்டு

வண்மை மிகுந்த சொல்லா எளிமை

விருப்புகளற்ற நிச்சலனம் உலகின்வரம்.

உண்மை உணர்ந்த ஞானிகள் எதையும் வலிந்து திணிக்க மாட்டார்கள். எதை வலியுறுத்துகிறோமோ அது எதிர்க்கப் படும். தத்துவவாதிகள் மக்களை இதைச்செய், அதைச் செய்யாதே என்றெல்லாம் போதிக்கின்றனர். வலியுறுத்துகின்றனர். அவற்றை மக்கள் சட்டை செய்வதே இல்லை. மகான்கள் எவருக்கும், எதையும் போதிப்பதில்லை. தாங்களே தங்கள் கொள்கைகளைக் கடைப்பிடிக்கின்றனர். மக்களும் அவற்றை வலிய வந்து பின்பற்றுகின்றனர்.

அரசுகள் சட்டம் இயற்றி தண்டனைகள் அளித்து மக்களை நல்வழிப்படுத்தக் காலம், காலமாக முயன்று கொண்டுதான் இருக் கின்றன. ஆனால், மக்களும் புதிய, புதிய உத்திகளைக் கையாண்டு அதிலிருந்து தப்பித்துக் கொண்டுதான் இருக்கின்றனர்.

'திட்டம் போட்டுத் திருடுறக் கூட்டம் எப்போதும் திருடிக் கொண்டே தான் இருக்கிறது. அதை சட்டம் போட்டு எப்போதும் தடுக்கிற கூட்டம் தடுத்துக் கொண்டே தான் இருக்கிறது' என்பது பிரபலமான ஒரு திரைப்பாடலாகும்.

இதற்கெல்லாம் என்ன காரணம்? சட்டம் இயற்றுபவர்கள் தாங்கள் முதலில் அதைப்பின்பற்றி மற்றவர்களுக்கு ஒரு முன்மாதிரியாகத் திகழ வேண்டும். நாடாளுமன்றத்தில் ஒருமுறை நடைபெற்ற விவாதத்தில் வசூலாகாத வருமான வரி பாக்கி இருபதாயிரம் கோடிக்கு மேல் இருப்பதாக சொல்லப்பட்டது. வரிபாக்கி வைத்திருப்போர் பட்டியலில் இருந்தவர்களில் நிதி அமைச்சராக இருந்த ஜெகஜீவன்ராமும் இருந்தார். அவர் 10 ஆண்டுகளாக வருமான வரி கட்டவில்லை என்று தெரிவிக்கப்பட்டது.

ஏன் வரி கட்டவில்லை? என்று கேட்டபோது, அதற்கு ஜெகஜீவன் ராம் கூறிய பதில் "மறந்துவிட்டேன்" என்பதாகும்.

இப்படிப்பட்ட சூழ்நிலையில் சாதாரணக் குடிமகனை அவர் எப்படி ஆணையிட முடியும்? அல்லது அவருடைய ஆணைக்கு அவன் தான் கீழ்ப்படிவானா? தண்டனைக்குப் பயந்து வேண்டா வெறுப்பாகப் பணிவானே தவிர இது என் நாடு என்று ஆர்வமாக வரி செலுத்த மாட்டான்.

ராமகிருஷ்ண பரமஹம்ஸரிடம் அன்பு பூண்ட பக்தர் ஒருவர் இருந்தார். அவரது தாய் பரமஹம்ஸரிடம் சொன்னார். "சுவாமி! இவன்

அடிக்கடி சர்க்கரையை சாப்பிடுகிறான். சும்மாவே அதை அள்ளி அள்ளித் தின்கிறான். ஆயுர்வேத மருத்துவர் இவன் இனிப்பு சாப்பிடக் கூடாதென்று சொல்லியிருக்கிறார். அதை இவன் கேட்பதில்லை. நீங்கள் சொன்னால் கேட்பான். தயவு செய்து இவனைக் கண்டித்து புத்தி சொல்லித் திருத்துங்கள்" என்றார்.

"ஆகட்டும். நான் பார்த்துக் கொள்கிறேன்" என்றார் அவர். அதன்பின் அந்த அம்மையார் அடிக்கடி இதைப்பற்றி இவரிடம் ஞாபகப்படுத்துவார். இவரும் "சரி சரி பார்க்கிறேன்" என்பார்.

ஒருநாள் பரமஹம்ஸர் கூட்டத்தின் நடுவே இருந்தபோது எல்லோர் முன்னிலையிலும் அந்த ஆளை வரவழைத்து "என்ன? மருத்துவரே உன்னை இனிப்பு சேர்க்கக் கூடாது என்றாராமே! அப்படியும் நீ விடாமல் சாப்பிடுகிறாயாமே. உன் அம்மா வருத்தப் படுகிறார். இனி நீ அவற்றைத் தொடக்கூடாது. தெரிகிறதா?" என்று கண்டித்தார்.

எல்லோரும் போனபின்பு உடனிருந்தவர்கேட்டார், "சுவாமி! அந்த அம்மாள் பல மாதங்களாக இதுபற்றி உங்களிடம் சொல்லி வந்தார்கள். அப்போதெல்லாம் நீங்கள் அதைப் பொருட்படுத்தவே இல்லையே. இப்போது கூப்பிட்டுக் கண்டிக்கிறீர்களே? இதற்கு காரணம் என்ன?" என்று ஆச்சரியத்துடன் கேட்டார்.

ராமகிருஷ்ணர் சொன்னார்;

"அப்போதெல்லாம் நானே அடிக்கடி சர்க்கரை சாப்பிட்டுக் கொண்டிருந்தேன். அப்படியிருக்கும்போது நான் எப்படி மற்றவர் களுக்கு அறிவுரை கூறமுடியும்? அந்த அம்மாள் சொன்னதும் அன்றிலிருந்தே நான் சர்க்கரை சாப்பிடுவதைக் குறைத்துக் கொள்ள ஆரம்பித்தேன். அப்படிப் படிப்படியாகக் குறைத்து இப்போது சர்க்கரை சாப்பிடுவதை அடியோடு விட்டுவிட்டேன். இனி என்னால் பிறருக்கு அறிவுரை கூறமுடியும். அதனால்தான் அப்போது சொல்லாமல் இப்போது சொன்னேன்.''

மற்றவர்க்கு போதனை கூறுவதோடு நின்றுவிடாமல் தானே அதற்கேற்றாற்போல் வாழ்ந்து காட்டுபவர்கள் எவராயினும் அவர் வழியை உலகமே பின்பற்றும். அவர்கள் வார்த்தைகளால் கூட சொல்வதில்லை. எனினும் சொல் அற்ற எளிமை அனைவரையும் கட்டுப்பட வைக்கும்.

இடுப்பில் அரைத் துணியுடன் எளிமையாக வாழ்ந்தார் காந்திஜி. அவர் எப்போதும் எந்தப் பதவியிலும் இருந்ததில்லை. காங்கிரஸில் நான் வெறும் நாலணா மெம்பர்தான் என்பார். ஆனால் அவர் நாவசைந்தால் நாடே அசைந்தது.

> "செல்லுதல் யார்க்கும் எளிய அரியவாம்
> சொல்லிய வண்ணம் செயல்"

என்கிறார் திருவள்ளுவர். இத்தகைய சொல் அற்ற எளிமை சலனங்களை அகற்றும். அப்படிப்பட்ட நிச்சலனம் தான் உலகின் வரம் ஆகும். காந்திக்கும் முன் ஒருவரோடொருவர் மோதிக் கொண்டு நாட்டையே அந்நியரிடம் கோட்டை விட்டனர் நம்மவர். இப்போது பதவி, பணம், பகட்டுக்காக எதையும் செய்பவர்கள் தான் எங்கும் உள்ளனர். இடைப்பட்ட காலமான அவரது காலத்தில் மட்டும் நாடெங்கும் தியாகத் தீயின் அனல் பரவியிருந்தது. கோடி, கோடியாக இருந்த சொத்துக்களையெல்லாம் உதறி விட்டு விடுதலைப் போரில் குதித்தவர். ஏராளம். வலிமை வாய்ந்தது இந்த சொற்களால் வலியுறுத்தப்படாத எளிமையும் அதன் நிச்சலனமும் என்கிறார் லாவோத்ஸு. அதனை வரம் என்றும் கூறுகிறார். அத்தகைய வரத்தை நம் நாடு கண்கூடாக அந்த அரை நூற்றாண்டு காலத்தில் நேரில் கண்டது உண்மையல்லவா!

38
பக்தியில் சுயநலம்

உயரிய நலன்கள் சுயவிருப் பற்றவை
    தனித்த நாட்டம் அவற்றுக் கில்லை
சுயநல செயல்கள் நாட்டம் உள்ளவை.
    நற்பல னேதும் அவற்றுக் கில்லை.
பாசாங் கற்றவை உயரிய நலன்கள்
ஆசா பாசம் நிறைந்தது சுயநலன்
உயர்நோக்க செயல்களிலே நியாயம், கருணை
உத்தரவாய் செயல்படுத்தும் ஆற்றல் உண்டு
துயர் நீக்கல் ஒன்றேதான் துல்லிய இலக்கு
துணிவுடனே தன்விதியை ஏற்கச் செய்யும்.

பொதுநலம், சுயநலம் இதைத் தவிர தெய்வத்துக்கும், சாத்தானுக்கும், எந்த வேறுபாடும் இல்லை. தேவ சக்தி ஆற்றல் நிரம்பியது என்றால், அசுர சக்திகளும் அபரிமிதமான ஆற்றல் படைத்தவைதான். இன்னும் சொல்லப் போனால் வரம் பெற்ற பிறகு அசுரர்கள் அதை துஷ்பிரயோகம் செய்வார்களே தவிர வரம் பெறுவதற்கு முன்னால் அதற்கான முயற்சிகளில் தேவர்களின் முயற்சியைவிட அசுரர்களின் முயற்சிகள் தான் அபார வேத்துடன் இருக்கும்.

பொதுநலன் என்பது உலக நன்மைக்காகத் தன்னையே பலியிடும். சுயநலன் என்பதோ தனக்காக உலகத்தையே பலிகொடுக்கத் தயாராகும். உயரிய நலன்களில் தனிப்பட்ட, ஆசாபாசம் இருப்பதில்லை. சுயநலன்களில் எண்ணம், பேச்சு, செய்கை எல்லாமே பாசாங்காக மட்டுமே இருக்கும்.

ஒருவன் மிகவும் கஷ்டத்தில் ஆழ்ந்திருந்தான். அவசரமான பணத் தேவை அவனுக்கு. யாரிடம் கேட்பது என்றெண்ணியபடியே நடந்து போய்க் கொண்டிருந்தான். வழியில் ஒரு கோயில் தென்பட்டது. அதன் வாசலில் நின்று கண் மூடிப் பிரார்த்தனை செய்தான்.

"இறைவா! எனக்கு உணவுக்கே வழியில்லை. வாடகை வேறு கொடுக்க வேண்டும். எனக்கு அவசரமாகப் பணம் தேவை. அதை எப்படியாவது கிடைக்க அருள் செய். என்ன கிடைக்கிறதோ அதில் பாதியை உன் உண்டியலில் போட்டு விடுகிறேன். ஆயிரம் ரூபாய் கிடைத்தால் அதில் 500 ரூபாய் உன் உண்டியலில் செலுத்தப்படும். இது சத்தியம்" இவ்வாறு வேண்டிக் கொண்ட அவன் சற்று தூரம் நடந்து சென்றான்.

திடீரென அவன் கண்கள் பளிச்சிட்டன. சாலையோர மூலையில் வாராவதி அருகே மணி பர்ஸ் ஒன்று கற்களின் இடுக்கில் விழுந்து கிடந்தது. கூர்ந்து கவனித்தாலொழிய அது இருப்பதையே எவராலும் காண முடியாது. எப்போது அது விழுந்ததோ, எவ்வளவு நாட்களாக அங்கு அது உள்ளதோ தெரியாது.

ஆவலுடன் குனிந்து பர்ஸை எடுத்துப் பிரித்தான் அவன். அதன் உள்ளே ஐந்து நூறு ரூபாய் நோட்டுகள் பளபளத்தன.

ஒரு கணம் யோசித்தவன் வானத்தைப் பார்த்துக் கூவினான். "இறைவா! என் மேல் உனக்கு அவ்வளவு அவநம்பிக்கையா? எங்கே

நான் சொன்னபடி உன் உண்டியலில் பாதிப்பணத்தைப் போடு வேனோ, மாட்டேனோ என்ற சந்தேகத்தில் உனக்கு சேர வேண்டியதை எடுத்துக் கொண்டு மிச்சத்தைப் போட்டிருக்கிறாயே!" என்று.

சுயநலத்தில் வரக்கூடிய பக்தியும் இப்படிப்பட்டதுதான். அன்பு, பிரேமை, கருணை, பாசம் போன்ற எதுவாயினும் நோக்கம் தன்னலமற்றதாயின் மட்டுமே அவை உயரிய நலன்கள் நல்கும். நோக்கம் தன்னலமாகும்போது எத்தகைய நல்லியல்பும்கூட தீயவையே.

துரியோதனன், தருமபுத்திரர் இருவரில் யார் இளவரசர் என்ற போட்டி ஏற்பட்டபோது பீஷ்மர் மிகுந்த மனசங்கடத்துடன் குரு நாட்டை இரண்டாகப் பிரிக்க முடிவு செய்தார். ஹஸ்தினாபுரத்தை துரியோதனனுக்கும், காண்டவப் பிரஸ்தத்தை தருமனுக்கும் அளிக்க முடிவெடுக்கப்பட்டது. இதனை திருதராஷ்டிரன் தருமனிடம் கூறியபோது, "நாட்டைப் பிரிக்கப் போகிறீர்களா பெரியப்பா? வேண்டாம். நாட்டின் என் பங்கினையும் சேர்த்து துரியோதனனுக்கே கொடுத்து விடுங்கள். பிரிவினையால் எல்லைகள் குறுகும். பலம் குன்றிவிடும். சாம்ராஜ்யத்தின் கட்டுக்கோப்பே சிதைந்துவிடும். யார் மன்னனானால் என்ன? தம்பி துரியோதனனே நாடாளட்டும்" என்றான்.

உயர்நலன் என்றும் பாசாங்கு செய்யாது. அதனிடம் நியாயம், கருணை, செயல்படுத்தும் ஆற்றல் மூன்றும் இருக்கும். சுயநலத்திடம் திடமாக உத்தரவிடும் வன்மை கிடையாது. அது பல்வேறு முகமூடிகளை அணியும். பாண்டவர்களை அரக்கு மாளிகைக்கு துரியோதனனால் நேரிடையாக போகச் சொல்ல முடியவில்லை. அதனால் மறைமுக சூழ்ச்சிகளை அவன் நாடினான். அவர்களின் அஞ்ஞாத வாசத்தை உடைக்க விராட நாட்டின் மீது போர் தொடுக்கவும் மறைமுக சமாதானங்களையும் பொய்க் காரணங்களையும் நாடினான். காரணம் அவன் நோக்கத்தில் அதர்மமிருந்தது.

கிருஷ்ணரின் நோக்கங்கள் நேராயிருந்தன. அதனால் திடமாக அவரால் உத்தரவிட முடிந்தது. 14-ஆம் நாள் பாரதப் போரில் எவராலும் துரோணருடன் போரிட முடியவில்லை. அவர் பிரம்மாஸ்திரத்தைப் பிரயோகிக்கும் நிலையில் இருந்தார்.

கிருஷ்ணர் தருமனிடம் கூறினார்:

"யுதிஷ்டிரா! இந்தப் போரில் தருமம் உன் பக்கம்தான் உள்ளது என்று உணருகிறாயா?"

தருமர் அதற்குத் தலையசைத்தார்.

"தர்மத்தின் பாதையில் வெற்றிக்கு இடையூறாக துரோணர் நின்று கொண்டிருக்கிறார் என்பதை உணர்கிறாயா?"

அதற்கும் தருமரிடமிருந்து மெல்லிய தலையசைப்பு தான் பதிலாக வந்தது..

அவரை அப்புறப்படுத்த ஒரு அதர்மத்தை செய்தால் அது அதர்மம் ஆகாது என்பதை உணர்கிறாயா?"

தருமர் ஆம் என்று ஒப்புக் கொண்ட பின்பே, அசுவத்தாமன் இறந்தான் என்று பீமனைக் கூவுமாறு கிருஷ்ணன் சொல்கிறான். "அசுவத்தாமா கொல்லப்பட்டான்" என்று பீமன் கூவ அதை நம்பாத துரோணர் உண்மையா என தருமனைக் கேட்க தருமர் "அசுவத்தாமா இறந்தது உண்மை" என உரக்கவும் ''ஆனால் யானை" என்று மெல்ல வும் கூறுகிறார். இதைக் கேட்டு மனம் உடைந்த துரோணர் புத்திர சோகத்தால் ஆயுதங்களை எறிந்துவிட்டு தியானத்தில் கண்மூடி அமர் கிறார். அப்போது திருஷ்டத்யும்னன் அவரைக் கொன்று விடுகிறான்.

இங்கே கிருஷ்ணர் தயக்கமின்றி உத்தரவிடுகிறார். அவருக்கு அப்போது எந்த சுயநலமும் இல்லை. இந்தச் செய்கையால் அவருக்கு எந்த லாபமும் இல்லை. தர்மம் வெல்ல வேண்டும் என்பது ஒன்றே அவரது குறிக்கோளாக இருந்தது.

பின்னாளில் இதனையே வள்ளுவரும்

பொய்மையும்வாய்மையாம் இடத்த, புரைதீர்த்த
நன்மை பயக்கும் எனின்

-என்று கூறுகிறார்.

உயரிய நோக்கத்துடன் கீதையில் கிருஷ்ணர் கூறிய,
ஒருவனைக் கெடுத்து ஓர்குடி காக்கலாம்.
ஒருகுடி கெடுத்து ஓர்பெருநகர் காக்கலாம்.
ஒருநகர் கெடுத்து ஓர்பெரு நாடெலாம்
ஒருபெருந் துன்புறாவகை காக்கலாம்

என்பது இன்று உலகத்துக்கே பொது விதியாக விளங்குகிறது.

39

விதைத்ததே விளையும்

மூலத்துடன் இணைந்தே அனைத்தும் செயல்படும்
விண்ணும் அதனால் பரிசுத்தமானது
மண்ணும் அதனால் நிலைப்பாடுற்றது
ஞாலத்தின் உயிர்களும் படைப்புத்திறன் கொண்டன
ஏகத்துவமே வாழ்வின் அடிப்படை
ஏகம் இன்றி ஏதும் இல்லை.
காலம் என்பதும் ஏகத்தின் விளைவே
மனமும் அதனால் ஆன்மா பெற்றது
மலைச்சரி வுகளும் வளமை பெற்றன
ஆலம் விழுதாய் அனைத்தும் பெருகின
ஆன்மா இன்றேல் மனமும்மலடு
தாவரம் இன்றி மலைகள் தீயும்
தருக்கள் நிற்பது வேர்களின் மீதுதான்
அரசின் அடித்தளம் பாமரரே!
உயர்தலும் தாழ்தலின் மீதுதான்
உருளும் வண்டியின் பாகங்கள் வண்டியாகா
ஏகம் உணர்ந்தவர் ஏங்கார்
இகழ்ச்சியும், புகழ்ச்சியும் ஒன்றே

இயற்கையில் படைக்கப்பட்ட அனைத்தும் மூலமான ஒன்றுடன் இணைந்தே இயங்குகின்றன. அந்த மூலமான ஆதார சக்தியினால் தான் விண்ணும், மண்ணும் இயங்குகின்றன. எங்கும் உள்ள அதுவே ஏகம் எனப்படுகிறது. அது இன்றி ஏதும் இல்லை.

ஞானி லா வோ த்ஸு கூறும் இதே கருத்தையே எல்லா மகான்களும் வலியுறுத்தி உள்ளனர். அனைத்துக்கும் அப்பாற்பட்ட அதனை உணர்ந்து கொண்டவர் எதன் மீதும் பற்றுக் கொள்ளமாட்டார்.

மனித உடலை ஆராய்ந்த விஞ்ஞானிகள் உடலின் ரசாயனக் கூறுகளைத் துல்லியமாக அளவிட்டுள்ளனர். உடலில் இத்தனை சதவீதம் கால்ஷியம், இவ்வளவு கார்பன், சிறிதளவு கந்தகம், கொஞ்சம் பாஸ்பரஸ் என பல்வேறு வேதிப் பொருள்கள் கலந்துள்ளன. அதற்காக அதே அளவு மேற்சொன்ன ரசாயனங்களைக் கலந்தால் ஒரு மனிதனை உருவாக்கிவிட முடியுமா?

இதனைத்தான் வண்டியின் பாகங்கள் வண்டி ஆகாது என்கிறார் லா வோ த்ஸு.

ஆன்மா அற்ற மனம் வெறும் மலட்டுத் தனத்துடன்தான் இருக்கும். ஏசு கூறுகிறார்; "ஒருவன் தனது ஆன்மாவை இழந்து விடுவானாகில் அவன் உலகத்தையே பெற்றாலும் அதனால் என்ன பலன்?" என்று. அனைத்து உயிர்கள் மீதும் கருணை பொழிவதே ஆன்மாவின் இயல்பு.

குயவன் ஒருவன் பானை செய்து கொண்டிருந்தான். அவன் வீட்டு வாயிலில் ஆடு ஒன்று கட்டிப் போடப்பட்டிருந்தது. அந்த வழியே துறவி ஒருவர் வந்தார்.

"சாமி! நாளைவரை இந்த ஊரிலேயே இருந்து போங்கள். நாளை இந்த ஊரில் பண்டிகை தடபுடலாக நடக்கும்" என்றான் குயவன்.

"அப்படியா?" என்றார் துறவி

"ஆமாம், குலதெய்வ பூஜை என்பது இங்கு பெரிய விசேஷம். வாசலில் கட்டிப் போட்டிருக்கிற கிடாவை அதற்குத்தான் வளர்க்கிறேன். அதை வெட்டி பலி கொடுக்கப் போகிறோம்."

துறவி ஏதும் பேசவில்லை. குயவன் செய்து வைத்த பானைகளில் ஒன்றை எடுத்தார். அதை ஓங்கித் தரையில் அடித்து உடைத்தார். பானை துண்டு துண்டாக சிதறியது.

"என்ன இது?" என்று கூவினான் குயவன்

"உனக்குதான் எடுத்துக் கொள்"என்றார் துறவி.

"என் பானையை உடைத்துவிட்டு என்னிடமே கொண்டு வந்து அதைக் கொடுக்கிறாயா?" என்ற குயவனின் குரலில் சீற்றம் இருந்தது.

"கடவுள் படைத்த ஒரு உயிரை, பலியிட்டு கடவுளுக்கே படைக்கிறாயே? அதை மட்டும் அவர் ஏற்பாரா?" என்று கேட்டார் துறவி. குயவன் வாயடைத்துப் போனான்.

உனக்கும் கீழே உள்ளவர்கள் மீது நீ கருணை காட்டினால், உனக்கு மேலே உள்ள சக்தி உன்னிடம் கருணை புரியும். உனக்குக் கீழே உள்ளவர்களை நீ மதிக்காமல் உனக்கு மேலே உள்ளவர்கள் மட்டும் உன்னை மதிக்க வேண்டும் என்று எப்படி எதிர்பார்க்க முடியும்?

எதை விதைக்கிறாயோ அதுவே விளையும்; எதைக் கொடுக்கிறோமோ அதுதான் திரும்பி வரும். "வினை விதைத்தவன் வினையறுப்பான்" என்பதும், "பட்டயத்தை எடுத்தவன் பட்டயத்தால் சாவான்" என்பதும் மாறாத பழமொழிகள்.

ஒரு நாட்டின் அடித்தளம் மக்கள்தான். மரம் நிற்பது மண்ணுக்குள் இருக்கும் வேர்களால்தான். உயர்வு என்பது தாழ்வில் இருந்துதான் வரும்.

"எல்லார்க்கும் நன்றாம் பணிதல்" என்பது வள்ளுவர் வாக்கு.

40

அனைத்தும் பிரம்மமே

ஞானத்தின் நகர்வு இயல்பிடம் நோக்கி
ஞானம் நகர்வது பலமின்மையால்
இருத்தலில் இருந்து இருக்க வந்தவையே
எண்ணற்ற படைப்பும் விண்ணும், மண்ணும்
இருத்தல் வந்ததோ இல்லாததில் இருந்தே.

குருஜி வாசுதேவ்

என்றும் இருக்கும் ஒன்றை பிரம்மம் என்று கூறுகிறார் ஆதிசங்கரர். "அனைத்தும் பிரம்மமே" (சர்வம் பிரம்ம மயம் ஜெகத்...) என்பது அவர் வாக்கு

இதனை பிரக்ஞை என்கிறார் புத்தர். இருத்தல் என்கிறார் லா வோ த்ஸு. பூரணம் என்கிறார் ஆதிசங்கரர். சூனியம் என்கிறார் புத்தர்.

பூரணத்தில் இருந்து பூரணத்தை எடுத்தால் எஞ்சி நிற்பது பூரணமே என்பது ஆதிசங்கரரின் புகழ்பெற்ற வரிகள் ஆகும்.

கடலில் இருந்து வந்ததுதான் மழை. மழை பெய்வதால் பெருகிப் பாய்ந்தோடுவதுதான் நதி. நதியின் இலக்கு கடலை அடைவதுதான். ஞானத்தின் இலக்கு பிரம்மத்தை அடைவதுதான். பிரம்மம் என்பதே என்றும் இருத்தல் என்பதுதான்.

அப்படி பிரம்மத்தை அடைந்தவர்கள்தான் புத்தர். ஏசு, சங்கரர் போன்றவர்கள்.

கவிஞர் கண்ணதாசன் ஒரு பாடலில் கூறுவார்:

"எறும்புத்தோலை உரித்துப் பார்க்க யானை வந்ததடா! நான்
இதயத்தோலை உரித்துப் பார்க்க ஞானம் வந்ததடா!
பிறக்கும் முன்னே இருக்கும் உள்ளம் இன்று வந்ததடா!
இறந்த பின்னே வரும் அமைதி வந்துவிட்டதடா!"

பிறப்பதற்கு முன்பு இருக்கும் உள்ளம்; இறந்த பின் வரும் அமைதி; இந்த இரண்டும் இணைந்த ஒரு முகத்தைக் கற்பனை செய்தால் நம் மனத்துள் புத்தரின் முகம் தோன்றும்.

ஒரு மரத்தடியில் புத்தர் அமர்ந்திருக்கிறார். அவரை வியந்து பார்த்து ஒருவன் கேட்கிறான். "சுவாமி! தாங்கள் யார்? கடவுளா? ஞானியா? வரம் பெற்ற முனிவரா? உங்களது முகத்தில் காணப்படும் ஒளி என்னை மெய்சிலிர்க்க வைக்கிறதே" என்று.

அதற்கு புத்தர் கூறினார்: "நான் வெறும் விழிப்புணர்ச்சி. விழிப்புணர்சி மட்டும்தான். மற்றபடி நான் என்பதுகூட இல்லை".

புத்தரிடமிருந்து பொங்கிப் பெருகிய அமைதியால் ஈர்க்கப்பட்டு பலரும் கூட்டம், கூட்டமாகக் குவிவார்கள். அவர்களில் ஒருவன்

ஒருமுறை கேட்டான். "ஐயா! உங்களுக்கு கடவுளிடமிருந்து என்ன கிடைத்தது?" என்று.

புத்தர் சிரித்தபடி சொன்னார்: "நான் எதையும் பெறவில்லை. இருந்தவற்றை இழந்தேன். அதன்மூலம் என்றும்இருத்தலைப் புரிந்து கொண்டேன்."

இருத்தல் என்பது இல்லாமையில் இருந்துதான் தோன்றும் என்கிறார் லா வோ த்ஸு. இது உள்ளடங்கிய உண்மை. மேலுக்கு முரண்பாடாகத் தென்படும். உதாரணமாக ஒளி வந்தால் இருள் விலகும். ஆனால், ஒளி என்பது உண்டாவது. இருள் என்பது எங்கும் இருப்பது. பூமியைக் கடந்து விண்வெளிக்குள் புகுந்து விட்டால் எங்கும் இருளின் போர்வைதான் இருக்கும்.

ஆதியில் எங்கும் இருள்தான் இருந்தது. பின்னரே ஒளி தோன்றியது. அதுபோல் ஆதியில் இல்லாமை மட்டும் இருந்தது. அதாவது வெறுமை. வெறும் வெட்டவெளி. அந்த ஒன்று மில்லாமையில் இருந்தே எல்லாமும் தோன்றின.

> "வெட்டவெளி தன்னை மெய்யென்றிருப்போருக்கு
> பட்டயம் ஏதுக்கடி குதம்பாய்"

-என்கிறார் குதம்பைச் சித்தர்.

41
பின்னடைந்தால்தான் முன்னேறலாம்

உயர்ந்தோர் ஞானம் உணர்ந்திடும் போதில்
உறுதியுடன் பின்பற்ற முயற்சிப்பர்
செயல்தனில் மத்திமர் செவிமடுத் திடுகையில்
சந்தேகிப்பர்; சிறிதளவே நம்பிடுவர்
அதமர்கள் ஞானம் அறிய வருகையில்
அலட்சியமும், கேலியும் ஆர்ப்பரிக்கும்
இதனால்தான் ஞானமும் முழுமை அடைகிறது
இல்லையெனில் குறைவுடன் நிற்கும்
பெரிய உருவிற்கு குறிப்பிட்ட உருவில்லை
பேரோசையில் பேச்சின் நிறைவில்லை
பரிசுத்த ஒழுக்கம் வக்கிரத் துடன்வரும்
சுத்தவெண்மை வெட்கத்தில் துவளும்
இருண்டு கறுத்தது சுடர்விடும் ஞானம்
இயல்பாய் பின்னடைந்து முன்னேறும்
திரண்டு சமன்படின் தொய்வடைந்து நிற்கும்
தென்படும் கரடுமுரடாய் தன்னளவில்
உள்ளடங்கி இருக்கும்வரை ஞானத்திற்கு
எள்ளளவும் பெயரில்லை எனினும்கூட
சொல்வதற்கும் செய்வதற்கும் ஞானமொன்றே
நல்லதென்று ஞானியர்கள் நவில்கின்றனர்.

"சுவாமி! தர்மம் என்பது எவ்வகைப்பட்டது? அதன் இயல்புகள் என்ன?"

தருமபுத்திரன் கேட்ட இந்தக் கேள்விக்கு மகாத்மா விதுரர் கூறுகிறார்: "யுதிஷ்டிரா! தருமம் என்பது இப்படிப்பட்டது என்றோ, அதன் விதிகள் இதுதான் என்றோ எவரும் அறுதியிட்டுக் கூற இயலாது. ஒரு இடத்தில் தர்மமாக இருப்பது இன்னோரிடத்தில் அதர்மமாகி விடும். ஒரு காலகட்டத்தில் விதிமுறையாயிருப்பது இன்னொரு காலகட்டத்தில் அதற்கு நேர் எதிராகத் தென்படும். மனிதன் தன் சூட்சும புத்தியினால் அந்தராத்மாவின் துணையுடன் தானே தான் எது தர்மம் என்பதைக் கண்டுபிடிக்க வேண்டும்".

ஞானத்தை உணர்ந்தவர்கள் உயர்ந்தவர்கள் எனில், அதை அவர்கள் உறுதியுடன் பின்பற்றுவர் என்கிறார் லா வோ த்ஸு. தருமத்தில் குன்றாத நம்பிக்கை கொண்ட தருமபுத்திரர் அதனை உறுதியாக நம்பினார். அந்தப் பாதையில் இறுதிவரை நின்றார். சூதாட்டத்தின் பின் வனவாசத்தில் பாண்டவர்கள் இருந்தபோது பீமனும், அர்ஜுனனும் குடிசைக்குள் நுழைந்தனர். பூரண ஆயுதபாணிகளான அவர்கள் மார்பில் கவசம், அர்ஜுனன் தோளில் காண்டீபம், பீமனின் கையில் கதாயுதம், இடையில் போர்ச்சல்லடம் அணிந்து செருகப்பட்ட வாள்.

கண்மூடி தியானத்திலிருந்த தருமர் தம்பிகளின் போர்க் கோலம் கண்டு திகைத்தார். "என்ன இது தம்பிகளே? ஏன் இந்த யுத்த ஏற்பாடுகள்?" என்றார்.

பீமன் சொன்னான்: "அண்ணா! விசேஷமான தருணங்களில் ஒரு நாள் என்பது ஒரு வருடமாகக் கருதப்படும். நாம் வனவாசம் மேற்கொண்டு இன்றோடு பதின்மூன்று நாட்கள் முடிந்துவிட்டது. சாஸ்திரப்படி இதனை பதின்மூன்று வருடமாகக் கணக்கிடலாம். ஆகவே, புறப்படுங்கள், ஹஸ்தினாபுரத்தின் மீது படையெடுப்போம். என் கதாயுதமும், அர்ஜுனனின் அஸ்திரங்களும் கௌரவப் படைகளை சிதறடித்து விடும். உங்களை நாட்டின் மன்னராக்குவோம்" என்றான்.

தருமர் சிரித்தார். "அந்த வலிமை உங்களுக்கு உண்டு என்பதை நானறிவேன். உன் கதாயுதம் உலகையே தூக்கிவிடும். அர்ஜுனனின் பாணங்களை எதிர்கொள்ள அகில உலகிலும் எவரும் இல்லை. ஆனால் இங்கு பிரச்சினை போரைப் பற்றியது அல்லவே. சூதாட்ட நிபந்தனைகளின்படி பன்னிரெண்டு வருட வனவாசமும், ஒரு வருட அஞ்ஞாத வாசமும் நாம் இருக்க வேண்டும். இதில் போர் என்ற பேச்சுக்கே இடமில்லையே. அத்துடன் நான் சூதாடியபோது எந்த

விசேஷமான சந்தர்ப்பமும் இல்லையே. ஆகவே சாஸ்திர விலக்குகளை இங்கு கையாள முடியாது. இங்கு ஒரு வருடம் என்றால் ஒரு வருஷம் தான். அதை ஒரு நாளாக எண்ணவே கூடாது. தம்பிகளே! ராஜ்ய ஆசைக்காக தருமத்தைப் புறக்கணிக்க முடியாது. 13 வருடத்தைக் காட்டில் கழித்த பின்பே ஆயுதங்களை எடுக்க நியாயமான காரணம் உண்டு. அதற்கு முன் ஆயுதங்களை ஏந்த என் மனம் இடம் தராது. நீங்கள் விரும்பினால் விராடனிடமோ, துருபதனிடமோ சென்று அவர்களுடைய அரண்மனையில் தங்கி இருங்கள். நான் பதின்மூன்று வருடங்களைக் காட்டில் கழித்தபின் வந்து உங்களை சந்திக்கிறேன்."

இவ்வாறு உறுதியுடன் தர்மத்தை பின்பற்றியதால்தான் உயர்ந்தவர்களின் வரிசையில் அவர் எண்ணப்படுகிறார்.

மத்திமர்களுக்கு ஞானத்தின் மீது நம்பிக்கை வரும். கூடவே அவநம்பிக்கையும் வரும்.

தண்ணீரின்மேல் நடந்து வந்த ஏசு பேதுரு எனப்படும் பீட்டரிடம், "ஆண்டவர் மீது நம்பிக்கை வைத்து இறங்கி நடந்து வா" என்கிறார். படகிலிருந்து நீரில் கால் வைத்த பீட்டர் நடந்து வந்தான். நாலடி நடந்தவன் தடக் எனக் கடலில் மூழ்கினான். சட்டென்று அவனைப் பற்றிய ஏசு, "முட்டாளே! ஏன் அவநம்பிக்கைப் பட்டாய்?" என்று கண்டித்தார்.

அதமர்களுக்கோ ஞானத்தின் மீது கேலியும், அலட்சியமும் மட்டுமே இருக்கும்.

ஆயுதம் ஏந்தாத கிருஷ்ணன் என்ன செய்துவிட முடியும்? பீஷ்மர், துரோணர், கிருபர், அசுவத்தாமா, கர்ணன், சல்லியன், பகதத்தன் என ஏராளமான மகாவீரர்கள் என் பக்கம். 13 அக்குரோணி சேனைகள் என் பங்கில் உள்ளன. இஷ்டப்படி மரணம் என்ற வரம் பெற்றவர் பீஷ்மர். இந்திரனின் சக்தி ஆயுதம் பெற்றவன் கர்ணன். பூரண அஸ்திர வித்தைகள் பெற்றவர் துரோணர். கிருபர், அசுவத்தாமா இருவரும் சிரஞ்சீவிகள். வாள் போரில் பூரி சிரவஸையும், யானைப் போரில் பகதத்தனையும் இந்திரனால் கூட வெல்ல முடியாது. முனிவர்கள் சொன்ன ஆருடங்களை பொய்யாக்குவேன். வெற்றி எனதே! என்று முழங்கினான் துரியோதனன். 18-ஆம் நாள் போரில் அவன் தன்னந்தனியாக அனைத்துப் படைகளையும் இழந்து கங்கைக் கரையில் நின்றான். ஞானியான விதுரர் சொன்னது உண்மையானதை அப்போதுதான் அவன் புரிந்து கொண்டான்.

ஞானம் இவை அனைத்தும் இணைந்தே முழுமை பெறுகிறது என்கிறார் லா வோ த்ஸு. அரசின் பணம் அப்படியே கஜானாவில்

இருந்தால் அது முழுமை அல்ல. சம்பளமாக ஊழியர்களுக்கு சென்று அவர்களிடமிருந்து பொருட்களை விற்பவர்களிடம் வாணிபம் மூலம் சென்று வேலை, கூலி, உணவு, தொழில் என பல கைகள் மாறி அவரவர் தேவை நிறைவாகிய பின் வரியாக அரசு கஜானாவுக்கே வந்து சேரும் போதுதான் பணத்தின் செயல்பாடு, நோக்கம் அனைத்தும் முழுமை அடையும்.

ஞானம் என்பதும் அப்படியே. முதலில் கடவுள் பற்றிய அறிமுகம். பின் அலட்சியம், கேலி. பின்னர் அவநம்பிக்கையுடன் கொஞ்சம் நம்பிக்கை. பின்பு நம்பிக்கை, பின்னர் அனைத்தையும் தாண்டி எல்லாம் அவன் செயல் என அறிதல். இப்படி பெரிய வட்டம் முழுமையடைதலில் தான் உலக வாழ்க்கை பற்றிய முழு அனுபவமும் கிட்டும். அவற்றில் ஒன்றுமே இல்லை என்ற பற்றற்ற நிலையும் தோன்றும்.

அளவற்ற சோதனைகளின் பின்பு அடைந்த ஞானம்தான் சிறந்தது. இதையே இருண்டு கறுத்ததே சுடர் விடும். அதுபோன்றதே ஞானமும் என்கிறார். அவர் இரண்டடி முன்னே தாவ வேண்டுமானால் நாலடி பின்னுக்குப் போக வேண்டும். அதுவே முன்னேற்றத்தின் முதற்படி. ஞானம் இயல்பாய் பின்னடைந்து முன்னேறும் என்கிறார் லா வோ த்ஸு. எந்த உழைப்பும், சிரமமும் இன்றி கேட்டது உடனே கிடைத்துவிடின் சலித்துவிடும். திரண்டு சமன்படும் ஞானம் தொய்வடையும் என்கிறார் ஞானி.

ஞானம் தன்னை வெளிப்படுத்திக் கொள்ளாது. வெட்கத்தில் துவளும் நல்லொழுக்க விதிமுறைகள் வெறும் வக்கிர மனநிலையையே அளிக்கும்.

அன்பை போதித்த கிறிஸ்து ஞானி. அவர் அனைத்து பாவங்களையும் மன்னித்தார். மன்னிப்பே கடவுள் என்றார். அவர் பெயரால் பின்னாளில் அமைப்புக்களை நிறுவியவர்கள் விதிகளைத் திணித்தனர். அதைப் பின்பற்றத் தவறியவர்கள் தண்டிக்கப்பட்டனர்.

புத்தர், சங்கரர், ஏசு, நபி எல்லோர் வரலாற்றிலும் இதுவே தொடர் கதையானது. இந்த ஞானிகள் அனைவரையும் ஏற்றுக் கொண்டனர். இவர்களின் பெயரால் பிற்காலங்களில் மதவாதிகள் மக்களை வாட்டி எடுத்தனர். புரட்சிகளுக்கும், நாத்திக சிந்தனைகளுக்கும் காரணமாக அமைந்தனர்.

பரிசுத்த ஒழுக்கம் வக்ரத்துடன் வரும். சுத்த வெண்மை வெட்கத்தில் துவளும் என்ற லா வோ த்ஸுவின் வரிகள் வரலாற்றில் இரத்தத்தால் எழுதப்பட்ட உண்மைகள் தானே!

42

நேர்முகமும் வழி முறையும்

ஞானம் உணர்த்தும் ஏகம்
ஒருமையில் வருவது இருமை
இருமை அளிப்பது மும்மை
மும்மையில் முப்பதாயிரம் தோன்றும்
வானத்தையும் தாங்குவது யிங்
அதையும் உள்ளடக்கியது யாங்
உள்ளீடற்ற ஓட்டம் அதன்லயம்
உணர்ந்திடில் விலகிடும் பயம்
எளிமையும் தனிமையும், மென்மையும்
என்றும் மக்களுக்கு அருவருப்பு
எனினும் மன்னர்க்கு பெருஞ்சிறப்பு
இங்கு லாபம் தருவதே இழப்பு
வலிமையும், யுத்தமும், அகந்தையும்
இயல்பாய் மரணிப்ப தில்லை
இசைபட அதன்முடி வில்லை
இதுவே வகுக்கப்பட்ட எல்லை.

உயிர்களின் அடிப்படையே காற்றும் நீரும். இந்த இரண்டும் இன்றி உயிர்கள் தோன்றாது. வாழாது. பூமியைத் தவிர வேறு எந்த கோள்களிலும் காற்றும், நீரும் இல்லை. அதனால்தான் அங்கு எங்கும் உயிர்கள் வாழ முடியவில்லை.

சீன வாஸ்து சாஸ்திரம் காற்றையும், நீரையும் அடிப்படையாகக் கொண்டது. இவற்றை யின்-யாங் என்று குறிப்பிடுவர் சீன மொழியில்.

ஞானம் உணர்த்தும் சக்தி ஒன்றுதான். அதை ஏகம் என்கிறோம். ஒன்று இரண்டாகப் பிரிந்தது. இரண்டிலிருந்து மூன்றாவது தோன்றியது. அவை இணைந்தும், பிரிந்தும், சேர்ந்தும் கோடி, கோடியாகப் பெருகின.

> "புல்லாகிப் பூண்டாய், புழுவாகி, மரமாகி
> பல் மிருகமாய், பறவையாய், பாம்பாய் மனிதராய்
> வல்லசுரராய், பேயாய், கணங்களாய், தேவராய்,
> செல்லா நின்ற இத் தாரவ சங்கமத்தில்
> எல்லாப் பிறப்பும் பிறந்து இளைத்தேன்..."

-என்று பாடுகிறார் மாணிக்கவாசகர்.

யிங்-யாங் எனப்படும் காற்றும், நீரும் அனைத்தையும் தாங்குபவை. அனைத்தையும் உள்ளடக்கியவை. இவற்றால் ஏற்பட்ட கண்ணுக்குத் தெரியாத இனிய லயம்தான் உயிர் என்னும் அற்புதம்.

உயிரெடுத்து பூமியில் பிறந்தவர்க்கோ எண்ணற்ற குழப்பங்கள், சிந்தனைகள், கவலைகள்.

எப்படி வாழக் கூடாது என்பதை எல்லோரும் போதிக்கிறார்கள். ஆனால் எப்படி வாழ வேண்டும் என்பதை மட்டும் எவரும் போதிப்பதில்லை என்றார் ஓர் அறிஞர்.

பணம் இன்றி எளிமையாக, பலம் இன்றி மென்மையாக, ஆதரவு இன்றித் தனிமையாக வாழ எவருமே விரும்புவதில்லை. ஆனால் ஒரு ஆட்சியாளன் அப்படி இருந்தால் அவனை எல்லா மக்களும் போற்றிக் கொண்டாடுவார்கள் என்கிறார் லா வோ த்ஸு. அங்கே அதுவே பெரும் பலமாக மாறிவிடும்.

எளிமை, மென்மை, சமாதானம் போன்றவற்றை மக்கள் விரும்புவதில்லை. ஆனால், அவைதான் நீடித்த வாழ்வைத் தருபவை. போர், வலிமை, அகம்பாவம் இவற்றின் முடிவு கோரமாக இருக்கும். சுப முடிவை என்றுமே இவை தருவதில்லை.

துப்பாக்கி ஏந்தி காடுகளில் திரியும் கொள்ளையனாயினும், வன்முறையை நாடும் தீவிரவாதி ஆயினும், படை பலத்தால் அடுத்தவரை நசுக்க முற்பட்ட தேசம் ஆயினும் அவை தான் நினைத்ததை அடைவதற்குக் கொடுக்கும் முதல் விலையே நிம்மதிதான். அவற்றின் முடிவு அதே அழிவில்தான் முற்றுப் பெறும்.

"துவக்கம் எப்படியோ முடிவும் அப்படியே. எதைக் கொண்டு அளக்கிறீர்களோ அதனாலேயே அளக்கப்படுவீர்கள்" என்கிறார் ஏசுநாதர்.

காந்திஜி வெள்ளையர்களுக்கு எதிராக ஒத்துழையாமை இயக்கம் தொடங்கினார். நாடு முழுவதும் சுதந்திர ஆவேசம் மூண்டது. தொடர்ந்து தனிநபர் சத்தியாகிரகம் துவங்கினார்.

பிரிட்டிஷார் அடக்குமுறைகளைக் கையாண்டாலும் நமது பாதை அகிம்சை என்பதில் அவர் தெளிவாக இருந்தார். செளரி செளரா நகரத்தில் போலீசார் பொதுமக்களை மிருகத்தனமாகத் தாக்கினர். ஸ்டேஷனில் புகுந்து மக்கள் போலீசாரைத் திரும்பத் தாக்கினர். இதையறிந்த காந்திஜி மிக வருந்தியதுடன் அந்தப் போராட்டத்தையே விலக்கிக் கொண்டார்.

அவருடன் இருந்த சிலர் "இதனால் போராட்டம் இன்னும் பலம்தானே பெறும். நீங்கள் ஏன் போராட்டத்தை நிறுத்துகிறீர்கள்" என்று கேட்டனர். அதற்கு காந்திஜி சொன்னார்.

"நோக்கம் சரியாயிருந்தால் மட்டும் போதாது. வழி முறைகளும் சரியாயிருக்க வேண்டும். வன்முறையால் பெறப்படும் சுதந்திரம் பிறகு வன்முறையான வாழ்வையே மக்களுக்குத் தரும். அகிம்சையால் பெறப்படும் சுதந்திரம் தான் அமைதியான வாழ்வை மக்களுக்குத் தரும்.

எளிமை, மென்மை இவற்றின் ஆயுள் மட்டும் அல்ல. முடிவும் சுபமானது. காந்தி, லிங்கன், கென்னடி இவர்களின் மரணம் அவர்களை வரலாற்றில் அழிவே அற்ற அமரர்களாக உயர்த்திவிட்டது.

43
பலமானதே பலவீனமானதும்

> பலமற்றது எதுவோ அதுவே
> பலமானதை வென்று நிற்கும்
> உலகின் நியதி இதுவே
> உணர்ந்திடில் நுழைய முடியாததுள்
> இல்லாதது மட்டும் நுழையும்
> இதுவே வலியுறுத் தாமையின்
> வல்லமை தன்னை உணர்த்தும்
> மவுனத்தின் பலமுணர்ந் தோர்சிலரே.

குருஜி வாசுதேவ்

லாவோ த்ஸ ு போன்ற ஞானிகள் பலரும் திரும்பத் திரும்ப வலியுறுத்துகின்றனர். ஆயுதம் பலமல்ல; அன்பே பலம். ஓசையின் பலத்தைவிட மவுனம் பலம் மிக்கது. இல்லாமை என்பது இருப்பதைவிட பலமானது. எல்லா ஞானியரும் திரும்பத் திரும்ப இப்படிக் கூறியும் நமது மனம் அதை ஏற்பதில்லை.

நுழைய முடியாததற்குள் இல்லாதது மட்டும் நுழையும் என்கிறார் லா வோ த்ஸ ு. பருப்பொருட்கள் நுழைய முடியாத இடுக்கினுள்ளும் காற்று நுழைகிறது. காற்று புக முடியாத இடத்திலும் வெற்றிடம் நுழைகிறது. காற்று, வெற்றிடம் இரண்டும் கண்ணுக்குப் புலப்படாதவை.

குறிப்பிட்ட சம்பவம் பற்றி அறிய முனிவர்கள் கண்களை மூடி ஞானப் பார்வையால் பார்ப்பார்களாம். மனம் கண்ணுக்குத் தெரியாதது. ஆன்மா கண்ணுக்குத் தெரியாதது. இவைமூலம் மட்டுமே கண்ணுக்குத் தெரியாத காலத்துள் நுழைந்து பார்க்க முடியும்.

ஆயுதம் ஏந்திய பிரிட்டிஷ் ஏகாதிபத்தியத்தை ஆயுதப் போர்கள் வெல்லவில்லை. புரட்சிகளால் பிரிட்டிஷாரை வெல்ல முடியவில்லை. அகிம்சையும் சத்தியாகிரகமுமே வெள்ளையர்களை வென்றது.

உங்கள் வீட்டிலேயே இதனைப் பார்க்கலாம். வீட்டில் பலமாக ஒலிப்பது தந்தையின் குரல்தான். அடுத்தபடி பிள்ளைகளின் குரல். தாயின் குரல் பெரும்பாலும் கேட்கவே கேட்காது. பிள்ளைகள் கத்தல்தான் பலமாக ஒலிக்கும். அப்பா திட்டினாலும் மவுனமாகக் கேட்டுக் கொண்டு அவர்கள் விரும்புவதை தாயார் செய்வார்கள்.

என்றாவது ஒரு நாள் அம்மாவுக்குக் கோபம் வரும். அப்போது அவர் யாரிடமும் பேச மாட்டார். போய் மூலையில் சுருண்டு படுத்துவிடுவார். பிறகு என்ன நடக்கும்? ஒட்டு மொத்த வீடும் ஆடிப் போய்விடும். அனைவரும் அம்மாவைச் சுற்றி அமர்ந்து சமாதானப்படுத்துவதைத் தவிர வேறு வழி இல்லை. அவரை மீண்டும் பழைய நிலைக்குக் கொண்டுவர பகீரத முயற்சிகள் நடக்கும். அவர் எது விரும்பினாலும் உடனே செய்ய அனைவரும் தயாராயிருப்பர்.

அயோத்தியில் இதுதான் நடந்தது. கைகேயியிடம் கூனி ராமனுக்கு வனவாசம், பரதனுக்கு பட்டம் என்று தூண்டுகிறாள். கைகேயி மனம் மாறிவிடுகிறாள். ஆனால் இதை எப்படி நிறைவேற்றுவது? முதலில் எப்படிக் கேட்பது?

மந்தரை கூறுகிறாள்: விளக்குகளை எல்லாம் அணைத்து விடு. சேடிகளையெல்லாம் அனுப்பிவிடு. தலையை விரித்துப் போட்டுக் கொண்டு ஒரு மூலையில் சுருண்டு படுத்துக் கொண்டு விடு. எதுவும் பேசாதே. எதற்கும் பதில் அளிக்காதே. மவுனத்தின் பலம் என்ன என்பதைப் பிறகு பார்.

பிறகு நடந்ததுதான் உலகத்துக்கே தெரியுமே! இங்கே தவறாகப் பிரயோகிக்கப்பட்டாலும் சத்தியாக்கிரகம் என்பது எப்படிப்பட்ட வலிமை வாய்ந்தது என்பதை உலகுக்கு எடுத்துக்காட்டிய முதல் சம்பவம் அல்லவா அது!

மவுனத்தின் வலிமையையும், இல்லாததன் சிறப்பையும் உணர்ந்தோர் உலகில் வெகு சிலரே என்கிறார் லா வோ த்ஸு.

44

பத்ம வியூகம்

வாழ்வில் முக்கிய மானது எது?
பெயரா? புகழா? மனநிறைவா?
தாழ்வின்றி என்றும் நிலைப்பதெது?
தருவதா? அள்ளிக் குவிப்பதா?
துன்பம் சேர்க்கும் நிகழ்வு எது?
துடைத்திடும் நஷ்டமா? அன்றிலாபமா?
இன்பம் எதுவென்ற றிந்திடுமின்!
எடுத்த செயலின் நிதானமே.
என்றும் நிலைப்பது இதுவொன்றே.
வென்று வாழ்வார் உணர்ந்திடுவோர்.

ஒரு மனிதன் தன் ஆத்மாவை இழந்துவிடுவானாகில் அகில உலகத்தையும் பெற்றாலும் அவன் பெற்றது என்ன? என்று கேட்கிறார் ஏசு. அழகிய ஓவியம் என்பதற்காகக் கண்களை விற்று அந்த சித்திரத்தை வாங்கி என்ன பயன்?

தான்-தன் விருப்பம் இரண்டில் எதை இழந்தாலும் ஒரு மனிதனின் வாழ்வானது சோபிப்பதில்லை. தான் வாழ்ந்தால் போதும் என தன் மன அபிலாஷைகளையெல்லாம் புதைத்தவர்கள் வாழ்நாள் முழுக்க ஏக்கத்துடனேயே வாழ்கின்றனர். அதே சமயம் தனது விருப்பங்களுக்குத் தன்னையே பலியிட்டவர்களுக்கும் அதே நிலைதான் ஏற்படுகிறது.

பணம் சம்பாதிப்பதற்காக இரவு, பகல் தூக்கம்கூட இன்றி வேளைக்கு உணவின்றி, ஓய்வு இன்றி ஓடி, ஓடி செல்வத்தைக் குவிப்பவர்கள் இந்த ரகத்தைச் சேர்ந்தவர்கள்தான். இவர்கள் ஈட்டிய பணத்தைத் தொட்டுப் பார்க்கவும் இவர்களுக்கு நேரம் இராது. இவர்களது செல்வத்தைக் குடும்பத்தில் உள்ள மற்றவர்கள் அனுபவிக்க, வேதனை தவிர ஏதுவும் இவர்களுக்கு மிச்சம் இராது.

வாழ்வில் எது முக்கியம்? புகழா, பொருளா அல்லது மனநிறைவா? என்று கேட்கிறார் லா வோ த்ஸு. புகழோ, பொருளோ அல்லது குணமோ எது மனநிறைவைத் தருமோ அதுவே சிறந்தது. பொருளும், புகழும் குவித்த பலர் மனநிறைவு மட்டும் இல்லாமல் நிம்மதிக்காகப் போதைப் பொருள்களைச் சரணடைவதை நாம் சர்வ சாதாரணமாகக் காணலாம்.

"***பாடுபட்டுத் தேடியப் பணத்தைப் புதைத்துவைக்கும்***
கேடுகெட்ட மானிடரே கேட்பீராக! - கூடுவிட்டிங்கு
ஆவிதான் போனபின்பு யாரே அனு பவிப்பார்
பாவிகள் அந்தப் பணம்."

என்கிறார் ஔவையார்.

கொடுப்பதா- பெறுவதா? எது முக்கியம்? பெறும் கைகள் எப்போதும் கீழே தாழ்ந்துதான் இருக்கும். கொடுக்கும் கையோ என்றும் உயர்ந்து இருக்கும்.

இன்பம் என்பது எதில் வருகிறது? எடுத்த செயலின் நிதானத்தில் தான். ஒரு செயலை செய்வது பெரிதல்ல. இதை நிறுத்துவது எப்போது

என்பதும் ஒருவனுக்குத் தெரிய வேண்டும். வண்டியை இயக்கும் ஆக்ஸிலரேட்டர் மட்டும் நன்றாக இருந்தால் மட்டும் போதாது. அதனை நிறுத்தும் பிரேக் நல்ல நிலைமையில் இருக்க வேண்டும். இல்லையேல் விபத்து நடப்பது நிச்சயம்.

''அர்ஜுனன் இருக்கும்வரை தருமனை கைது செய்ய முடியாது. நீ அவனை நெடுந்தூரம் அழைத்துச் செல்ல ஏற்பாடு செய். நான் பத்மவியூகம் வகுத்து அவர்களை முறியடிப்பேன்'' என்றார் துரோணர்.

பாண்டவர்களில் பத்மவியூகம் கற்றவன் அருச்சுனன் ஒருவனே. துரியோதனன் திட்டப்படி சுசர்மன் அர்ஜுனனை சவால்விட்டு போருக்கு அழைத்தான். அந்த அழைப்பை ஏற்றுத் தன்னுடன் போர் செய்த அர்ஜுனனுக்குப் போக்குக் காட்டி அவனை நெடுந்தூரத்திற்கு இழுத்துச் சென்றுவிட்டான் சுசர்மன்.

துரோணரின் பத்மவியூகம் பலமாக இருந்தது. அவரது தாக்குதலில் பாண்டவர் படை திக்குமுக்காடியது. அந்த நிலையில் அர்ஜுனன் மகன் அபிமன்யு அங்கே வந்தான்.

"என்னால் பத்மவியூகத்தை உடைத்துக் கொண்டு நுழைய முடியும். ஆனால் மீண்டும் வெளியே வரத்தான் தெரியாது" என்றான்.

"நீ நுழைந்தால் போதும். உன்னைப் பின்பற்றி நாங்கள் அனைவரும் நுழைந்துவிடுவோம்" என்றார் தருமர்.

அபிமன்யு பத்மவியூகத்தைத் தாக்கினான். வியூகத்தை உடைத்துக் கொண்டு உள்ளேயும் புகுந்தான். அவனைப் பின்பற்றி மற்றவர்கள் நுழையும் முன்பு சிந்து மன்னன் ஜெயத்ரதன் அவர்களைத் தடுத்து விட்டான். உள்ளே சிக்கிக் கொண்ட அபிமன்யு வீரப்போர் புரிந்து கடைசியில் எதிரிகளால் கொல்லப்படுகிறான்.

வாழ்வின் ஒவ்வொரு பிரச்சினையும் பத்மவியூகம் போன்றதே. பிரச்சனைகளை உடைக்கத் தெரிந்த பலருக்கு அதற்கு உள்ளே புக முடிகிறதே தவிர அதிலிருந்து வெளிவரத் தெரிவதில்லை.

காந்தி, லிங்கன், கரிபால்டி போன்ற உலகத் தலைவர்கள் பலரும் போராட்டங்களை நடத்தவும் தெரிந்தவர்கள். அது எல்லை மீறும்போது அதை நிறுத்தவும் அவர்களால் முடிந்தது.

அதேசமயம் உணர்ச்சிகளைக் கிளறி அரசியல் நடத்திய பல தலைவர்கள் பின்னர் அவற்றை அடக்கும் திறனின்றி போராட்டம்

அவர்கள் கட்டுப்பாட்டை மீறிச் செல்ல விட்டுவிடுவதையும் பின்னர் அவர்கள் செல்லாக் காசுகளாக மதிப்பிழந்து போவதையும், கட்டுப்படுத்த முடியாத தீவிரவாத வன்முறைகளினால் அவர்களே பலியாவதும்தான் அரசியல் வரலாற்றில் தொடர் கதைகளாக இருக்கின்றன.

இன்பம் என்பது எடுத்த செயலினை நீங்கள் எப்படிக் கட்டுப்பாட்டில் வைத்திருக்கிறீர்கள் என்பதைப் பொறுத்துதான் இருக்கிறது. இதை உணர்ந்தவரே நிலைத்து வாழ்வார் என்கிறார் லா வோ த்ஸூ.

பணமே இல்லை என்றால் துன்பம். அளவுக்கு மீறிப் பணம் இருப்பதும் துன்பம். போராட்டமே இல்லை என்ற நிலையும், எல்லை மீறிய தொடர் போராட்டம் என்ற நிலையும் துன்பத்தைத் தருபவை தான்.

பட்டினியும் உடலுக்குத் தீங்கு தரும். அதேபோல் அபரிமிதமான உணவும் ஒருவருக்குத் தீங்கு தரும். தீயை அதிகமாக நாம் நெருங் கினால் வெப்பம் பொசுக்கிவிடும். விட்டு விலகினால் குளிர் வாட்டும். அளவுடன் தீயை அணுகினால் கதகதப்பான இதம் கிடைக்கும்.

அகலாது, அணுகாது தீக்காய்வார் போல்... என்று வள்ளுவர் கூறுவது அரசனோடிருப்பவர்களுக்கு மட்டுமல்லாது அனைவருக்கும் பொருந்தும்.

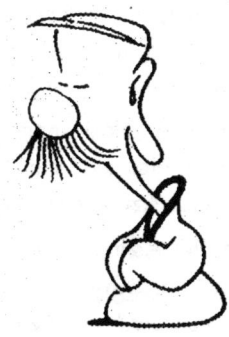

45
வெம்மையை வெல்லும் சாந்தம்

முழுமை பூரண முழுமையன்று
அதன் செயல் என்றும் தேய்வுறாது
முழுமை என்பது பெருநிறைவு
வெறுமை மட்டும் உள்ளிருக்கும்
நேர்க்கோ டுகளும் வளைவுகள் தான்
தேர்ந்த அறிவும் மடமைதான்
ஆர்த்த நாவின் வன்மையிலும்
அதிர்வும், திக்கல் திணறலுண்டு
சலனம் உறைதலை வென்றுவிடும்
சாந்தம் வெம்மையை முறியடிக்கும்
உலகின் அலகென விளங்குபவை
உணர்ந்த தெளிவும் பரிசுத்தமுமே!

எதிலும் முடிவு என்பதே கிடையாது. புத்தமதக் கோட்பாடாகிய ஜென் தத்துவம் கூறுகிறது. அது முடிந்து விட்டது. அதனாலேயே அது துவங்குகிறது.(It is finished. So it begins) என்று. ஒரு கோடியில் இழுக்கப்பட்ட ஊஞ்சல் தானே மறு கோடிக்கும் செல்லும். மறு கோடிக்கு சென்றது தானாகவே மீண்டும் திரும்பவரும்.

இப்படி மாறி, மாறி நடைபெறும் எதிர் எதிர் சலனங்களில்தான் இயற்கையின் சூட்சுமமே அடங்கியுள்ளது. முழுமையாய் சலனம் அடங்கியபின் அங்கிருப்பது வெறுமை மட்டிலுமே.

ரயில் தண்டவாளங்களை தொலைவில் இருந்து காணும்போது அவை வளைந்து திரும்புவதையோ மேடேறி பள்ளத்தில் இறங்குவதையோ காண முடியும். அதிலேயே நடந்து செல்லும் போது அது வளைவதே நமக்குத் தெரியாது. வண்டியினுள் இருக்கும் ஒருவன் ஜன்னலினூடே பார்க்கும்போது மரங்கள் பின்னோக்கி ஓடுவதைக் கொண்டுதான் அந்த வண்டி ஓடுவதையே அவன் அறிய முடியும். மற்றபடி ஓடும் வண்டி நின்றால் அல்லது நிற்கும் வண்டி அசைந்தால் மட்டுமே நகர்கிறது என்பதை அவன் உணர்வான். தொடர்ந்து ஓடும் ஒரு வண்டியில் இருந்து அவனால் எதையும் உணர முடியாது.

உண்மையில் பூமியின் வேகம் மணிக்கு முப்பதாயிரம் கிலோ மீட்டர். இதை மிஞ்சிய வேகமுடைய பொருள் உலகில் எதுவும் இல்லை. எனினும் சூரிய உதயம், அஸ்தமனம் இதனைப் பார்ப்பதைத் தவிர வேறு எதை வைத்தும் பூமி நகர்வதை நம்மால் உணரவே முடியாது.

சுழலும் பூமி ஒரு விநாடி நின்றாலும் சரி, அந்த பயங்கர வேகத்தில் எல்லாமே சின்னாபின்னமாகி விடும்.

நேர்க்கோடுகளும் வளைவுகளே என்கிறார் லா வோ த்ஸு. தேர்ந்த அறிவும் மடமைதான். உண்மையில் சொல்லப்போனால் வரலாற்றை மாற்றிய பல சம்பவங்களில் பெரிய அறிஞர்கள் கூட முட்டாள்களாகி விடுவதைக் காணலாம். பல முட்டாள்கள் பெரும் சாதனைகளை நிகழ்த்துவதையும் காணலாம்.

பற்றுக்களுக்கு அப்பாற்பட்ட மிகப் பெரிய ஞானி நாரதர். அவரைக் கண்டாலே தேவர்களும், அசுரர்களும் மனம் பதைப்பர். கலகக்காரரான இவர் எதற்கு வந்துள்ளாரோ? என்ற அச்சம். காரணமாக. அதேசமயம் அவரது வருகையை வரவேற்கவும் செய்வர்.

ஏனெனில், நாரதன் கலகம் நன்மையில் தான் முடியும் என்பது பழமொழி. விதிப்படி எது நடக்க வேண்டுமோ அது சிறப்பாக நடைபெற தன் கடமையைச் செய்பவர் அவர்.

ஆணவத்தால் மதியிழந்து சிவன் பார்வதியை அவமதிக்கிறார். நாராயணன் லட்சுமியை விரட்டுகிறார். சக்தி நீங்கியதால் சிவனும், லட்சுமி நீங்கியதால் விஷ்ணுவும் செயலற்று நிற்க முடியாமல் விழுகின்றனர். அதனால் மீண்டும் அசுர சக்திகள் பெருகி தேவருலகம் உட்பட அனைத்து உலகங்களும் ஆட்டம் கண்டுவிடுகின்றன.

பழுத்த சிவபக்தனாக இருந்தவன் தட்சன். அவன் மகளாகப் பார்வதி பிறக்கிறாள். உலக நன்மையை முன்னிட்டு சிவனுக்குப் பார்வதியை மணமுடிக்க வேண்டுமே! அதற்காக நாரதர் தட்சனின் அரண்மனைக்கு வருகிறார். தட்சன் சிவபூஜையில் இருக்கவே பார்வதியைக் கண்டு வணங்குகிறார்.

"தாயே! தாங்கள் யாரெனத் தாங்கள் நன்றாக அறிவீர்கள். உலக நன்மையை முன்னிட்டு சிவனும், விஷ்ணுவும் இழந்த ஆற்றலை மீண்டும் பெற தாங்கள் சிவத்தோடு இணைய வேண்டும்".

பார்வதி சிரிக்கிறாள்!

"அது சரி நாரதரே. என் தந்தை ஒரு மானிடன். என்னை சிறு பெண் என எண்ணுபவர் அவர். அவரிடம் நான் போய் சிவ பெருமானுக்கு என்னை மணம் செய்து வையுங்கள் என்று கேட்க முடியுமா?"

இதைக்கேட்ட நாரதர் மனதில் பெருமிதம் தலை தூக்குகிறது. "தாயே! அந்தக் கவலை தங்களுக்கு வேண்டாம். இனி இதை வெற்றிகரமாக முடிப்பது என் வேலை" என்கிறார் தற்பெருமையுடன்.

தேவி மீண்டும் சிரித்து, "முயன்று பாரும்" என்கிறாள். மிடுக்காக தன்னிடம் வந்த நாரதரை அடிபணிந்து வரவேற்கிறான் தட்சராஜன். தேவரிஷி நாரதர் தன்னைக் காண வந்தது அவனுக்குப் பயத்தையும், பரவசத்தையும் அளிக்கிறது.

"தட்சா! எல்லா பாக்கியங்களும் பெற்ற நீ இன்னும் எதை வேண்டி சிவபூஜை செய்கிறாய்?"

"எனக்கு என்ன குறை நாரதரே! என் ஒரே மகள் தாட்சாயணிக்கு நல்ல மாப்பிள்ளை அமைய வேண்டும்."

"சிவனையே மாப்பிள்ளையாக அடையும் தகுதி பெற்ற நீ சிவனிடமே மாப்பிள்ளை கேட்பது நல்ல வேடிக்கை."

"சுவாமி! உங்கள் கேலிக்கு நான்தானா அகப்பட்டேன்? சர்வசக்தி படைத்த சிவன் எங்கே? நான் எங்கே?"

"சிவனாவது சக்தியாவது? அது அந்தக் காலம்" என்ற நாரதர் சிவன் சக்தி இழந்துவிட்டதையும், ஆதிபராசக்தியின் அம்சமே அவன் மகள் என்பதையும் உணர்த்துகிறார். சற்று நேரம் யோசித்த தட்சன் "யார் அங்கே? இந்த சிவலிங்கத்தை பெயர்த்து இடித்து எறியுங்கள்" என்று ஆணையிடுகிறான்.

"தட்சா! என்ன இது?" நாரதர் பதறுகிறார்.

"ஆதி சக்தியையே மகளாக அடைந்தவன் நான். நான் மணம் செய்து கொடுத்தால்தான் சிவனுக்கே சக்தி கிடைக்கும். அப்படியிருக்க அவனல்லவா இங்கே வந்து என்னை வணங்க வேண்டும்? நானா அவனை வணங்குவது?" என்று சீறுகிறான் தட்சன்.

நாரதர் அதிர்ந்து போகிறார். "நான் எப்போதும் கலகத்தில் துவங்குவேன். அது கடைசியில் நன்மையில் முடியும். இப்போது நன்மையில் துவங்கினேன். கலகத்தில் முடிந்துவிட்டது" என்கிறார் வருத்தமாக. தேர்ந்த அறிவும் மடமைதான் என்பதற்கான உதாரண சம்பவம் இது.

உலகின் இயக்கம் சலனமும், சாந்தமும். சாந்தம் வெம்மையை வெல்லும். சலனம் உறைதலை வெல்லும் என்கிறார் லா வோ த்ஸு. இவற்றை உணர்ந்த மனத் தெளிவும், மனதின் தூய்மையும் தான் உலகில் இறுதிவரை நிலைப்பவை.

46
அஞ்ஞானத்தின் ஆட்சிபீடம்

பாரில் ஞானம் ஆட்சிபுரிகையில்
பந்தயக் குதிரை பாரம் சுமக்கும்
நேரிய ஞானம் தோன்றா நிலையில்
நாசப் போர்ப்படை நகரில் உலவும்
ஆசைக்கு அடங்குதல் மாபெரும் பாவம்
அடங்கா ஆசைகள் மிகப்பெரும் துயரம்
ஆசையை அடக்குதல் மாபெரும் திருப்தி

திருப்தியின் திருப்தியைத் தெரிந்தவன் ஞானவான்.

கிரேக்க நாட்டின் மாவீரன் அலெக்ஸாண்டர். அடக்க முடியாத குதிரையை அடக்கிப் பெரும் புகழ்பெற்றவன் அவன்.

அவனது தந்தை மாசிடோனிய மன்னன் பிலிப். உலக நாடுகள் பலவற்றைப் பற்றியும் அறிந்து கொள்ளும் ஆவல் அவனிடம் உண்டு.

அவனது அவைக்கு வணிகன் ஒருவன் வருகிறான். பல நாடுகளுக்கும் சென்று வந்தவன் அவன்.

உலகிலேயே அற்புதமான நாடு கிரேக்கம்தான் என்கிறான் அவன். கடவுளின் நாடு இது. வீரமும், பலமும் இங்குதான் கொழிக்கின்றன என்கிறான் அவன்.

"பாரதநாடு எப்படி" என்று அவனிடம் கேட்கிறான் பிலிப். அந்த நாட்டின் செல்வ வளம் பற்றி அவனுக்கு நன்றாகவே தெரியும்.

"அதுதான் கடைசித் தரத்தில் இருப்பது" என்றான் வந்தவன்.

தொடர்ந்து, "அபாரமான வளமும், செல்வமும் அங்கு உண்டு. ஆனால் அதை உணர்ந்து கொள்ளும் அறிவு அந்த மக்களுக்கில்லை. வீரம் மருந்துக்கும் அவர்களிடம் இல்லை. குதிரைகளைப் பார வண்டி இழுக்கப் பயன்படுத்துகிறார்கள். யானை என்றொரு பலம் வாய்ந்த பிராணி. அதனை களங்களில் நெல் அடிக்கவும், கோயில் விழாக்களில் குழந்தைகள் சவாரி செய்யவும் பயன்படுத்துகிறார்கள்."

இதைக் கேட்டு அவையோர் அனைவரும் சிரித்தனர். "என்ன? போரில் பயன்படுத்தப்படக்கூடிய வலிமையான குதிரைகளைப் பாரம் சுமக்க பயன்படுத்துகிறார்களா? என்ன அறிவீனமான மக்கள்?" என்றான் பிலிப் வியப்புடன்.

மறுநாள் அலெக்ஸாண்டர் இதை தன் குருவிடம் அப்படியே சொன்னபோது அவனது குரு அரிஸ்டாட்டில் சொன்னார்.

"அலெக்ஸாண்டர்! உன் தந்தையும், அவையிலுள்ளோரும் சொன்னதைக் கொண்டு நீயும் அப்படியே எண்ணி விடாதே. அந்த வணிகன் கூறியது உண்மை எனில் உலகிலேயே உன்னதமான நாடு பாரதம்தான். போர் வெறி கொண்ட இந்த அறிவிலிகளால் அதன் பெருமையை உணர முடியாது."

"எப்படி?" என்றான் அலெக்ஸாண்டர்.

"எங்கே ஞானம் அரசு செலுத்துகிறதோ அங்கே குதிரைகள் பாரம் இழுக்கத்தான் செய்யும். அஞ்ஞானமும், பேராசையும் ஓங்கி நிற்கும்

இடத்தில்தான் புரவிகள் போரில் பயன்படுத்தப்படும். நீ இந்நாட்டின் அரசன். ஆனால் அவசியம் அந்த நாட்டைச் சென்று பார்த்து அங்குள்ள ஆட்சி முறையை இங்கு கொண்டு வர வேண்டும்."

அரிஸ்டாட்டிலின் சொற்கள் அலெக்ஸாண்டரின் உள்ளத்தில் அழுத்தமாகப் பதிந்தன. அதனாலேயே அவன் மன்னன் ஆனதுமே இந்தியப் பயணத்தை மேற்கொண்டான். ஆனால், அடிப்படையில் போர்வீரன் என்பதால் அவனது பயணம் படையெடுப்பாகவே அமைந்தது. அவனால் இந்தியாவைக் காண முடிந்தது. ஆனால், எந்த ஆட்சி முறையையும் தன்னுடன் அங்கிருந்து எடுத்து வர அவனால் முடியவில்லை. அவனும் முழுமையாக நாடு திரும்பவில்லை. பாதி வழியில் பாபிலோனியாவில் உயிரிழந்தான்.

ஞானம் நிரம்பிய இடத்தில் குதிரைகள் வண்டி இழுக்கும். ஆசைகள் உள்ள இடத்தில் குதிரைகள் போரை சுமந்து செல்லும் என்கிறார் லா வோ த்ஸு.

மூங்கில் உராய்வதால் ஏற்படும் தீ வளர்ந்து கடைசியில் எரிப்பதற்கு எதுவும் மிச்சமில்லை என்னும்படி மூங்கில் காட்டையே அழித்து விட்டு கடைசியில் தானும் அழியும். ஆசை என்னும் நெருப்பு கொழுந்து விட்டு எரிந்தால் அனைத்தையும் அழித்தபின் ஆசைப் பட்டவனையும் அடியோடு அது அழித்து விடும்.

ஞானிகளைப் பற்றிக் கூறுகையில், வேதாந்தங்கள் "ஆசை களுக்காக ஆசைப்படுபவர்கள் நடுவில் ஆசைகளையே ஆசைப்பட வைப்பார்கள் என்று கூறுகின்றன. அழகிய பொருள்களைக் காண்பவர் கள் இது தம்மிடம் இருக்கக் கூடாதா என ஏங்குவதைப்போல் ஞானிகளைக் காணும்போது ஆசைகளே நாம் இவரிடம் இருக்கக் கூடாதா?" என்று ஏங்குமாம்.

ஆசைப்பட்டதை அடைவது திருப்தி அன்று. ஒன்றை அடைந்தபின் ஆசை என்பது அடங்கிவிடாது. உடனே மனம் இன்னொன்றுக்குத் தாவும். ஆசையை அடக்குவதும், ஆசை எப்படி ஏற்படுகிறது, எங்கே ஏற்படுகிறது, ஏன் ஏற்படுகிறது என அதன் மூலத்தை அறிவதுமே மாபெரும் திருப்தி.

கண்ணால் பார்ப்பது என்பது செயல். கண்ணின் மூலமாக இவற்றை யார் பார்க்கிறார்கள் என்று உள்ளே பார்த்தல், அதாவது பார்வையைப் பார்த்தல் என்பதே ஞானம். அதையே "திருப்தியின் திருப்தியைத் தெரிந்து கொண்டவன் ஞானவான்" என்கிறார் லா வோ த்ஸு.

47

பார்வையின் பரிமாணங்கள்

இல்லத்தின் கதவைக்கூடத் தாண்டாமல்
உள்ளதை முன்னதாகவே உரைப்பேன்
மெல்ல என் சன்னல் வழியாகக் கூட
தையும் நான் காண்பதில்லை இதற்காக.
நெடுந்தூரம் செல்வதால் மட்டும் வெனும்
நிறைவாகத் தெரிந்து கொண்டு விடுவதில்லை.
கடும்பயணம் ஞானியர்கள் செய்வதில்லை.
தொலைநோக்கு அவரிடம்தான் நிரம்ப உண்டு.
செயல்ஏதும் தனிப்பட செய்வதில்லை
பலன்கள் மட்டும் அவரால்தான் விளைவதுண்டு
அயல்இடங்கள் அவர் சென்று பார்ப்பதில்லை
அழகுறவே அவைபற்றி விவரிப்பார்

குருஜி வாசுதேவ் • 179

உடல்தான் தேர், ஐம்புலன்களே குதிரைகள். எண்ணங்கள் தான் கடிவாளம். இங்கே ஆன்மாதான் தேரில் பயணிப்பவன். தேர் உறுதியாக இல்லாவிட்டாலோ, குதிரைகள் வலிமையுடன் இல்லாவிட்டாலோ பயணம் சீராக அமையாது. குதிரைகள் வலிமையுடன் இருந்து சாரதி ஆற்றல் இல்லாதவனாய் இருந்தால் தேர் தறிகெட்டு ஓடும். சாரதி திறம்பட இருந்தால் மட்டுமே விரைவில் தேர் இலக்கை அடையும்.

விவேகானந்தர் மேற்கண்டவாறு கூறுகிறார். விரதம், சடங்குகள் என மக்கள் தங்களை வருத்திக் கொண்ட காலத்தில் விவேகானந்தர் உடலும், ஐம்புலன்களும் வலிவுடன் இருக்க வேண்டும். எண்ணங்களும், மனமும் அதைவிட வலிமையுடன் இயங்க வேண்டும் என்றார். சரிவர உணவின்றி உடலை வருத்துவது நோஞ்சான் குதிரைகளைத் தேரில் பூட்டுவதுபோல். போகங்களில் அலைபாயும் மனம் வலிவற்ற சாரதிபோல என்றார்.

புலன்களையும், மனதையும் கட்டுப்படுத்தியவனே ஞானி. அத்தகையவன் உட்கார்ந்த இடத்திலிருந்தபடியே எங்கும் நிகழ்வதை அறிவான்.

அச்சாணி அசைவற்று தான் நிற்கும். சக்கரம் அதைச் சுற்றியே இயங்கும். அதேபோல் அரசாங்கம் அசைவற்றுதான் இருக்கும். நாடு அதனை சார்ந்தே இயங்கும். ஞானம் அசைவற்றது. பிரபஞ்சமே அதனைச் சார்ந்து இயங்குகிறது.

மூளை அசைவற்றது. ஆனால் உடல் முழுதும் அதன் கட்டுப் பாட்டில் உள்ளது. காலில் முள் குத்துகிறது. உடனே அந்தச் செய்தி போவது மூளைக்குத்தான். கன்னியாகுமரியில் வெடிகுண்டுகளுடன் தீவிரவாதி ஊடுருவுகிறான் என்றால் அங்குள்ள மக்களுக்குக் கூட அதுபற்றித் தெரிவதில்லை. ஆனால் உடனே உள்துறை இலாகாவுக்குத் தகவல் தெரிந்து விடுகிறது.

புலன்களை வென்ற ஞானியும் அப்படிப்பட்டவன்தான். என் வீட்டுக் கதவைக்கூட நான் தாண்ட மாட்டேன். ஜன்னல் வழியே எட்டியும் பார்ப்பதில்லை. ஆனால், நிகழப் போவதை முன்கூட்டியே அறிவிக்க என்னால் முடியும் என்கிறார் லா வோ த்ஸூ.

புறக்கண்கள் மூடிய நிலையில் அகக் கண்கள் திறக்கும். புறக்கண்கள் எட்டிய தொலைவுவரை தான் காணும். ஆனால் அகக் கண்களோ எட்டாத் தொலைவையும் காணக் கூடியவை.

ராமகிருஷ்ண பரமஹம்ஸர் மகாஞானி. அவருக்கு உணவின்மேல் பிரியம் உண்டு. மிகவும் ருசித்து சாப்பிடுவார். அதுபற்றி சில சமயங்களில் சிலாகித்துப் பேசுவார். தவிர அடிக்கடி சமையல் அறைக்கு வந்து என்ன சமையல்? என்று விசாரிப்பார்.

அன்னை சாரதாதேவியார் ஒருமுறை அவரை இதற்காகக் கடிந்து கொண்டார். "நீங்கள் எவ்வளவு பெரியவர்? உங்களைக் காண பெரிய மனிதர்கள் எவ்வளவு பேர் கூடி உள்ளனர்? நடு நடுவே திடீரென நீங்கள் இப்படி சமையலறைக்கு வந்து சாப்பாடு பற்றி விசாரித்துக் கொண்டிருந்தால் அவர்கள் உங்களைப் பற்றி என்ன நினைப்பார்கள்?"

இதற்கு பரமஹம்சர் சிரித்தார். "நான் எல்லா பற்றுக்களையும் என்றோ உதறிவிட்டேன். இருந்தாலும் என்னைப் பூமியுடன் பிணைக்க ஏதாவது ஒரு பந்தம் தேவை. எல்லாக் கயிறையும் அவிழ்த்து விட்டால் படகு ஆற்றோடு போய்விடும். அதைக் கரையுடன் கட்டி வைக்க ஒரு கயிறு தேவை. என் கயிறு இதுதான். நான் பார்க்க வேண்டியவர்களைப் பார்த்து சொல்ல வேண்டியவற்றை சொல்லிவிட்டால் நான் வந்த வேலை முடிந்து விடும். பிறகு இந்தக் கயிற்றையும் அவிழ்த்து விடுவேன். என்றைக்கு நான் சமையலறைக்கு வந்து இப்படி சமையல் பற்றி விசாரிக்கவில்லையோ அடுத்த மூன்றாம் நாள் நான் இந்த உலகை விட்டுப் போய்விடுவேன்" என்று அர்த்தம்.

பரமஹம்சர் சொன்னதைக் கேட்டு அவரது துணைவியான அன்னை சாரதா தேவி திகைத்துப் போனார். பிறகு காலப்போக்கில் அதை மறந்தும் போனார். ஒருநாள் சாரதா தேவியார் சமையலறையில் பணியில் ஈடுபட்டிருந்தார். அன்று எல்லாம் முடிய பிற்பகல் மணி மூன்றாகி விட்டது. அடடா! சமையல் முடிய ரொம்ப நேரமாகி விட்டதே. அவர் பசியுடன் இருப்பாரே. தினமும் அடிக்கடி வந்து சமையல் ஆகிவிட்டதா? என்று கேட்பார். இன்று வரவும் இல்லை. அப்படிக் கேட்கவும் இல்லையே என்று எண்ணியவருக்கு சொரேர் என்றது. முன்பு அவர் சொன்னது நினைவுக்கு வரவே வேகமாக அவர் அறைக்கு சென்றார். அங்கு ராமகிருஷ்ணர் கட்டிலில் கண் மூடிப்படுத்திருந்தார். அன்னை அவரை அசைத்துப் பார்த்தார். அவர் அசையவே இல்லை. அடுத்த மூன்றாம் நாள் பரமஹம்சரின் ஆன்மா இந்த உலகத்திலிருந்து விடைபெற்றுக் கொண்டது.

நடுக்கடலில் இருப்பவனுக்குக் கடலின் இக்கரையும் தெரியாது. மறுகரையும் புரியாது. ஆனால் மனிதன் வானத்தில் மேலே உயர எழும்ப, எழும்ப அனைத்தும் குறுகிக் கொண்டே வந்து இரு கரைகள், அதற்கு அப்பால் இருப்பவை என்று எல்லாமே அவன் கண்களுக்கு தென்படும்.

சம்சாரக் கடலில் தத்தளிக்கும் மனிதனுக்கு அன்றைய வாழ்வு மட்டுமே புலப்படும். மனத்தால் அவன் உயர, உயர முற்பிறவி, மறுபிறவி என அனைத்தையும் அவன் துல்லியமாக உணர்வான்.

மகான்கள் பலரும் தங்கள் முடிவு எங்கு, எப்போது, எப்படி நேரும் என்பதை நன்கறிவார்கள். ஆனால், அதனை இயல்பாக ஏற்றுக் கொள்ள அவர்களால் முடியும்.

48

பதவி
படுத்தும் பாடு

உரிய அறிவைத் தேடும்கூட்டம்.
உலகில் மிகவும் அதிகம்
அரிய ஞானம் தேடும்கூட்டம்
அகிலம் முழுதும் குறைவு
குறைந்து மேலும் குறைந்தவராகி
குவலயந் தன்னில் நிலைபெறுவர்
நிறைந்தஞானம் வலியுறுத்தாமல்
நினைத்ததை செயலாய் நிலைநிறுத்தும்
மோனச் சூழ்ச்சிகள் புரிந்திடுவோர்
மாநிலம் ஆளும் தகுதியற்றோர்
ஞானம் சூழ்ச்சிகள் புரிவதில்லை
நாநிலம் முழுதும் ஆண்டிடுமே.

"தேவகுமாரன்" என்றும் "மீட்பர்", "ரட்சகர்", "நல்மேய்ப்பர்" என்றெல்லாம் கொண்டாடப்படும் இயேசு தன் ஆயுளில் ஒரே ஒருவரைக்கூட மதமாற்றம் செய்தது இல்லை. ஆனால், இன்று உலகம் முழுவதும் அதுதான் பரவி இருக்கிறது.

கௌதம புத்தர் ஒரே ஒரு இடத்தில் கூட நீங்கள் என் வழிக்கு வாருங்கள் என்று எவரையும் அழைத்ததில்லை. ஆனால், அவரது பௌத்தம் இந்தியா, சீனா, ஜப்பான், இலங்கை, பர்மா, தாய்லாந்து என எங்கெங்கோ பரவியது.

"நிறைந்த ஞானம் வலியுறுத்தாது'' என்கிறார் லா வோ த்ஸூ. அரசைக் கைப்பற்ற எண்ணற்ற சூழ்ச்சிகள் புரிவோர் அரசாள்வதும் இல்லை. அப்படியே அவர்கள் அரசாண்டாலும் அந்த அரசு நிலைப்பதும் இல்லை. வலிமையாலும், சூழ்ச்சியாலும் சிம்மாசனத்தில் அமர்ந்தவன் அங்கு தன்னை நிலை நிறுத்திக் கொள்ளப் போராடுகிறான். அவன் அந்த இடத்தில் அமர்ந்துள்ளான் என்பதால்தான் அவனுக்கு பயப்படுகிறார்களே தவிர மனப்பூர்வமாக அவனை ஏற்போர் எவரும் இல்லை.

புத்தர், சங்கரர், ஏசு, மகாவீரர் இவர்கள் சூழ்ச்சிகள் செய்ததில்லை. ஆனால் உலகம் வலிய வந்து அவர்களை அரசனாக அல்ல இறைவனாகவே ஏற்கிறது. அவர்கள் சொற்களை வலியப் பின்பற்றுகிறது.

அறிவைத் தேடும் கூட்டம் தினந்தோறும் அதிகரித்துக் கொண்டே செல்கிறது. ஞானம் தேடும் கூட்டம் குறைந்து கொண்டே வருகிறது.

அறிவு நடந்தவற்றை விளக்கும். ஞானம் நடக்கப் போவதை உணர்த்தும். நிஜத்தில் அறிவாளிகள் உலகுடன் ஒட்டுவதில்லை. ஞானியைத் தேடி உலகமே ஓடுகிறது.

காதற்ற ஊசியும் வாராது காண் உம் கடை வழிக்கே! என்ற ஒரே ஒரு வரி பட்டினத்தாரின் அகக்கண்ணைத் திறந்தது. அனைத்தையும் உதறி விட்டு இடையில் சிறு துண்டுடன் அவரை வெளியேற வைத்தது.

ஒருநாள் ஊருக்கு வெளியே உள்ள மண்டபத்தில் பட்டினத்தார் அமர்ந்திருந்தார். பரிவாரங்களுடன் ரதத்தில் அவ்வழியே வந்த சோழ மன்னன் அவரைக் கண்டதும் ரதத்தை விட்டு இறங்கினான். அவரது அருகாமையில் வந்து நின்றான்.

"சுவாமி! இப்படி எல்லா சொத்துக்களையும் துறந்து விட்டு நீங்கள் இடையில் சிறு துணியுடன் வந்துவிட்டீர்களே? இதனால் தாங்கள் கண்டப் பலன் என்ன?" என்று அவரிடம் கேட்டான்.

மன்னன் கேள்விக்கு பட்டினத்தார் கூறினார்: "நீர் நிற்க: யாம் இருக்க" என்று.

மன்னன் அரியணையில் அமர்ந்திருக்க அவன் முன்பு அனைவரும் வந்து நிற்பார்கள். அதுதான் உலக இயல்பு. இங்கே துறவி அமர்ந்திருக்க மன்னன் தேடி வந்து அவர் முன்னால் பணிவுடன் நிற்கிறான்.

தன்னை உணர்ந்த ஞானத்தின் முன்பு தரணியெல்லாம் மண்டியிட்டு வணங்கும்.

இங்கே என்னைத் தேடி வாருங்கள் என்று பட்டினத்தார் மன்னனை அழைக்கவில்லை. ரதத்தில் சென்ற அரசன் அவனாகவே ஈர்க்கப்பட்டு அங்கே வந்தான். புத்தரும், மகாவீரரும் எவரையும் அழைக்கவில்லை. சொல்லப் போனால் இவற்றையெல்லாம் உதறிவிட்டே அவர்கள் வெளியேறினர். ஆனால் அவர்கள் இருக்குமிடம் நோக்கி உலகமே ஈர்க்கப்பட்டது.

கூட்டமாகக் கூடும் எவராலும் அவர்களின் பாதையில் செல்ல முடியாது. அது மக்களுக்கும் தெரியும். எனினும் அந்த ஈர்ப்பை அவர்களால் உதற முடியவில்லை.

ஞானிகள் எதையும் வலியுறுத்துவதில்லை. எனினும் அவர்கள் எண்ணுவதே செயலாய் மாறி நிலைபெறும் என்கிறார் லா வோ த்ஸு. இதற்கு தனி உதாரணம் தேவை இல்லையே! உலகம் முழுதும் பார்த்தால் போதும். ஒவ்வொரு நாடும் செயல்படுத்துவதும் இதுபோன்ற ஞானியர்களின் விருப்பங்களை மட்டுமே.

49

மகான்களின் மனநிலை

யான், என தென்ற உள்ளம் 'ஏதுமின்றி

மன்னுயிரும் தன்னுயிராய் எண்ணுபவர்

வான்போல் பரந்த அவர் உள்ளம்

உலகம் அனைத்தையும் நேசிக்கும்

நல்லது கொண்டு நல்லதை எதிர்கொள்வார்

அல்லதையும் நல்லதனால் அணைத்திடுவார்

நம்பிக்கையை நம்பிக்கையால் எதிர்கொள்வார்-

ஆனால்

நம்பிக்கையும் அதுபோலவே நம்பிடுவார்

அலைப்புறும் உலகில் அவர் இருப்பினும்

இளைப்பாற் றுதலாய் அவர்செயல் இருக்கும்.

எல்லா நதிகளையும் உள்வாங்கிய கடல் தனக்கென தனிப்பெயர் எதுவும் கொள்வதில்லை. கடலில் கலந்த நீரையும் இதுதான் கங்கை, இந்தப் பகுதி சிந்து என்று பிரிக்க முடிவதில்லை. ஆயிரம் நதிகள் கலப்பினும் கடல் ஓர் அடிகூட உயர்வதில்லை. அந்த நதிகள் கோடையில் வரண்டாலும் கடல் ஒரு அடி கூடத் தன் உயரத்தில் குறைவதில்லை.

ஞானிகளின் உள்ளம் அதுபோன்றே விசாலமானது. அவர்கள் எதையும் வெறுக்காமல் அனைத்தையும் அன்புடன் ஏற்பார்கள். உலகத்தையே நேசிக்கும் அற்புத மனம் அவர்களுடையது.

மாண்டவ்யர் தவத்திலிருந்தபோது திருடர்கள் அவரது ஆசிரமத்தில் ஒளிந்து கொண்டனர். துரத்தி வந்த வீரர்கள் உள்ளே புகுந்து அவர்களைப் பிடித்தனர். மோனத்திலிருந்த மாண்டவ்யர் அவர்களின் கேள்வி எதற்கும் பதிலளிக்கவில்லை. இதுகுறித்து மன்னனுக்கு தகவல் பறந்தது. முனிவர் ஒருவர் திருடர்களுக்கு அடைக்கலம் தந்ததாக வீரர்கள் கூறவே சினம் கொண்ட மன்னன் முனிவரை சூலத்தில் ஏற்றும்படி கட்டளையிட்டான்.

சூலத்தில் ஏற்றப்பட்ட முனிவரின் தவபலத்தினால் அவர் உயிர் பிரியவில்லை. தகவலறிந்த மன்னன் கதிகலங்கி விட்டான். அவசரப்பட்டு தீர ஆலோசியாமல் பெரிய மகான் ஒருவரைத் தண்டித்து விட்டோமோ என்று பயந்தான். உடனே விரைந்து வந்து முனிவரைக் கழுவில் இருந்து இறக்கினான். அவர் காலடி பணிந்து தனது பிழையை மன்னிக்கும்படி வேண்டினான்.

முனிவர் சாந்தமாக. "இது உன் பிழை அல்ல மன்னனே! எனது கர்ம வினையாக இருக்க வேண்டும்" என்றார். மன்னன் மீது அவருக்கு எந்தக் கோபமும் இல்லை. இயற்கையில் எதுவும் காரணமின்றி நடக்காது என்பதும் அவருக்கு நன்றாகத் தெரியும். ஆகவே, தனக்கு இந்தத் துன்பம் நேர வேண்டுமானால் தான் ஏதோ பாதகம் செய்திருக்க வேண்டும் என்று நினைத்துக் கொண்டார். அந்த பாதகம் என்ன என்று அறியும் ஆவல் கொண்டார். தனது தவபலத்தினால் மூச்சை உள் நிறுத்தினார். அவரது சூஷ்ரூபம் நேராக மேல் உலகம் சென்றது.

தன் எதிரே வந்து நின்ற முனிவரைக் கண்டு தர்ம தேவதை அஞ்சியது. அவரைப் பணிவுடன் வரவேற்றது.

"தரும தேவதையே இக்கொடிய துன்பம் எனக்கு நேரிட என்ன காரணம்?"

"மகரிஷியே! தாங்கள் அறியாததா? புண்ணியமோ, பாவமோ எதுவாயினும் பெரிய அளவில் பலன் தருபவை. தாங்கள்

சிறுவனாயிருந்தபோது தும்பியையும், வண்ணத்துப் பூச்சியையும் பிடித்து குச்சியில் குத்தி துன்புறுத்தினீர்கள். அதனாலேயே தங்களுக்கு இப்படி நேர்ந்தது."

மாண்டவ்யர் சினம் கொண்டார். "தருமதேவதையே! சிறு வயதில் அறியாமல் செய்த பிழைகள் மன்னிக்கப்பட வேண்டியவை என்பது சாத்திர நியதி. தவிர, சிறு குற்றத்துக்குப் பெரும் தண்டனை விதிக்கலாகாது. இந்த இரண்டையும் மறந்ததால் நீ பூமியில் பிறக்கக் கடவாய்" என்று சபித்தார்.

அவரது சாபத்தின் பலனாகவே தருமதேவதை விதுரனாகப் பிறந்து திருதராஷ்டிரன் அவையில் மகா மந்திரியாக விளங்கியது. அவர் கூறியவையே "விதுரநீதி" என்ற பெயரால் பாரதத்தில் தனிப் பகுதியாக உள்ளது.

மகான்கள் எவர்மீதும் சினம் கொள்ள மாட்டார்கள். தன்னை சிலுவையில் அறைந்தவர்கள் மீது ஏசு சினம் கொள்ளவில்லை. "பிதாவே! தாங்கள் என்ன செய்கிறோம் என்று அறியாத அப்பாவிகள் இவர்கள். ஆகவே இவர்களை மன்னியும்" என்று அவர்களுக்காகப் பிரார்த்தித்தார்.

தன்னை சிறையிலிட்ட காசி மன்னன் மீது பட்டினத்தார் சினம் கொள்ளவில்லை. கழுவிலேற்ற ஆணையிட்டபோதும் கலங்கவில்லை.

"என்னால் ஆவது யாதொன்றும் இல்லை. எல்லாம் நின் செயலே..." என்ற பாடலைப் பாடினார். கழுமரமே தீப்பற்றி எரிந்தது.

ஞானிகள் நல்லதை நல்லதால் எதிர்கொள்வர். தீயவை வரினும் அவற்றையும் நன்மையாலேயே எதிர்கொள்வர். நம்பிக்கை உள்ளவரிடம் நம்பிக்கையாலேயே எதிர்கொள்வர். நம்பிக்கை அற்றோரிடத்திலும் முழு நம்பிக்கைக் கொள்வர்.

சலனப்படும் உலகில், சலனப்படும் மனித மனங்களின் இடையே சலனமற்றதாய் அவர்களது உள்ளம் விளங்கும். அதுவே அலை பாயும் மனிதருக்கு ஆறுதல் அளிப்பதாய் இருக்கும்.

"வருத்தப்பட்டு பாரம் சுமப்பவர்களே! நீங்கள் என்னிடத்தில் வாருங்கள். நான் உங்களுக்கு இளைப்பாறுதல் தருவேன்" என்று இயேசு சொல்வது இப்பொருளில்தான். இங்கு வருத்தப்பட்டு சுமக்கும் பாரம் என்று அவர் சொன்னது ஒருவர் முதுகிலோ, தலையிலோ சுமக்கும் சாதாரண மூட்டையை அல்ல. அவரவர் பிறவியிலேயே அமைந்த பூர்வ கர்ம வினைகளையே அவர் இவ்வாறு குறிப்பிடுகிறார்.

50
மாறுபட்ட பார்வைகள்

புறத்தே இருப்பது வாழ்வு
அகத்துள் போவது சாவு
இறப்பை நோக்கிப் பதின்மூவர்
வாழ்வை நோக்கிப் பதின்மூவர்
இறப்பும் வாழ்வும் இணைந்திட்ட
இயல்பினி லிருப்போர் பதின்மூவர்
பிறப்பின் நோக்கம் போகமெனும்
பேதைமை நிலையில் இருப்பவர்கள்
இயற்கையோ டிணைந்து வாழ்பவனே
இனிய வாழ்க்கை வாழ்பவனாம்.
செயற்கை ஆயுதம் தேவையில்லை
சிங்கம், புலிகள் சீண்டாது
காண்டா மிருகம் தன் கொம்பை
பதிக்க அவனுள் இடமில்லை
வேண்டா யுத்தக் கருவிகளும்
விண்ணில் அவனைத் தாக்காது.
சலனம் அற்ற மாமனிதன் - அவன்
சாவின் அரங்கைச் சாராதவன்.

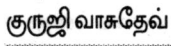

ஒரு லிட்டர் கொள்ளவு கொண்ட ஒரு கிண்ணம் மேஜை மேல் இருந்தது. அதில் அரை லிட்டர் பால் ஊற்றப்பட்டது. இது என்ன என்று கேட்டார் ஆசிரியர்.

"பாதி கிண்ணம் பால் இருக்கிறது" என்றான் ஒருவன்.

"பாதி கிண்ணம் காலி" என்றான் மற்றொருவன்

எது உண்மை? இரண்டுமே உண்மைதான். பாதி கிண்ணம் காலியாயிருப்பதும் உண்மைதான். பாதி கிண்ணம் பால் இருப்பதும் உண்மைதான். இரண்டும் தனித்தனியே உள்ளபோது இரு பதில்களும் ஒன்றுக்கொன்று முரண்பட்டு மோதும். இரண்டும் இணையும்போது உண்மையின் முழு வடிவம் வெளியாகும்.

வாழ்க்கை என்பது போகங்களுக்காகவே என்றெண்ணுபவர் புற வாழ்வை மட்டும் சிந்திப்பவர். அவருக்கு அகமலர்ச்சி ஏற்படாது. இரை தேடல், இனவிருத்தி, தற்காப்பு தவிர வேறு எதையும் அறியாத மிருகங்களுக்கு இருக்கும் மனம் போன்றது அது.

சதா மரணத்தைப் பற்றியே சிந்தித்துக் கொண்டிருப்பவர் இகவாழ்வை இழந்து விடுபவர்.

பிறப்பு, இறப்பு இது போன்ற அச்சங்களை விட்டு இயற்கையுடன் ஒன்றி வாழ்பவரே நிஜமான வாழ்க்கை வாழ்பவர். அவரை மரணம் பாதிப்பதில்லை. காரணம் அவர் மரணத்தை வாழ்வின் எதிரி என்று எண்ணவில்லை. அதுவும் வாழ்வின் ஒரு பகுதி. அதுவும் முக்கியமான பகுதி என்று எண்ணுபவர் அவர்.

மனிதனின் ஆயுள் எவ்வளவு? என்று புத்தர் கேட்டபோது, சீடர்கள் பலரும் அறுபது வயது, எழுபது வருடம் என்றெல்லாம் பதிலளித்தனர். கடைசியாக புத்தர் சொன்னார்: "ஒரு மூச்சுக்கும், அடுத்த மூச்சுக்கும் இடையே உள்ள காலம்தான் மனித ஆயுள்" என்று.

பிராணன், அபாணன் என்ற இரு வாயுக்களும் மேல் மூச்சு, கீழ் மூச்சாக இழுத்து விடப்படுவதன் மூலமே ஆயுள் தொடர்கிறது. உள்ளே சென்ற மூச்சு வராவிட்டால், அல்லது வெளியேறிய மூச்சு மீண்டும் உள் வராவிடில் முடிந்தது ஆட்டம். ஆகவேதான் "கணம், கணமாக வாழுங்கள்" என்கிறார் புத்தர்.

"வானத்துப் பறவைகளைப் பாருங்கள். அவை விதைப்பதும் இல்லை. அறுப்பதும் இல்லை. களஞ்சியங்களில் கொண்டு சேர்ப்பதும் இல்லை" என்கிறார் இயேசு.

"விட்டு விலகி நிற்பாய் அந்த சிட்டுக் குருவியைப் போலவே" என்கிறார் பாரதியார்.

மனிதன் இயற்கையுடன் முரண்பட்டவன். எதையும் தனது என்று ஆதிக்கம் செலுத்தும் இயல்பினன். அடர்ந்த புல்வெளியில் ஆடு, மாடு என ஆயிரம் விலங்குகள் நடந்து போகின்றன. அவை நடந்த சுவடுகள் கூட மற்றவர் கண்களுக்குப் புலப்படுவதில்லை. ஆனால், குறிப்பிட்ட வழியில் மனிதன் தொடர்ச்சியாக அடிக்கடி நடந்தால் அவன் கால்பட்ட இடத்தில் புற்கள் கூட முளையாமல் அங்கே ஒரு ஒற்றையடிப் பாதை தோன்றி விடுகிறது.

"எந்த மிருகத்துக்காவது பால்வினை நோய் வந்ததுண்டா? எந்தப் பிராணிக்காவது எய்ட்ஸ் வந்ததுண்டா? எந்த மிருகமாவது இதர இனத்தை இனப்படுகொலை செய்ததுண்டா?"

"காற்றும் நீரும் வானும், நிலவும் பொதுவில் இருக்குது. மனிதன் காலில் பட்ட பூமி மட்டும் பிரிஞ்சு கிடக்குது.''

என்ற பாடலை நீங்கள் கேட்டதுண்டா?

உண்மையில் இயற்கையுடன் இணைந்து வாழ்பவர்கள் நாகரீக மற்றவர்கள் என்று நாம் கருதும் பழங்குடி மக்கள்தான். அவர்களிடையே குற்றங்கள் இல்லை. கொலை, களவு இல்லை. நாகரிகத்தின் உச்சத்தில் இருப்பவர்கள் என்று மார்தட்டிக் கொள்ளும் நம்மிடையேதான் ஹிட்லர்களும், இடிஅமீன்களும் உற்பத்தியா கின்றனர்.

51

ஞானமும் விஞ்ஞானமும்

அகண்ட ஞானம் அனைத்து உயிரையும்

விசையுறுத்தும்; நலன்படுத்தும்

திரண்ட இயல்பு உருவாக்கும்; அவற்றை

விசைகள் தன்னால் முழுமையாக்கும்

உருவான பல்லாயிரமும் ஞானத்தை

உணர்ந்து மதிக்கத் தவறாது

அருவான ஞானம் எதையும் வேண்டி

ஆணையிடாது; இயல்பாய்ப் பொங்கும்

ஊட்டம் தந்து முழுமையாக்கும்

உணர்ச்சிதந்து காப்பாற்றும்

ஆட்டும் ஆளுமை செய்யாது

அதையே ஆழ்ந்த நலனென்பர்

பிரபஞ்சத்தை அலசி ஆராயும் விஞ்ஞானிகள் அதில் காணப்படும் ஒழுங்கையும், நேர்த்தியையும் கண்டு அதிசயிக்கின்றனர். தேர்ந்த சிற்பியால் செதுக்கப்பட்ட சிற்பத்தை விட பல ஆயிரம் மடங்கு ஒழுங்கும், நேர்த்தியுமாக அமைக்கப்பட்டுள்ளது பிரபஞ்சம். சிற்பியின் சிற்பம் அசையாது. நகராது. பெருகாது. பிரபஞ்சத்திலோ கோடானு கோடி சுடர்கள். அவற்றில் கோடானு கோடி உயிர்கள்.

"கை தேர்ந்த விஞ்ஞானியும், சிறந்த ரசிகனும், மகாபடைப்பாளியுமான ஒருவனால்தான் இப்படிப் படைக்க முடியும். கடவுள் என்பதைத் தவிர அவனுக்கு வேறு சிறந்த பெயர் இருக்க முடியாது" என்கிறார் மாக்ஸ் முல்லர்.

ஆயினும் எதற்காகப் பிரபஞ்சம் படைக்கப்பட்டது என்பதற்கு மட்டும் விஞ்ஞானிகளால் காரணத்தை இதுவரை சரிவரக் கூற முடியவில்லை. பலநூறு கோடி ஆண்டுகளாக இருந்து வரும் இந்தப் பிரபஞ்சம் படைக்கப்பட்டது அறுபது, எழுபது ஆண்டுகளே ஆயுள் கொண்ட இந்த எண்சாண் உயரமுள்ள மனிதனுக்காக என்பதை அவர்களால் ஏற்க முடியவில்லை.

இயற்கை சதா இயங்கிக் கொண்டுள்ளது. அதன் மூலம் தன்னைத்தானே சீரமைத்துக் கொள்கிறது. ஒழுங்கின்மையில் இருந்து அது ஒழுங்கை நோக்கி சென்று கொண்டிருக்கிறது என்ற முடிவுக்கு வந்துள்ளனர் விஞ்ஞானிகள்.

இருபதாம் நூற்றாண்டின் இறுதியில் எண்ணற்ற ஆராய்ச்சிகளுக்கு பின்பு அறிவியல் கண்ட இந்த உண்மையை 2500 ஆண்டுகளுக்கு முன்பே கண்டவர்தான் சீன அறிஞரான லா வோ த்ஸு. அதைத்தான் அவர் தமது இப்பாடலில் கூறுகிறார்.

அகண்ட ஞானம் அனைத்து உயிர்களையும் விசைப்படுத்தும். நலன் படுத்தும்.

அவரே தொடர்ந்து கூறுகிறார். "திரண்ட இயல்பு உருவாக்கும் அவற்றை விசைகள் தன்னால் ஒழுங்குப்படுத்தும்" என்று.

ஞானம் என்பது விஞ்ஞானத்தை விட பன்மடங்கு மேலானது. விஞ்ஞானம் என்பது போஸ்ட் மார்ட்டம்தான். இருக்கும் பொருளை அல்லது நடந்த ஒரு செயலை ஏன், எப்படி, என்ன என்று அது ஆராயும். மெய்ஞ்ஞானமோ நடக்கப்போகும் ஒன்றைப் பற்றிக் கூறுவது.

விஞ்ஞானம் கடந்த கால நிகழ்வின் அலசல்தான். நாத்திகன் இயற்கை என்று அதைக் கூறுவான். பெயர் எதுவாயினும் எல்லா வற்றிற்கும் அப்பாற்பட்ட ஒரு சக்தி என்பதே அது சுட்டிக்காட்டும் பொருள்.

"உருவான பல்லாயிரமும் ஞானத்தை உணர்ந்து போற்றும்" என்கிறார் லா-வோத்-ஸு. ஆனால், அந்த இயற்கை எவரிடமும் தன்னை வணங்கும்படி கேட்பதில்லை. எதையும், எவரிடமும் எதிர்பார்ப்பதுமில்லை. "அருவான, அதாவது புலப்படாத ஞானம் எதையும் வேண்டி ஆணையிடாது. அது தன் இயல்பாகப் பொங்கிப் பெருகிக் கொண்டே போகும்" என்கிறார் அந்த சீன ஞானி.

52
கண்ணாடி

உலகம் ஞானத்தை உணர்ந்தால்
 ஞானம் உலகத்தை உணரும்
நலமிகு தாயை நாமுணர்ந்தால்
 நம் தாய் நம்மை உணர்ந்திடுவாள்
உணர்வை பேச்சற்று வெல்பவனை
 வாழ்வின் இடர்கள் அணுகாது
உணர்வில் உணர்வுடன் தோய்பவனை
 இடர்கள் விலக்குவது இயலாது.
மென்மையில் இருப்போன் வலியவன்
 தன்னை சிறியவன் என்போன்
உண்மையின் தெளிவை உணர்ந்தவன்
 உலகில் அழிவற்று இருப்பான் அவன்.

குருஜி வாசுதேவ்

உலகம் இயல்பினில் கண்ணாடி போன்றது. கண்ணாடி எதிரே இருப்பதை அப்படியே பிரதிபலிக்கக் கூடியது. கண்ணாடியின் எதிரே நின்று நீ சிரித்தால் அதில் தெரியும் பிம்பமும் உன்னைப் பார்த்துச் சிரிக்கும். நீ கோபமாக முறைத்தால் அதுவும் உன்னைப் பார்த்து முறைக்கும். நீ முறைத்து விட்டு பிம்பம் மட்டும் சிரிக்க வேண்டும் என்று எதிர்பார்க்கக் கூடாது.

புத்தர், ஏசு, காந்தி போன்றவர்கள் உலகை நேசித்தனர். உலகம் அவர்களை இன்றுவரை நேசிக்கிறது. ஹிட்லர், இடிஅமீன் போன்றவர்கள் மனித குலத்தையே வெறுத்தனர். சமுதாயம் இன்றளவும் அவர்களை வெறுக்கின்றது.

எதைக் கொடுக்கிறாயோ அதையே பெறுவாய் என்பதும், வினை விதைத்தவன் வினையறுப்பான் என்பதும் மக்களின் அனுபவத்தில் விளைந்த பழமொழிகள்.

"உலகம் ஞானத்தை உணர்ந்தால் ஞானம் உலகினை உணரும்" என்கிறார் லா வோ த்ஸூ. இங்கு ஞானம் என்பது ஆதியான மெய்ப்பொருள். ஞானிகள் தத்துவமாகக் கூறியதை இன்று விஞ்ஞானம் உணர முற்பட்டுள்ளது. ஒவ்வொருவர் மனதிலும் அலைகள் உண்டு. அந்தக் கதிர்கள் படும்போது நம்முள் எதிர் அலைகள் மூளும்.

சிலரைக் காணும்போது நம்முள் இனந்தெரியாத அன்பு ஏற்படும். சிலரைக் கண்டதுமே காரணமற்ற கோபம் மூளும். இவை அந்தந்த மன அலைகளின் எதிர் அலைகளின் விளைவு. குழந்தைகளைக் காணும்போது எல்லோரும் நேசிப்பர். காரணம் குழந்தைகள் தனிப்பட்ட விருப்பு, வெறுப்புக்களை அறியாதவை.

நீங்கள் குழந்தைகளைப்போல் ஆகிவிடுங்கள். அப்போது தான் பரலோக ராஜ்யத்துள் உங்களால் நுழைய முடியும் என்கிறார் இயேசு.

மென்மையுடன் இருப்பதுதான் அனைத்திலும் வலிமையானது. எவன் தன்னைத் தாழ்த்திக் கொள்கிறானோ அவன் உயர்த்தப்படுவான். உணர்ச்சிகளில் மூழ்காமல் மவுனமாயிருப்ப வனை உலகின் இடர்கள் அணுக முடியாது.

மனிதர்களிடையே மகா பலசாலி ஆஞ்சநேயர் ஒருவர்தான். சூரியனிடம் வேதங்கள் கற்றவர். பிரம்மாண்ட வடிவம் எடுத்து கடலையே தாண்டியவர். மலையையே தனது உள்ளங்கையில்

ஏந்தியவர். ஆயினும் ஒரே ஒரு இடத்தில் கூட நானே பலசாலி என்று கர்வப்படாதவர்.

அண்ட பேரண்டங்களையும் அழித்துவிடும் ஆற்றல் பெற்ற பிரும்மாஸ்திரம் கூட அவரை ஒன்றும் செய்யாது.

ஒன்பது கிரகங்களும் மனிதர்கள், தெய்வங்கள் என்ற பேதம் இல்லாமல் அனைவருக்கும் சஞ்சார ரீதியில் நல்ல, தீய பலன்களைத் தரக்கூடியவர்கள். குருவாகிய பிரகஸ்பதி ஒன்றாம் இடத்தில் வந்தபோதுதான் ராமரே வனவாசம் சென்றாராம். குரு பத்தாம் இடத்தில் இருந்தபோதுதான் பரமசிவனே தோஷத்தில் பீடிக்கப்பட்டு மண்டையோட்டில் இரந்து உண்டார்.

பத்திலே குரு இருந்தால் ராமனும் பிச்சை எடுப்பான் என்பது பழமொழி. சாந்தமானவரும், சுபக்கிரகங்களில் முதன்மையான வருமான குருவே கெட்ட இடத்தில் வரும்போது பலன் இப்படி என்றால், அசுபகிரகங்களில் முதன்மையானவரும், ஈசுவர பட்டம் பெற்றவருமான சனி பகவானைப் பற்றிக் கேட்பானேன்?

கடவுளாயினும் படைப்பின் விதிகளுக்கு அவரும் உட்பட்டவரே! எனவே, ஏழரை நாட்டு சனி பிடிக்கப் போகிறது என்றறிந்த சிவபெருமான் சட்டென்று மறைந்து விட்டார். சாக்கடை பொந்து ஒன்றில் சகதிக் குவியலின் நடுவே ஒளிந்து கொண்டார். மூன்றே முக்கால் நாழிகை அதற்குள் ஒளிந்து கிடந்த அவர் பின்னர் வெளியே வந்தபோது சிரித்த முகத்துடன் சனி பகவான் நின்றுக் கொண்டிருந்தார். "ஐய்னே! ஏழரை ஆண்டுகள் முடிந்து விட்டது. நான் வருகிறேன்." பூவுலகின் கணக்கில் ஏழரை ஆண்டுகள் அமரர் உலகில் 3 3/4 நாழிகைகள்தான்'' என்றார்.

"மும்மூர்த்திகளில் முதல்வராகிய தாங்கள் சாக்கடைக்குள் புகுந்து கொண்டீர்களே. அதுதான் சனியின் விளைவு" என்றார் சிரித்துக் கொண்டே.

அப்பேர்ப்பட்ட சனி பகவான் ஆஞ்சநேயரிடம் வந்தார். "அனுமான்! உனக்கு ஏழரை நாட்டு சனி ஆரம்பமாகப் போகிறது" என்றார்.

"ஆகட்டும்" என்றார் அனுமான்.

கிரக சஞ்சார ரீதியாக ஏழரை ஆண்டுகள் நான் உம்மை பிடிக்க வேண்டும்.

"செய்யும்" என்றார் அனுமன்.

ஏழரையும் வந்தது. சனியும் பற்றினான். அனுமன் ஒன்றும் செய்யவில்லை. மரத்தடியிலேயே படுத்திருப்பார். பசி வந்தால் மரத்தில் இருந்து இரண்டு பழங்களைப் பறிப்பார். தின்றுவிட்டு பழையபடி மரத்தடியிலேயே படுத்திருப்பார். வெறுத்துப்போன சனி எப்படா ஏழரை ஆண்டு முடியும்? என்று தவிப்புடன் இருந்து விட்டு அது முடிந்ததும் வேகமாக ஓடிப்போனார்.

உணர்ச்சிகளை மவுனமாக, எதிர்கொள்பவனை இடையூறுகள் அணுகுவது இல்லை என்கிறார் லா வோத் ஸு. உணர்ச்சிகளில் மூழ்கிக் கிடப்பவர்கள்தான் இடையூறுகளால் கடும் பாதிப்பு அடைகின்றனர்.

இன்னல்-துன்பம் இரண்டும் ஒரே நாணயத்தின் இரு பக்கங்கள் என்பதை உணர்ந்தவன் இரண்டையும் பொருட்படுத்த மாட்டான். அத்தகையவன் அழிவற்ற நிரந்தரப் புகழுடன் என்றும் விளங்குவான்.

53

பட்டாம் பூச்சிப் பருவம்

ஞானத்தின் பாதை குறுகியது.

நடக்கவும் சாதாரணமானது

நானதில் எளிதாக நடக்கிறேன்

பரந்த அறிவே எனக்கு அச்சம்

மக்களுக்கோ நேர்ப்பாதையில் நாட்டமில்லை

மலிவான குறுக்கு வழி செல்கின்றனர்

எக்கணமும் நிலையற்ற போகங்களே

எப்போதும் அவர் மனதில் நிறைகின்றன

மாளிகைகள் பகட்டாக மிளிர்கின்றன.

வயல்களும், களஞ்சியமும் வெறுமை

ஆளுவோரின் வாட்களும், அதீதமும்,

அஞ்ஞானம்; கொள்ளையரின் ஆணவமே.

ஞானத்தின் பாதை எளிதானது என்கிறார் சீன ஞானி. இரண்டும், இரண்டும் நாலு என்பது எவ்வளவு எளியதோ அவ்வளவு எளியது ஞானம். மக்கள் என்றும் நேர்ப்பாதையை விரும்புவதில்லை. அவர்கள் நாட்டம் எல்லாம் குறுக்கு வழிகளில் மட்டுமே.

நல்ல குருவாக என்ன வழி? அதற்கு முதலில் நல்ல மாணவனாக இருக்க வேண்டும். இன்றைய சிறந்த மாணவன்தான் நாளைய நல்லாசிரியன் ஆகிறான். சிறந்த முதலாளியாக வேண்டுமென்றால் முதலில் நல்ல தொழிலாளியாக இருக்க வேண்டும். அதன்பிறகே அவன் வெற்றிகரமான முதலாளியாக விளங்க முடியும்.

நல்ல தொண்டனாக இருந்தவன்தான் பிறகு நல்ல தலைவனாக வரமுடியும். எடுத்ததும் தலைமைப் பதவியில் அமர்ந்த பலரும் பிறகு காணாமல் போய்விடுகின்றனர். நேரடியாக முதலாளியாக அமர்ந்த வர்கள் விரைவிலேயே முதலை இழந்து நொடித்துப் போகின்றனர்.

இயற்கையின் எளிய பாதை இது. இதனை எவரும் விரும்புவதே இல்லை. கம்பளிப் பூச்சியாக இருந்தால்தான் பிறகு வண்ணத்துப் பூச்சியாக வளர்சிதை மாற்றம் அடைய முடியும். இங்கே எவருக்கும் கம்பளிப் பூச்சியாக இருக்க விருப்பமில்லை. நேரடியாக பட்டாம் பூச்சியாக மின்னவே அனைவரும் ஆசைப்படுகின்றனர். ஆனால் கடைசி வரை அது நடப்பதே இல்லை.

ஞானத்தைக் கூடக் குறுக்கு வழியில் அடையவே பலரும் முயல்கின்றனர். சிரமப்படாமல் பெற்ற செல்வம் தீய வழிகளில் செலவாவதுபோல் குறுக்கு வழியில் பெற்ற ஞானமும் அழிவுக்கே பயன்படும்.

பரத்வாஜரும், ரைப்யரும் வனத்தில் அருகருகே ஆசிரமம் அமைத்து தவநெறியில் வாழ்ந்து வந்தனர். ரைப்ய முனிவரின் இரு பிள்ளைகள் அர்வாவசு, பராவசு இருவரும் மன்னர்களால் போற்றப்பட்ட பண்டிதர்களாக விளங்கினர்.

பரத்வாஜரின் ஒரே மகனான யவக்கிரீதன் வெட்டியாக சுற்றி வந்தான். மக்கள் எல்லோரும் ரைப்யரை மதிக்கும் அளவு தன் தந்தையை மதிப்பதில்லை என்றும், அவர் பிள்ளைகளைப் போற்றும் அளவு தன்னைப் பொருட்படுத்துவதில்லை என்றும் கண்டான்.

இந்திரனை நோக்கி தவம் செய்து அனைத்து கலைகளையும் கல்லாமல் கற்பேன் என்று சபதம் செய்து கடுந்தவம் மேற்கொண்டான்.

அவன் தவத்துக்கு மகிழ்ந்து இந்திரன் தோன்றினான். "எல்லா கல்வியையும் எனக்கு அளிப்பாயாக" என்றான் யவக்கிரீதன். "கல்விக்கு வழி தவம் அல்ல. கற்பதுதான். முறையாகப் படி என்று கூறி இந்திரன் மறைந்தான். யவக்கிரீதன் விடவில்லை. தொடர்ந்து கடும் தவம் செய்தான். அவன் தவம் தேவர்களை வருத்தியது. மீண்டும் இந்திரன் தோன்றினான். "நான் கேட்டதை தராவிடில் என் ஒவ்வொரு அங்கமாக வெட்டி வேள்வித் தீயில் இட்டு ஹோமம் செய்வேன்" என்றான் யவக்கிரீதன் உறுதியாக.

தேவேந்திரன் சொன்னான். "உழைக்காமல் வரும் செல்வத்தை விட சிரமமின்றிப் பெறும் ஞானம் ஆபத்தானது. அது அழிவில்தான் போய் முடியும்."

எனினும் இவன் கேட்பதாக இல்லை. "சரி, நீ போய் படி. ஒரு முறை படித்தால் கூடப்போதும். உடனே அவை உனக்குக் கைவந்த கலை ஆகிவிடும்" என்றான் இந்திரன்.

ஒரே நாளில் அனைத்தையும் படித்து சிறந்த மேதாவியானான் யவக்கிரீதன். அதற்குப் பிறகு தன்னை மிஞ்சிய பண்டிதன் எவனுமில்லை என செருக்கடைந்தான். மிதமிஞ்சிய கர்வத்தில் ரைப்யரின் மருமகளிடமே தவறாக நடந்து கொண்டான். சேதி அறிந்து சினம் கொண்ட ரைப்யர் தலை முடியை எடுத்து தரையில் போட்டு ஜெபித்தார். அதிலிருந்து பூதம் ஒன்று வெளிவந்தது. போய் யவக்கிரீதனைக் கொல் என்று அதற்குக் கட்டளையிட்டார்.

மந்திரங்கள் அறிந்த யவக்கிரீதனை நெருங்க முடியாது என்பதால் பூதம் அவனை தூரத்தில் இருந்தபடியே தொடர்ந்தது. அதிகாலையில் அவன் மலம் கழிக்கும்போது திடீரென அவனுக்கு எதிரே தோன்றியது. அசுத்தமான நிலையில் மந்திரஜெபம் பலிக்காது என்பதால் குளத்தை நோக்கி அவன் ஓடினான். அங்கிருந்த குளம் நீரின்றி வறண்டு கிடந்தது. அதைப் பார்த்துவிட்டுத் திரும்பும் முன்பு பின் தொடர்ந்த பூதம் அவனைக் குத்திக் கொன்றது.

மகனின் பிரிவால் துயரமடைந்த பரத்வாஜர் "ரைப்யர் தன் மகன்களாலேயே கொல்லப்படட்டும்" என்று சபித்தார். தானும் உபவாசமிருந்து தனது உயிரை மாய்த்துக் கொண்டார். வரத்தின் மூலம் அவர் பெற்ற முரட்டு ஞானம் அவருடைய ஒட்டுமொத்த அழிவுக்கே காரணமாய் அமைந்தது.

54

கல்விக் கண்

உறுதியுடன் ஊன்றி நிற்பதை
ஒருபோதும் பெயர்க்க இயலாது
அறுதியிட்டு காக்கப் படுவது
அகன்று விலகிச் செல்லாது
இறுதிவரை வம்சம் தழைப்பது
எமது முன்னோர் தியாகவேர்களில்
உன்னளவில் நன்னெறிகள் வீட்டை உயர்த்தும்
நன்னெறிகள் வீட்டளவில் ஊரை உயர்த்தும்
இன்னெறிகள் ஊரிலெனில் தேசம் உயரும்
நன்னடத்தை நாட்டிலெனில் நாநிலம் உயரும்
தன் அளவே பிறர் அளவாய்
தன் வீடுபோல் பிறர்வீட்டளவும்
தன் நாட்டளவே அனைத்தோர் தேசமும்
தன் உலகளவே பிறர் உலகமுமாய்
தைக் கொண்டுலகை அளக்கிறோமோ
அதன் அளவேதான் அதுவும் அமையும்.

தன்னை வென்றவன் தரணியை வெல்வான் என்பதுதான் ஆன்றோர்களின் வாக்கு. அடுத்தவனை சர்வ சாதாரணமாக அடித்து வீழ்த்தக் கூடிய எவனும் அந்த அளவில் தன்னை வெல்வது என்பது மட்டும் இயலாது. எவன் தன்னை வெற்றி கொள்கிறானோ அப்போது தரணியே அவனுக்குக் கட்டுப்பட்டு விடுகிறது.

தலைமுறை தலைமுறையாக முன்னோர்களின் தன்னலமற்ற தியாக அடுக்குகளில்தான் ஒரு வம்சம் நிலைபெற்று நிற்க முடியும். அடிப்படை நன்னெறிகள், நல்லொழுக்கம் போன்றவற்றை நம் நாடு வலியுறுத்தும் அளவுக்கு அந்தஸ்து, செல்வம் இவற்றை வலியுறுத்தியதில்லை. மேலை நாடுகளோ செல்வம், அதிகாரம் இவற்றை வற்புறுத்தும் அளவு தனிநபர் நல்லொழுக்கங்களை வலியுறுத்துவதில்லை.

மேலை நாடுகளில் கிரேக்கர் ஆண்ட இடங்களில் கிரேக்க மதம் பரவியது. எகிப்தியர் வென்றதும் பாரோக்களின் மதம் தழைத்தது. ரோமர்கள் வென்றபோது ரோமானிய மதம் அங்கு ஆட்சி செலுத்தியது. பின்னர் கிறிஸ்தவர் கீழ் வந்தவை கிறிஸ்தவ பூமியாயின. இஸ்லாமியரின் கீழ் வந்தவை இஸ்லாமிய நாடுகளாயின.

ஐம்பது ஆண்டுகள் ஒரு நாடு தொடர்ந்து ஒருவரிடம் அடிமைப்பட்டால் அதன் அமைப்பே மாறிவிடும் என்கின்றனர் வரலாற்றாசிரியர்கள். ஆனால், ஆயிரம் ஆண்டுகள் முகமதியர் ஆட்சி செய்தும், 300 ஆண்டுகள் பிரிட்டிஷார் ஆட்சி செய்தும் இந்த நாட்டின் அடிப்படை மாறவில்லையே அதற்கு என்ன காரணம்?

அகவாழ்வில் நம் முன்னோர்கள் காட்டிய அக்கறைதான் இதன் அஸ்திவாரம். இப்படி படிப்படியாக பல தலைமுறைகளாக உறுதியுடன் ஊன்றி நிற்பதால்தான் இந்தியாவின் கலாசாரம் பல்லாயிரம் ஆண்டுகளாக நிற்கிறது. உலக அரங்கில் இன்றுள்ள கலாசாரம் 5,000 ஆண்டுகளுக்கு முன்பு இல்லை. அன்று இருந்த பாபிலோனிய மெசபடோமிய நாகரிகங்கள் இன்று இல்லை. நமது அமைப்பு மட்டும் பத்தாயிரம் ஆண்டுகளுக்கு மேலாக அன்று முதல் இன்றுவரை ஓங்கி நிற்கிறது.

உறுதியுடன் ஊன்றி நிற்பதை ஒதுபோதும் கெல்லி எறிய முடியாது என்கிறார் லா வோ த்ஸு. தனி மனிதனின் நன்னெறி குடும்பத்தை உயர்த்தும். குடும்பம் உயர்ந்தால் ஊர் உயரும். ஊர் உயர்ந்தால் நாடு

உயரும். நாடு உயர்ந்தால் உலகம் உயரும் என்பது அவர் கூறும் கருத்து.

"நாடா கொன்றோ க.டா கொன்றோ
அவலா கொன்றோ மிசையா கொன்றோ
எவ்வழி நல்லவர் ஆடவர்
அவ்வழி நல்லை வாழிய நிலனே"

-என்கிறார் ஔவையார்.

வெறும் ஏட்டுக் கல்வி எப்பயனையும் தருவது இல்லை. உள்ளத்தில் தோயாத கல்வி கல்வியே அல்ல.

ஒருமுறை பெருந்தலைவர் காமராஜர், துக்ளக் சோ, இதயம் பேசுகிறது ஆசிரியர் மணியன் ஆகியோருடன் பேசிக் கொண்டிருந் தார். அப்போது ஜாதிக் கலவரங்கள் பற்றி பேச்சு வந்தது. மக்களிடையே இருக்கும் சாதி உணர்வுகள் பற்றி பேச்சு வந்தது. காமராஜர் கேட்டார்:

"இந்த ஜாதி உணர்வுகள் இன்னும் போகாததற்கு என்ன காரணம்?"

மணியன் சொன்னார் "மக்களிடையே இன்னும் கல்வி அறிவு பெருகாததுதான் காரணம்."

காமராஜர் கேட்டார்."இந்தியாவிலேயே கல்வி அறிவு நிரம்பிய மாநிலம் எது?"

"கேரளா."

"அங்குதான் ஜாதி வெறி மிகவும் அதிகம்"என்றார் காமராஜர் சிரித்தபடி.

படித்தவர்கள் அரசியலில் ஈடுபட்டால் ஊழல் பெருமளவில் குறையும் என்பது பலரின் நம்பிக்கையாக இருந்தது. இன்று மத்திய அரசிலும், மாநில சட்டமன்றங்களிலும் பெரும்பாலான மக்கள் பிரதிநிதிகள் பி.ஏ.பி.எல்., எம்.காம்., எம்.எல்., என்றுதான் உள்ளனர். இருந்தும் என்ன பயன்? ஊழலோ ஆயிரங்கள், லட்சங்கள் கட்டத்தையெல்லாம் உடைத்துக் கொண்டு கோடிக்கணக்கில் பெருகியுள்ளது.

காரணம் என்ன? கற்ற கல்வி உள்ளத்தில் தோயவில்லை. வெறும் பட்டம் பெறுதல் என்ற சடங்குடன் அது நின்று விட்டது. பிறர் உனக்கு

எதை செய்ய வேண்டும் என்று கருதுகிறாயோ அதை நீ பிறருக்குச் செய் என்கிறார் ஏசு. லா வோ த்ஸு இதையே கூறுகிறார் உன் வீட்டளவே பிறர் வீட்டளவு என்று. நம்முள் இருக்கும் ஜீவன்தான் பிறருக்குள்ளும் என்று எண்ணுபவன் தவறுகளை நாடமாட்டான்.

போய் ஹஸ்தினாபுரம் முழுவதும் சுற்றிப் பார்த்து விட்டு வாருங்கள் என்று தருமர், துரியோதனன் இருவரையும் அனுப்பினார் கிருஷ்ணர். இருவரும் நகர் முழுவதும் வலம் வந்தனர். மாலை அரண்மனை திரும்பினர்.

"உலகம் அடியோடு கெட்டு விட்டது. எங்கும் பொய், சூது, வஞ்சனைதான் நிறைந்துள்ளது. மக்கள் சூழ்ச்சிகாரர்களாகவே உள்ளனர். இவர்களுக்கு செய்வது வீண் வேலை" என்றான் துரியோதனன்.

"உலகம் நன்றாக இருக்கிறது. மக்கள் ஏழ்மையிலும் செம்மையாக வாழ்கின்றனர். இவர்களுக்கு நிறைய செய்தால் இன்னும் சிறப்படைவார்கள்" என்றான் தருமபுத்திரன்.

உலகம் நல்லதும் அல்ல. கெட்டதும் அல்ல. அதன் இயல்புப்படி அது உள்ளது. துரியோதனன் கண்களுக்குக் கெடுதல்கள் மட்டும் தெரிந்தன. தருமன் கண்களுக்கு நல்லவை மட்டும் தென்பட்டன.

மனம் எப்படி அமைகிறதோ அப்படியே தான் உலகமும் ஒருவர் கண்ணுக்குத் தென்படும்.

55
புதிய பாதை

நன்மையை அதன் முழு வலிவொடும் சார்பவன்
கள்ளமற்ற குழந்தை மனதினன்
உள்ளத்தில் விஷம் தோய்வதில்லை
வன்ம விலங்குகள், வேட்டைப்பறவைகள்
வலிவுடன் அணுகுவ தில்லை
பொலிவுடன் மிளிர்பவன் அவன்
மென்மை நரம்புகள், பிடியோ உறுதி
ஆண், பெண் பேதம் அற்றது
ஆனால் வீரியம் பலமானது
உண்மை வடிவம் நிறைவொடு வளரும்
அதன்லய மறிதல் நித்யம்
நித்தியம் அறிதல் தெளிவு
நீண்ட ஆயுள் பெரிய வரம்
மனதின் திண்மை பெரும் பலம்
மூண்ட ஆற்றல் மூப்பினை அடையும்
அதுவே அஞ்ஞானம், விரைவில் மறையும்

"எதை எதை சாப்பிடலாம் என்பது நமக்குத் தெரியும். ஆனால், எதையெல்லாம் சாப்பிடக்கூடாது என்பது நமக்குத் தெரியாது. அதை நமக்கு உணர்த்தத்தான் அதை நமக்கு முன்னால் சிலர் சாப்பிட்டு செத்துப் போயுள்ளனர்."

ஒன்றை விஷம் என்று அறியாமல் அதனை ஒருவன் ஏற்கெனவே உண்டு உயிர் விட்டான். அதைக் கொண்டே இது விஷம், உண்ணத் தகாதது என சமுதாயம் ஒதுக்கியது.

எல்லாத் துறைகளிலும் இதே கதைதான். சிலர் துணிந்து இறங்குவார்கள். அவர்களால்தான் மனிதகுலத்திற்கு வளர்ச்சியே ஏற்பட்டது. அவ்வாறின்றி இருப்பதே போதும் என்று அவர்கள் இருந்திருந்தால் நாம் மாட்டு வண்டியைக் கூடக் கண்டிருக்க மாட்டோம்.

ஏற்கெனவே உள்ள பாதையில் பயணிப்பது சுலபம். அதுவே மனிதனது இயல்பும் கூட. புதிய பாதையில் துணிந்து இறங்குபவனுக்கு யார் துணை? கடலில் புது வழி காணப் புறப்பட்ட கொலம்பஸுக்குத் துணை நின்றது யார்? வானில் வெப்பக் காற்று பலூன் மூலம் புறப்பட்ட மாண்ட், கோல்பியரை செலுத்தியது யார்?

அதுவேதான் என்கின்றனர் உளவியலாளர்கள். நீ எதனை நாடிச் செல்கிறாயோ அதன்மீதே உன் மனம் பூரண ஈடுபாடு கொண்டால் அதுவே உனக்கு வழிகாட்டும். இதனை உள்மன ஆற்றல் என்பர் அறிவியலாளர். கண்ணுக்குப் புலனாகாத சக்தி என்பர் ஆன்மீக வாதிகள்.

அடர்ந்த காடுகள் நமக்கு அச்சமூட்டுபவை. அதிலுள்ள நச்சுப் பாம்புகள் நம்மைக் கலவரப்படுத்தும். வனத்திலேயே வாழும் காட்டுவாசிகள் அன்றாடம் ஆயிரம் முறை அவற்றினூடே சென்று வருகின்றனர். அவர்களும் எதையும் சீண்டுவதில்லை. பாம்புகளோ, வனவிலங்குகளோ அவர்களைப் பொருட்படுத்துவதும் இல்லை.

நாம் எதை எண்ணுவதில்லையோ அது நம்மை எண்ணாது. நாம் எதைப்பற்றி எண்ணுகிறோமோ அதுவும் நம்மையே எண்ணும்.

துருவனின் தந்தைக்கு இரு மனைவியர். இரண்டாம் மனைவியின் அழகில் மயங்கிய அவர் தன் முதல் மனைவியை ஒதுக்கி வைத்து விட்டார். சிறு பையனான துருவன் இவற்றையறியாமல் தந்தையான

அரசரின் மடியில் அமர்ந்தான். இரண்டாம் மனைவியான சித்தி அவனை இழுத்து அப்புறம் தள்ளி விடுகிறாள்.

தாயார் துருவனைத் தேற்றுகிறாள். "நமக்கெல்லாம் நாராயணன்தான் ஒரே கதி. வேறு புகலிடம் இல்லை" என்கிறாள். துருவன் கிளம்பி விடுகிறான் காட்டை நோக்கி. சிறுவன்தான் எனினும் அவன் மனதில் அச்சம் கொஞ்சமும் இல்லை, எந்த வேறு எண்ணமும் இல்லை. அவன் மனம் முழுதும் நாராயணன் பற்றிய நினைவே அப்போது நிரம்பி இருந்தது.

காட்டிற்கு சென்ற அவன் எதிரே உறுமலுடன் வந்தது ஒரு புலி. மலர்ந்த கண்களுடன் அதனை வியப்புடன் பார்த்தவன், ''ஓஹோ நீதான் நாராயணனா?'' என்று கேட்டான் அதனிடம். இல்லை என தலையாட்டி விட்டு விலகியது புலி. மதயானை, மலைப்பாம்பு, சிங்கம் எல்லாம் இப்படியே விலகிச் சென்றன.

கடைசியாக ஒரு மரத்தடியில் போய் அமர்ந்த துருவன் தனது தவத்தின் பலத்தினால் மகாவிஷ்ணுவை தரிசிக்கிறான். அழிவற்ற நிரந்தரமான துருவ நட்சத்திரமாக அவன் இன்றளவும் நின்று நிலவி வருகிறான் என்கிறது புராணம்.

லா வோ த்ஸு கூறுகிறார்.

"முழுமையாக அதனை சார்ந்து விடுபவனை விஷ ஜந்துக்களோ, விலங்குகளோ தீண்டாது. அவன் உடல் வலிவற்றது. ஆனால் உள்ளம் அபார உறுதி வாய்ந்தது. உடலின் ஆற்றல் நிலையற்றது. அதை நம்புவது அஞ்ஞானம். உலகின் பெரும் சாதனையாளர் எவருமே உடலின் பலத்தை ஒரு பொருட்டாக எண்ணியதே இல்லை."

பக்த துருவன், மார்க்கண்டேயன், சமர்த்த ராமதாஸ், பக்த மீரா, ஜனா பாய், சாந்த சக்குபாய் இன்னும் எண்ணற்ற அடியார்கள் அருளாளர்களானது ஆழ்ந்த நம்பிக்கையால் மட்டுமே.

56

நாணயத்தின் இரு பக்கங்கள்

உணர்ந்தோர் உரையார், உரைப்போர் உணரார்
ஞானியர் வாய் திறந்து ரைப்பதில்லை
ஏனென்று எதனையும் கேட்பதில்லை
மணந்த பூவின் வாசம் மலரொடு கிளத்தல்போல்
தன்னுள் தானே கலந்திருப்பார்
தன்னுணர் வுகளில் விலகி நிற்பார்
அன்பும், வெறுப்பும் அவரிடம் ஒன்றே
நஷ்டமோ, லாபமோ தயவோ
இஷ்டமாய் அவரிடம் இல்லை
இன்பம், துன்பம் இரண்டும் விலக்கி
ஞானமாய் அவரிடம் நிற்கும்
ஞாலமும் அவரையே மதிக்கும்.

குருஜி வாசுதேவ்

குருஷேத்திரப் போர்க் களத்தில் கிருஷ்ணர் அர்ஜுனனிடம் கூறுகிறார்:

"வெற்றி-தோல்வி, இன்பம்-துன்பம் இவை எல்லாம் மனத்தின் மாயையால் விளைபவை. மாயை நீங்கியவன் இரண்டையும் சமமாக பாவிப்பான். அவன் விருப்பு, வெறுப்பற்று கடமையில் ஈடுபடுவான். அத்தகையவன் ஸ்திதப் பிரக்ஞன் ஆகிறான். அவன் என்னில் இருக்கிறான். நான் அவனில் இருக்கிறேன்."

உலகம் இரு எதிரெதிர் சக்திகளில் இயங்குகிறது என்கிறது அறிவியல். மனித உடலில் கூட வாயு இருவிதமாக செயல்படுகிறது. பிராணன் மேல்நோக்கி இழுக்கிறது. அபாண வாயுவோ கீழ்நோக்கி இழுக்கிறது. இப்படி, மேலும் கீழுமாக இயங்குவதில்தான் நமது மூச்சு உள்ளேயும் வெளியேயும் சென்று வருகிறது. இதில் ஒன்று விலகினாலும் மற்றொன்றும் அடங்கி உயிர் பிரிந்து விடும்.

இன்பம் எதனால் வருகிறதோ அதனாலேயே துன்பமும் வரும். எதில் இன்பம் என்பதே இல்லையோ அதில் துன்பம் என்பதும் இல்லை.

ஞானிகள் எதையும் வெறுப்பதும் இல்லை. எதையும் தனிப்பட விரும்புவதும் இல்லை. அனைத்தையும் சமமாக பாவித்து ஏற்றுக் கொள்கின்றனர். அதனாலேயே அவர்கள் உலகத்தால் போற்றப் படுபவராக விளங்குகின்றனர். அந்தப் போற்றுதலையும் அவர்கள் பொருட்படுத்துவதே இல்லை என்பதுதான் அதைவிட சிறப்பு.

பரமாச்சாரியார் சென்ற நூற்றாண்டில் உலகம் போற்ற விளங்கியவர். எளிமையான ஒற்றை துவர் ஆடையுடன் எங்கும் நடந்தே செல்வதும், விரதங்கள், நியமங்கள் எனவும் கட்டுப்பாடாக வாழ்ந்தவர்.

ஒருமுறை அவர் உணவு உட்கொண்டபோது அவருக்கு இலையில் கத்தரிக்காய் கறி பரிமாறப்பட்டது. அங்கிருந்த சமையற்காரர் சமீபத்தில்தான் வேலையில் சேர்ந்திருந்தார். அவரிடம் சுவாமிகள் கேட்டார். "சந்தையில் கத்தரிக்காய் விலை மிகவும் குறைவா?" என்று.

"இல்லையே. அதுதான் இப்போது அதிக விலை விற்கிறது" என்றார் சமையற்காரர்.

"நாலைந்து நாட்களாக தினமும் இதையே சமைக்கிறாயே அதனால் கேட்டேன்" என்றார் சுவாமி.

"நான் வந்த அன்று கத்தரிக்காய் கறி சாப்பிட்டபோது சுவாமிகள் முகத்தில் மகிழ்ச்சி தெரிந்தது. உங்களுக்கு இது ரொம்பவும் பிடித்திருக்கிறது போலிருக்கிறது என்று நினைத்து தினமும் இதையே சமைத்தேன்" என்றார் பரிசாரகர்.

ஆசாரியார் இதைக் கேட்டு திடுக்கிட்டார். இது என்ன? நம்மை அறியாமல் நமது மனம் இதில் ஈடுபாடு கொண்டு விட்டதே! என்று சற்று நேரம் யோசித்த அவர் அமைதியாகக் கத்தரிக்காயை ஒதுக்கி வைத்தார். அதன் பின் அவர் என்றுமே அதைத் தொடவில்லை.

இன்பம்-துன்பம் இரண்டும் ஒரு நாணயத்தின் இரு பக்கங்கள் என்பதால் இரண்டையும் ஞானிகள் பொருட்படுத்த மாட்டார்கள்.

"மாட்சியிற் பெரியோரை வியத்தலும் இலமே. சிறியோரை இகழ்தல் அதனினும் இலமே" என்கிறார் சங்ககாலப் புலவர் கணியன் பூங்குன்றனார். உள்ளத்தை ஒன்றிலேயே நிலை நிறுத்தி உணர்வுகள் அனைத்தையும் சமமாக பாவிப்பவன் மட்டுமே விரைவில் ஞான நிலை எய்துவான் என்கிறது சித்தர் பாடல்.

குரு ஒருவர் தமது சீடர்களுடன் பயணம் செய்தார். பயண வழியில் எந்த ஊரும் தென்படவில்லை. மரம், செடி, கொடிகளும் பார்வையில் படவில்லை. தாகத்துக்கு நீர் நிலைகள் கூட எங்கும் இருப்பதாகத் தெரியவில்லை. அதனால் சீடர்கள் அனைவரும் சோர்ந்து போயினர். இருட்டியதும் ஓரிடத்தில் தங்கினார் குரு. களைப்புடனிருந்த சீடர்கள் உடனே படுத்து விட்டனர். ஆனால் குரு அப்படி செய்யவில்லை. மண்டியிட்டுப் பிரார்த்தனை செய்தார் அவர், "இறைவா இன்றுத் தாங்கள் அருளிய அனைத்துக்கும் என் நன்றி" என்று.

ஆச்சரியத்துடன் எழுந்த சீடன் ஒருவன் கேட்டான். "குருவே! இறைவன் இன்று நமக்கு ஒன்றுமே தரவில்லையே?"

"யார் சொன்னது?" என்ற குரு புன்னகையுடன்,

"இன்று அவர் நமக்கு அருமையான பசியை அளித்தார். அற்புதமான தாகத்தை அளித்தார். அதற்காகத்தான் நான் அவருக்கு நன்றி செலுத்துகிறேன்" என்றார்.

57

முன் மாதிரிகள்

நாட்டை ஆள நாணயம் வேண்டும்.
படைகளை நடத்த கூர்மதி தேவை
ஆட்சியில் நிலைத்திட அரசதந் திரங்கள்
அதுசரி என்றதன் மூலமே அறிவாய்
தடைகள் பெருகிட ஏழ்மையும் பெருகும்
அடக்குதல் வலுத்திட வன்முறை வலுக்கும்
படைகள் பெருகிட அமைதியும் குலையும்
சட்டங்கள் பெருகிட கள்வர்கள் பெருகுவர்
சீரிய கொள்கையே வலியுறுத் தாமைதான்
அரசு குறுக்கிடேல் அமைதியில் மக்கள்
நேரிய வழிதனில் நாட்டினை செலுத்திட
எளியவனாயிரு. அகிலமும் பின்வரும்

குல்லாய் வியாபாரி ஒருவன் கூடை நிறைய குல்லாய்களுடன் வந்து கொண்டிருந்தான். வெயிலில் சுற்றியதால் ஏற்பட்ட களைப்பால் அவன் வழியில் இருந்த மரத்தடியில் படுத்துத் தூங்கினான். விழித்து எழுந்தவனுக்கு அதிர்ச்சி. கூடை குல்லாய்களில் ஒன்றைக்கூட காணோம்.

திடுக்கிட்டுப் போய் சுற்றுமுற்றும் பார்த்தான். மரத்தில் ஏராளமான குரங்குகள் உட்கார்ந்திருந்தன. எல்லாம் ஆளுக்கொரு குல்லாயை எடுத்து மாட்டிக் கொண்டிருந்தன. என்ன செய்வதென்று புரியவில்லை அவனுக்கு. எப்படி மரத்தில் ஏறுவது? தாவி ஓடும் குரங்குகளை விரட்டிப் பிடித்து எப்படி குல்லாய்களை மீட்பது? என்று யோசித்தான். சட்டென ஒரு யுக்தித் தோன்றியது அவனுக்கு. தன் தலை மீதிருந்த குல்லாயைக் கழற்றினான். அதைத் தரையில் வீசி எறிந்தான். கொஞ்ச நேரத்தில் எல்லா குரங்குகளும் மட, மடவென்று தங்கள் தலையிலிருந்த குல்லாய்களை அதே போல் வீசி எறிந்தன. சட்டென்று அவற்றைத் திரட்டி எடுத்துக் கொண்டு அந்த இடத்தை விட்டு அகன்றான்.

எளிமையான கதைதான் இது. ஆனால், இதுதான் உலகின் பொது நீதி. காலம், காலமாகப் பெரியவர்கள் இதைத்தான் உபதேசிக்கிறார்கள். ஆனால் யாரும் அதைக் கேட்பதில்லை. ஏன்? சொல்பவர்கள் முதலில் தாங்களே அதைச் செய்வதில்லை. பிறகு எப்படி மற்றவர்கள் அதைப் பின்பற்றுவார்கள்?

காந்திஜி எளிமையைப் பின்பற்றச் சொல்லி யாரையும் வலியுறுத்தவில்லை. எல்லோருக்கும் முன்மாதிரியாகத் தானே எளிமையாக வாழ்ந்து காட்டினார். அவரை ஏராளமானவர்கள் பின்பற்றினார்கள். அதேபோல் ஏசுவும் எதுவும் சொல்லவில்லை. வாழ்ந்து காட்டினார். அவரையும் அனைவரும் பின்பற்றினர்.

சட்டங்கள் அதிகமாக, ஆக அதை மீறுபவர்களும் அதிகரிப்பார்கள். படைகள் பெருகப் பெருக வன்முறைகளும் அதிகரிக்கும். இதை இன்றுவரை உலகம் கண்கூடாகக் கண்டு வருகிறது.

வரிகள் அதிகமாக, ஆக வரி ஏய்ப்பு அதிகரிக்கிறது. அரசு தடைகள் அதிகரிக்கும்போது ஏழ்மையும் பெருகுகிறது.

ஒரு குழந்தைக்கு பலவந்தமாக உணவைத் திணிக்கும்போது அது அதைத் துப்பி விடுகிறது. பலவந்தமாகத் திணிக்கப்படும் பல நல்ல சட்டங்கள் கூட தவறான விளைவுகளை ஏற்படுத்துகின்றன.

**"நன்றாற்ற லுள்ளும் தவறுண்டு அவரவர்
பண்பறிந்து ஆற்றாக் கடை"**

என்கிறார் வள்ளுவர்.

கட்டாயக் கல்வி என்று சட்டம் இயற்றிய நாடுகளில் அது படுதோல்வியில் முடிந்தது. இந்தியாவில் கட்டாயக் குடும்பக் கட்டுப்பாடு 1975ல் கொண்டு வரப்பட்டது. 1976 தேர்தலில் அச்சட்டத்தைக் கொண்டுவந்த இந்திராகாந்தி தோல்வி அடைந்தார். கள்ளச்சாராய ஒழிப்புக்காக, சாராயம் காய்ச்சினால் 2 வருடம், கடத்தினாலோ, விற்றாலோ ஒரு வருடம், குடித்தால் 6 மாதம் என சட்டம் கொண்டு வந்த செல்வாக்குப் பெற்ற தலைவரான அவர் அடுத்த மக்களவைத் தேர்தலில் படுதோல்வி அடைந்தார். உடனே அவசர, அவசரமாக சட்டத்தை வாபஸ் பெற்றார்.

எதையும் வலிந்து திணிக்க மாட்டார்கள் ஞானிகள். திணிப்பதன் மூலம் ஏற்படும் நன்மைகளையும் அவர்கள் நன்மை என்று கருத மாட்டார்கள். மனப்பூர்வமாக உணர்ந்து மாறி வருவது மட்டும்தான் கடைசிவரை நீடிக்கக் கூடியது. அத்தகைய ஞானிகள் எளிமையை போதிக்க மாட்டார்கள். தாங்கள் முதலில் பின்பற்றுவார்கள். அதைப் பார்த்து உலகம் அவர்களைப் பின்பற்றும்.

58

நியாயத் தராசு

மன்னர் ஆடம்பர மின்றி இருப்பின்
மக்கள் மகிழ்வுட னிருப்பர்
தக்க வளமொடு திகழ்வர்
பன்னரும் சட்டங்களியற்றிடின் அந்தோ!
பல்வகை இடர்கள் நாட்டில்
சொல்லரும் துயர்கள் சேரும்
இன்பமே துயரின் நிலைக் களன்
இதனைமுன்னறி வோர்யார்?
துன்பமே மகிழ்வின் அடித்தளம்
உலகின் நியதி இதுவே.
நல்லதே அல்லது; நன்மையே தீமை
அல்லதே நல்லது. துன்பமே இன்பம்
தொல்லுல கினிலே தொடர்ந்து நிகழும்
எல்லை யில்லா இயல்பு விதிஇது.
திணித்தல் இல்லை கண்டிப்பு உண்டு
உறுத்தல் இல்லை ஒளி உண்டு
பணித்தல் இல்லை நேர்வழி உண்டு
பாரில் ஞானியர் வழிமுறை இதுவே.

ஒரு தராசின் இரண்டு தட்டுக்களில் ஒன்று தாழ்ந்தால் மற்றது தானே உயரும். இரண்டும் சரி சமமாயிருந்து விட்டாலோ அசைவே அடியோடு நின்றுவிடும். இரு தட்டுக்களிலும் எதுவுமே இல்லாவிட்டாலும் அவை சரிசமமாக நின்றுவிடும்.

உலகத்தை ஒரு தராசுடன் ஒப்பிடுகின்றனர் நிபுணர்கள். அரசாங்கத்தின் கஜானா நிரம்பி வழிகிறது என்றால் மக்கள் ஏழைகளாகின்றனர் என்று பொருள். எக்கச்சக்கமான வரிகளால் வரும் வருமானத்தால் அரசு வலுவுடன் இருக்கும். மக்களோ வருவாயை எல்லாம் வரியாக செலுத்தி விட்டு வறுமையில் இருப்பர்.

அரசு கஜானா அடியோடு காலி என்றால் மக்கள் வளமாயிருப்பர். வரிகள் இல்லாமல், விதித்த வரிகளும் சரிவர வசூலிக்கப்படாமல், இருக்கும் பொருளும் நலத்திட்டங்களுக்கு வாரி வழங்கப்பட்டு கஜானா துடைக்கப்பட்டால் மக்கள் அளவுக்கு மிஞ்சிய போகங்களில் ஈடுபட்டு அதனால் கலாசார சீரழிவும், தறிகெட்ட நிலையும் ஏற்படும்.

அரசின் தட்டு உயர்ந்தால் மக்களின் வீழ்ச்சி, மக்கள் தட்டு உயர்ந்தால் அரசின் வீழ்ச்சி. இதில் வேடிக்கை என்னவென்றால் மக்கள் வீழ்ச்சி ஏற்பட்டால் அடுத்தது அரசும் விழும். அரசின் வீழ்ச்சி ஏற்பட்டாலும் பின்னோடு மக்கள் சமுதாய வீழ்ச்சியும் ஏற்படும்.

அரசின் வரிச்சுமை, மக்களின் வீழ்ச்சி இவற்றால் ஏற்பட்டவை தான் உலகத்தையே உலுக்கி எடுத்த பிரெஞ்சுப் புரட்சியும், ரஷ்ய புரட்சியும்.

அதீத வறுமையால் அழிந்த அரசுகள் இவை என்றால் அதீத செல்வத்தால் அழிந்தது ரோமானியப் பேரரசு. எதிர்ப்பே இல்லாமல் மிகையாக வீங்கி வெடித்த சாம்ராஜ்யம் அது என்பது வரலாறு கூறும் செய்தி.

மிதமான உழைப்பு, உழைப்புக்கேற்ற ஊதியம், அளவான வரிகள், அரசின் பணம் மக்களிடம் சென்று சுழற்சியடைந்து அரசிடமே திரும்ப வேண்டும். அதுவே ஆரோக்கியமான ஆட்சிக்கும், திடமான சமுதாயத்திற்கும் அடையாளம்.

எப்படி வரி வசூலிக்க வேண்டும் என்ற கேள்விக்கு விடையாக தருமனிடம் விதுரர் கூறுகிறார்.

"பூவுக்கு உறுத்தாமல் தேனை உறிஞ்சும் வண்டுபோல் ஓர் அரசு மக்களிடம் வரி வசூலிக்க வேண்டும்."

மன்னர்கள் பகட்டின்றி இருப்பின் மக்கள் வளமுடன் இருப்பர் என்கிறார் லா வோ த்ஸு. மேலும், ஏராளமான சட்டங்கள் மக்களை துயர்படுத்தும் என்கிறார்.

இன்பமே துன்பத்தின் அடித்தளம். துன்பமே இன்பத்தின் ஆணி வேர். அடக்குமுறை புரட்சியின் முன்னோடி. ஞானிகளிடம் கண்டிப்பு உண்டு. ஆனால் அவர்கள் வலிய அதை திணிக்க மாட்டார்கள். கண்களில் ஒரு ஒளி இருக்கும். ஆனால் கண்களைக் கூசும் பிரகாசமாக அது மாறக்கூடாது. வழிகாட்டல் அவர்களிடம் உண்டு. ஆனால் கட்டளையாக அது இருக்காது.

வியாச முனிவர் திருதராஷ்டிரனை சந்திக்கிறார். தருமத்திற்கும், பாசத்திற்குமிடையே ஊசலாடிய மன்னன், "நான் என்ன செய்ய வேண்டும்? கட்டளையிடுங்கள் முனிவரே'' என்கிறார். ஆனால், அவர் கட்டளை இடவில்லை. "நீ மன்னன், நியாயம் செலுத்துவது உன் கடமை. சிந்தித்து முடிவு செய்" என்கிறார். நிகழும் விளைவுகளை அறிய தெய்வீகப் பார்வையையும் சஞ்சயனுக்கு அளிக்கிறார்.

தருமனும் அவ்வாறே கிருஷ்ணரை வேண்டுகிறான் நான் என்ன செய்ய வேண்டும் என்று சொல்லுங்கள் என்று. பேராசையின் வழி சென்ற திருதராஷ்டிரனும் குழம்புகிறான். தர்மத்தின் வழி நின்ற தருமபுத்திரனும் குழம்புகிறான். போர் மூண்டால் ஏற்படும் அழிவுகளுக்காக அவன் அஞ்சுகிறான். அவனிடம் கிருஷ்ணரும் எந்த கட்டளையும் இடவில்லை. "நீங்கள் முடிவு எடுங்கள். சண்டையா, சமாதானமா என்று" என்கிறார். சமாதானத்தையே விரும்பிய தருமன் ஐந்து கிராமங்களாவது கொடுக்கும்படி கேட்டு கிருஷ்ணரையே தூதாக அனுப்புகிறான்.

அவன் நாடியது சமாதானம். ஆனால் மூண்டதோ பெரும் யுத்தம். இன்பத்திலிருந்து துன்பம், துன்பத்திலிருந்து இன்பம். உலக நியதி இதுவே என்கிறார் சீன ஞானி தமது பாடலில்.

ஞானியான வியாசரும் சரி. அனைத்தும் அறிந்த கிருஷ்ணரும் சரி. எதையும் வற்புறுத்தவில்லை. மவுன சாட்சிகளாக இருந்து விடுகின்றனர்.

59
விழுதைத் தாங்கும் வேர்கள்

ஆட்சி செலுத்துதல் புனிதக் கடமை
    செலவுகள் குறைத்தல் சீரிய பண்பு
மாட்சிமை என்பது மரபினில் வருவது
    மரபுகள் முந்தைய நலன்களின் தொடர்ச்சி
ஆழ்ந்த வேர்கள்; அடிமரம் உறுதி;
    ஆலமரத்தின் அடித்தளமாகும்
வாழ்தல், நிலைத்தல் புரிதலின் பாதை
    பொதுநலத்தின் தாய் சிக்கனம் ஒன்றே.

முன்னோர் விட்டுச் சென்றவற்றை வைத்துத் தான் நமது வாழ்வு தொடர்கிறது. நாம் விட்டுச் செல்பவற்றை வைத்துத்தான் நமது சந்ததியின் வாழ்க்கை தொடரும். ஒலிம்பிக் தொடர் ஓட்டப் பந்தயத்தில் ஓடிச் சென்று ஒருவனிடம் ஜோதியை அளிக்க அவன் அதைப் பெற்றுக் கொண்டு ஓடிச் சென்று வேறொரிடத்தில் அளிக்க... அந்தத் தொடர் பயணம் நடந்தபடி இருக்கும்.

வாழ்க்கை என்ற மாபெரும் தொடர் ஓட்டத்தில் நமது முன்னோர் ஜோதியை நம்மிடம் ஒப்புவித்து விட்டு விலகினர். நாம் அதனை சுமந்தபடி பயணம் தொடர்கிறோம். பின்னர் நமது சந்ததிகளிடம் கடமைகளை ஒப்புவித்து விட்டு நாம் விடைபெறுவோம்.

உன்னிடம் ஒப்படைக்கப்பட்ட ஜோதியை மேலும், ஒளிவீசி எரியுமாறு நீ மற்றவரிடம் ஒப்படைக்கலாம். அல்லது ஒளி குறைந்து புகை மண்டி அணையும் தறுவாயிலும் ஒப்படைக்கலாம். நமது முன்னோர் தாங்கள் அனுபவித்த நன்மைகளைத் திரட்டி நம்மிடம் விட்டுச் சென்றுள்ளனர். அதனைக் குன்றாமல் காத்து அடுத்தத் தலைமுறையிடம் ஒப்படைப்பது நமது கடமை.

உன் முன்னோர் அளித்ததை நீ ஆடம்பரமாக செலவிட்டால் அது சுயநலம். பிறருக்காக செலவிட்டால் அது பொதுநலம். பிறரிடம் அளிக்காவிட்டாலும் நீ செலவிடாமல் சிக்கனமாக இருந்தால் அதுதானே பிறரிடம் சேரும். இதைத்தான், பொது நலத்தின் தாய் சிக்கனம் என்கிறார் சீன ஞானி.

தனி மனிதனின் சிக்கனம் வீட்டை உயர்த்தும். சமுதாயத்தின் சிக்கனம் நாட்டை உயர்த்தும். அரசுகளின் சிக்கனம் அடுத்த தலைமுறையையே உயரத்திற்குக் கொண்டு செல்லும்.

ஊதாரித்தனமான செலவுகள், வருமானம் தரா திட்டங்கள் இவற்றால் நாட்டையே கடனாளி ஆக்கிய அரசியல்வாதிகளை நாம் உலகெங்கும் காண்கிறோம். வருடாவருடம் பற்றாக்குறை பட்ஜெட் மட்டுமே அளிப்பவர்கள் இவர்கள்.

அதியமான் நெடுமானஞ்சியிடம் ஔவையார் போர்ச் செலவுகளைக் குறைத்து விவசாய செலவுகளை அதிகரிக்குமாறு கூறுகிறார். அப்போது அவர் கூறியதுதான்.

“**வரப்புயர நீர் உயரும்**
நீர் உயர நெல் உயரும்
நெல் உயர குடி உயரும்
குடி உயர கோன் உயரும்” என்ற அற்புதமான பாடல்.

60

வல்லவனா? நல்லவனா?

சிறுமீன்களை வறுப்பவர் போன்றோர்

பெருநாட்டை ஆட்சி செய்வோர்

செதிள்களை சீவாதுகுடலை நீக்காது

அதுபோலவே ஆளுமையும் புரிதல் வேண்டும்.

ஞானம் ஆட்சியில் அமரும் போது

பேய்களுக்கும் நீசகுணம் விலகி நிற்கும்

வானம் போல் பரந்த மனப்பாங்கில்

வாழ்வும் ஞானம்போல் உயர்ந்து நிற்கும்

தீனர்க் கெவரும் தீங்கிழைக்கார்

தெய்வமும், ஞானமும் ஒன்றாய் நலன்தரும்.

"பேய் அரசு செய்தால் பிணந்தின்னும் சாத்திரங்கள் என்றார்" பாரதியார். ஆட்சியிலிருப்பவன் வல்லவனாயிருக்க வேண்டியதில்லை. அவன் நல்லவனாக இருந்தால் போதும். அவனது உள்நோக்கம் தூய்மையாயிருப்பின் அவன் செய்யும் புறச்செயல்களால் ஆபத்து ஒன்றும் இல்லை. நோக்கம் அதர்மமாயிருந் தால் புறச்செயல்கள் நன்மை செய்வதற்காக செய்யப்பட்டாலும் தீமையே விளையும்.

அக்பரின் பட்டத்து ராணியின் சிபாரிசின் பேரில் ஒருவனை அக்பர் அரண்மனை வேலையில் நியமித்தார். அவன் ராணியின் தூரத்து உறவினன் என்பதால் எவராலும் அவனைக் கட்டுப்படுத்த முடிய வில்லை. அரண்மனைக்கு வருபவரிடம் எல்லாம் அவன் லஞ்சம் வாங்க ஆரம்பித்தான்.

கடைசியில் புகார் அக்பரின் காதுக்கும் போனது. அக்பருக்கு தர்மசங்கடம். இவனை தண்டித்தால் ராணியின் மனம் புண்படும். பணியில் வைத்தால் மக்கள் துன்பப்படுவர். என்ன செய்வது? என்று பீர்பாலிடம் யோசனை கேட்டார்.

"வேலையை விட்டு நீக்கி ஊருக்கு அனுப்புங்கள்" என்றார் பீர்பால்.

"வேண்டாம். ஏதாவது முக்கியத்துவம் இல்லாத சாதாரண வேலையில் அமர்த்துங்கள்" என்றார் ராஜா மான்சிங்.

"அதுதான் சரி" என்றார் அக்பர். "பீர்பால்! பணம் புழங்கும் இடத்தில் இருப்பவன்தான் திருடுவான். அது இல்லா இடத்தில் அவனால் எப்படித் திருட முடியும்?" என்றார்.

இதை மறுத்தார் பீர்பால். "அரசே! ஒருவன் திருடுவதோ, நேர்மையாயிருப்பதோ அவன் வேலை சார்ந்த விஷயம் அல்ல. அவன் மனம் சம்பந்தப்பட்டது அது. திருடுபவன் எந்த இடத்திலிருந்தாலும் திருடுவான். நல்லவன் எங்கும் ஒழுங்காக இருப்பான்'' என்றார்.

விவாதம் வளர்ந்தது. "இவன் பொக்கிஷத் துறையில் இருந்ததால்தான் லஞ்சம் வாங்கினான்" என்றார் அக்பர்.

"அப்படியானால் மற்றவர்கள் ஏன் லஞ்சம் வாங்கவில்லை?" என்று கேட்டார் பீர்பால்.

"இவன் தான் ராணியின் உறவினன் என்பதால் தன்னை ஒன்றும் செய்ய முடியாது என்ற தைரியத்தில் இருப்பவன். இவனை எங்கு போட்டாலும் திருடுவான்."

"அதையும் பார்க்கலாம்" என்றார் அக்பர். அவனைக் கடலின் அலைகளை எண்ணும்படி உத்தரவிட்டு அனுப்பினார். கடலோரம் போய் அமர்ந்து கொண்டு ஒரு நாளைக்கு எத்தனை அலைகள் கரைக்கு வருகின்றன என்று எண்ண வேண்டும். அதுதான் அவனுக்கு இடப்பட்ட வேலை.

"இப்போது அவன் எப்படி திருடுவான்?" என்றார் அக்பர். பீர்பால் ஏதும் பேசவில்லை.

சில நாட்கள் கடந்தன. அக்பரும், பீர்பாலும் உலாவப் புறப்பட்டனர். "படகில் போகலாமே?" என்றார் பீர்பால்.

அரண்மனையின் பின்புறம் நீண்ட கால்வாய் இருந்தது. அதன் வழியே கடலுக்குள் சென்றனர். திரும்பும்போது "கால்வாய் வழி வேண்டாம். கடற்கரை வழியே திரும்பலாம்" என்றார் பீர்பால்.

அவர்கள் கரையை நெருங்கியபோது ஏராளமான படகுகள் கடலிலேயே நின்றிருந்தன. என்ன? என்று கேட்டார் மாறு வேடத்திலிருந்த அக்பர்.

"இது தினமும் நடக்கும் தொல்லைதான். அவனுக்கு ஏதாவது கப்பம் அழுதால்தான் நாங்கள் கரைக்கே போக முடியும். இன்று பேச்சுவார்த்தை நடக்க கொஞ்ச நேரமாகும்" என்றான் ஒரு மீனவன்.

"யாருடன்? என்றார் அக்பர் வியப்புடன். "போய் பாருங்கள்" என்றான் அவன் சலிப்புடன். அக்பரின் படகு முன்னேறியது. "நில்லுங்கள்" என்றான் கரையில் இருந்தவன். "யார் நீ?" என்றார் அக்பர் கோபமாக.

"நான் மன்னனின் உறவினன். அலைகளை எண்ணும்படி மன்னர் எனக்குக் கட்டளையிட்டுள்ளார். உங்கள் படகுகள் இப்போது உள்ளே வந்தால் என் வேலை தடைப்படும். நான் எண்ணி முடிக்கும் வரையில் அங்கேயே இருங்கள்."

கடுஞ்சினம் கொண்ட அக்பர். "நான் அவசரமாகக் கரைக்கு வர வேண்டும். என்ன வேண்டும் உனக்கு?" என்று கேட்டார்.

"என்ன தருவாய்?"

"வேண்டிய மட்டும் தருகிறேன்" என்றபடி கரையை அடைந்த அக்பர் வீரர்களை அழைத்து, "இவனுக்கு ஐம்பது கசையடியும், சிறைவாசமும் கொடுங்கள்" என்றார்.

"ஆட்சியிலிருப்பவன் தீயவனானால் அங்கு அதர்மம் தலை விரித்தாடும். ஆட்சியிலிருப்போன் நல்லவனானால் தீமைகள் கட்டுப்படுத்தப்படும். ''ஞானம் ஆட்சி செய்தால் பேய்களுக்கும் பேய்த்தன்மை நீங்கி விடும்." என்கிறார் லா வோ த்ஸு.

புருஷோத்தமனான ராமனின் பாதம் அகலிகையை உயிர்ப்பித்தது. சாலமன் ஞானி தங்கள் வழியில் எறும்புகள் சாரி, சாரியாக செல்வது கண்டு தன் படை வீரர்களின் காலணிகளில் அவை மிதிபட்டு மடியக் கூடாது என்று தன் படைகளின் பாதையையே மாற்றினார்.

அத்தகைய ஆட்சியில் வானம்போல் சமுதாயம் ஓங்கி நிற்கும். தெய்வமும் சரி, ஞானியரும் கிடைக்க அருள் முழு நலன் புரிவார்கள்.

61

வேற்றுமையில் ஒற்றுமை

பெரியதோர் மாநிலம் அடக்கமா யிருப்பின்
பேரரசின் அங்கமாகும்; துணைவியாகும்
சிறியதோர் மாநிலம் தனது அடக்கத்தில்
பெரியமா நிலங்களை வென்றெடுக்கும்
மனைவி என்பவள் கணவனுக்கு அடக்கம்
மாநிலங்கள் யாவும் பேரரசுக் கடக்கம்
துணைவிதன் அமைதியால் கணவனை வெல்கிறாள்
அடங்குவ தால் இவையும் அரசினை வெல்லும்
பேரரசில் ஒருமைப்பாடும் உணவளித்தலும் இலக்கு
சிறியமா நிலங்களோ ஒன்றா யிருந்து
ஓரரசாய் வலிமையுடன் சேவை செய்வ திலக்கு
உயர்ந்தது பணிவதில் இரண்டும் ஈடேறும்.

உலக யுத்தத்தின் முடிவுக்குப் பின்னர் சூரியன் மறையாத பேரரசு எனப்பட்ட பிரிட்டன் வலிமை இழந்தது. ஏராளமான நாடுகள், ஏறக்குறைய உலகம் முழுதும் வெள்ளையர் ஆதிக்கத்திலிருந்து விடுவிக்கப்பட்டன.

அப்போது அரசியல் நிபுணர்கள் அச்சத்துடன் பார்த்த ஒரே நாடு இந்தியாதான். ஏனெனில் பல மொழி, பல மதம், பல இனம், பல்வேறு சமூக கலாசாரங்கள்... கொண்ட நாடு இது. எனவே இந்த நாடு பழையபடி உள்நாட்டுப் போட்டிகளால்... கலகங்களால் துண்டு, துண்டாக சிதறி விடும் எண்றெண்ணினர். பிரிட்டிஷ் பிரதமரான வின்ஸ்டன் சர்ச்சில் அதை வெளிப்படையாகவே சொன்னார். "சுதந்திரத்தை வைத்துக் கொண்டு உங்களால் நான்கு வருடம் கூடத் தாக்குப் பிடிக்க முடியாது" என்று.

ஆனால், சுதந்திரம் பெற்று 50 ஆண்டுகளுக்கும் மேலாகி விட்ட நிலையில் இந்தியாவுடன் விடுதலை பெற்ற முக்கால்வாசி நாடுகளில் ராணுவ ஆட்சி தான் நடைபெறுகிறது. இலங்கை போன்ற பல நாடுகளில் நாடே உடையும் அளவுக்கு இனப்போர். ஆனால்... இந்தியாவோ 110 கோடி மக்கள் கொண்ட ஜனநாயக நாடாக வல்லரசாக கம்பீரமாக நிற்கிறது.

அவர்கள் நாட்டில் ஆயிரம் இனங்கள் இருக்கின்றன. எங்கள் நாட்டில் ஒரே ஒரு இனம் தான் இருக்கிறது என்று பெருமை பேசிய பாகிஸ்தான் என்றோ ராணுவ சர்வாதிகார நாடாகி விட்டது. சிங்களர், தமிழர் என இரண்டே இனங்களைக் கொண்ட இலங்கை உள்நாட்டுப் போரில் ஆண்டுதோறும் ஆயிரமாயிரம் உயிர்களையும், அத்துடன் நாட்டின் அமைதியையும் பலிகொடுத்து நிற்கிறது.

இன்று இந்தியா உலகிலேயே மிகப்பெரிய ஜனநாயக நாடு. எப்படி இது சாத்தியமாயிற்று? என்ன அதன் சூட்சுமம்?

இதைத்தான் தமது இப்பாடலில் கூறுகிறார் லா வோ த்ஸு. மனைவி கணவனுக்கு அடங்கியிருப்பாள். அதன் மூலமே அவள் கணவனை வெல்கிறாள். மாநிலங்கள் பேரரசுக்கு அடங்கி யிருக்கும். அரசு அவற்றுக்குக் கட்டுப்படும். ஒற்றுமை என்ற வழியின் மூலம் ஒருமைப்பாடு என்ற இலக்கு எட்டப்படும்.

சுதந்திர இந்தியாவில் பாதிப்பேர் இந்தி பேசுபவர்கள். கண்டிப்பாக மொழிப் பிரச்சினைகளில் நாடு பிரச்சனைகளைச் சந்திக்கும் எனப்

பலரும் கருதினர். இந்தி பேசாத மாநிலங்கள் விரும்பாதவரை இந்தி ஒருபோதும் ஆட்சி மொழி ஆக்கப்பட மாட்டாது என்றார் மாமனிதர் ஜவஹர்லால் நேரு.

விட்டுக் கொடுப்பதை விட ஒற்றுமையை நிலைநாட்ட சிறந்த வழி ஏதாவது உண்டா?

அசுரர்கள் ஒருநாள் மகாவிஷ்ணுவிடம் சென்றனர். "கடவுளாகிய தாங்கள் எல்லோரையும் சமமாக பாவிக்க வேண்டும். ஆனால், நீங்கள் தேவர்களுக்கு மட்டுமே சகாயமாக இருக்கிறீர்கள்" என்று அவரைக் குறை கூறினர்.

"இல்லை" என்றார் விஷ்ணு. "நான் அனைவரையும் சமமாகத்தான் பாவிக்கிறேன்."

"பிறகு எப்படி ஒவ்வொரு முறையும் தேவர்களே வெற்றியடை கிறார்கள்?"

அது அவர்களது ஒற்றுமையின் பலம் என்கிறார் விஷ்ணு. அதை அசுரர்கள் ஏற்கவில்லை. உடனே ஒரு தட்டு நிறைய பணியாரங்களை வரவழைத்தார் விஷ்ணு. "அசுரர்களே! முழங்கையை மடக்கக்கூடாது உணவையும் சிதற விடக்கூடாது. இதை எடுத்து சாப்பிடுங்கள் பார்ப்போம்'' என்றார். அசுரர்கள் பட்சணங்களை எடுத்தனர். கையை மடக்காமல் அப்படியே உயர்த்தி வாயில் அதைப் போட்டுக் கொண்டனர். அப்போது சிலர் முகத்தின் மீது அது விழுந்தது. அப்படிப் போடும்போது சிலருக்கு வாயில் கொஞ்சமும், வெளியில் கொஞ்சமுமாக அது சிதறியது.

தேவர்களை அழைத்த விஷ்ணு அதே நிபந்தனைகளை அவர்களிடமும் சொன்னார். உடனே தேவர்கள் இரண்டு பிரிவாகப் பிரிந்து எதிரெதிராக நின்று கொண்டனர். ஒருவர் எடுத்து எதிரே நின்ற மற்றவன் வாயில் ஊட்டினார். அனைவரும் ஒரு துளிகூட சிந்தாமல் பட்சணங்களை உண்டனர்.

மகாவிஷ்ணு அர்த்தத்துடன் திரும்பிப் பார்க்க அசுரர்கள் தலைகுனிந்தனர்.

"ஆயிரம் உண்டிங்கு ஜாதி - அந்நியர் வந்து புகல் என்ன நீதி?" என்கிறார் பாரதியார்.

ஒற்றுமை, ஒருமைப்பாட்டுக்கு சீன ஞானி காட்டிய வழியை அவர் பாடலைப் படிக்காமலேயே பின்பற்றி வருகிறது நமது இந்தியா. வாழ்த்துவோம்.

62

சும்மாயிருத்தலே சுகம்

ஞானிபல் லாயிரம் உயிர்களின் புகலிடம்
நல்லோர்க்கும் நல்லதொரு துணை ஆவார்
அல்லார்க்கும் நங்கூரம் ஆகிடுவார்
தேனினும் இனியநல் வார்த்தைகள் பேசி
பெரும்பொருள் குவிப்பதை விடவும்
பவ ளக்கல் மேடையிட்ட மேசையில்
மிடுக்குடன் அமர்ந்திருப் பதனைவிடவும்
குதிரைகள் பூட்டிய தேரில்
பயணிப் பதனை விடவும்
ஒடுக்கமாய் அசைவின்றி வனத்தினி லமர்ந்து
நாநிலம் போற்றும் பாவமீட்பாம்
ஞானம் பரப்புதல் சிறப்பு.

குருஜி வாசுதேவ்

மன்னனது அழைப்பின் பேரில் துறவி ஒருவர் அரண்மனைக்கு வந்தார். அரசனும், அரசியும் அவர் தாள் பணிந்து வரவேற்றனர். சில தினங்கள் தங்களின் விருந்தாளியாகத் தங்குமாறு அவரைக் கேட்டுக் கொண்டனர்.

துறவிக்கு செய்யப்படும் மரியாதைகள் குறித்து தளபதி எரிச்சலடைந்தான். அவன் முகபாவத்திலேயே அவன் எண்ணத்தை அறிந்த அமைச்சர் கேட்டார்: “என்ன கோபம்?” என்று.

“ஒன்றும் செய்யாமல் மரத்தடியில் சும்மா உட்கார்ந்திருக்கும் இவரைப் போய்க் கொண்டாடுகிறார்களே?'' என்றான் தளபதி உரத்த குரலில்.அதைக் கேட்ட அனைவரும் அதிர்ந்து போயினர்.

ஆனால் துறவி கோபப்படவில்லை. “இப்படி வா தம்பி” என்று அவனைத் தன் அருகே அழைத்தார். “நீ உடலால் வாழும் வீரன். உனக்கு மனதால் வாழும் வாழ்க்கை பற்றிப் புரியாது. போகட்டும். சும்மா உட்கார்ந்திருப்பது என்று சொன்னாயே. உண்மையில் அப்படி சும்மா உட்கார எவராலாவது முடியுமா?”

“எல்லோராலும் முடியும்.”

“உன்னால் முடியுமா?”

“நிச்சயமாய்” என்றான் தளபதி. “சரி வா” என்னுடன் என்று அவனை அழைத்துச் சென்ற துறவி அவனை ஒரு தூணின் அருகே அமர்த்தினார். “உன் கண்களை மூடிக்கொள். இரண்டு நாழிகை நேரம் நீ கை, கால்களை அசைக்காமல் இங்கேயே இரு. அது போதும். நான் வந்து எழுப்பும் வரை அசையக் கூடாது?” என்றார்.

கண் மூடி அங்கேயே அமர்ந்திருந்தான் தளபதி. இரண்டு விநாடிகள் கூட ஆகவில்லை. கையை நகர்த்த வேண்டும் போல் இருந்தது அவனுக்கு. காதுகளை அசைக்க வேண்டும் போலும் இருந்தது. சாய்ந்து கொண்டால் நன்றாகயிருக்கும் என்றும் தோன்றியது. சிறு ஓசையும் காதில் பெருஞ் சத்தமாக விழுந்தது. உடனே கண்களைத் திறந்து பார்க்கத் துடித்தான். மேலும் சில நொடிகள் சென்றன. அவனால் தாள முடியவில்லை. “ஐயோ சாமி. நம்மால் ஆகாது” என்று எழுந்து விட்டான்.

சிரித்த துறவி, “என்ன தம்பீ, பத்து நொடிகள் கூட உன்னால் ஒரு நிலையில் இருக்க முடியவில்லையே! நாள் பூரா எப்படி சும்மா இருப்பாய்?” என்று கேட்டார்.

கை கூப்பினான் தளபதி.

புன்னகையுடன் கூறினார் துறவி. "உன் மன்னன் என்னை அவருடைய ஆசைக்காக உபசரிக்கலாம். ஆனால் நான் அவற்றை யெல்லாம் எதிர்பார்ப்பவன் அல்ல. அப்படி எதிர்பார்ப்பதானால் நான் ஏன் காட்டுக்குப் போக வேண்டும்? அரண்மனையிலேயே இருக்கலாமே! மனதை அடக்குவது நீ நினைப்பது போல் எளிய ஒரு விஷயம் அல்ல. உதாரணம் வேண்டுமானால் காட்டலாம். உடனே போ உன் தாய் மரணத் தறுவாயில் இருக்கிறாள். உன்னைப் பற்றி அவள் எண்ணிக் கொண்டிருக்கிறாள். நீ இப்போதே போனால் அவள் உயிர் பிரியுமுன்பு அவளைக் காணலாம்."

இதைக் கேட்ட தளபதி தாயைக் காண சிட்டாகப் பறந்தான். துறவிகளைப் பற்றிய அவனது எண்ணம் அடியோடு மாறியது அன்று முதல்.

பொருள்களைக் குவிப்பதைவிட, ரதத்தில் கம்பீரமாகப் பயணம் செய்வதைவிட, ஆசனத்தில் மிடுக்காக அமர்ந்திருப்பதை விட ஞானி மரத்தடியில் மவுனமாக கண்மூடி வீற்றிருப்பதையே விரும்புவார். அவரிடமிருந்து ஞானம் எட்டு திசைகளிலும் பெருகும் என்கிறார் லா வோ த்ஸு.

63

மௌனத்தின் மொழி

வலியுறுத் தாமையை வலியுறுத்து

செயல் இன்றி செயல்படு

சுவையில் லாததை சுவை

ஒலியற்ற மவுனத்தில் உரையாடு

சிறியதி லிருந்து பெரிதாக்கு

வெறுப்பை உதவியால் எதிர்கொள்.

பெரியசெயலை சிறிதாகத் துவங்கு

பிரம்மாண்டத்தின் துவக்கம் சிறியதுதான்

சாதனைகளின் ஆரம்பமும் சிறியதுதான்

அரியஞானியர் பெரியவராய் செயல்படார்

நான் என்ற எண்ணம் இருப்பதில்லை

துயர்கள் அவரிடம் சேர்வதில்லை.

ஞானத்தைத் தேடி சித்தார்த்தர் திரிந்து கொண்டிருந்தார். ஏறக்குறைய அவர் ஞானத்தை அடையும் தருவாய் அது. அவரது முகப்பிரகாசம் அனைவரையும் ஈர்த்தது. அந்த நிலையில் அவரது உறவினன் ஆனந்தன் அவரிடம் வந்தான். ஒன்றுவிட்ட அண்ணனான அவன் அவரிடம் "சித்தார்த்தா! நீ ஞானம் பெறப்போகிறாய். எனக்குத் தெரியும். நான் உன்னுடன் எப்போதும் இருக்க வேண்டும். எந்த நேரமும் உன்னிடம் வர எனக்கு அனுமதி வேண்டும். நீயோ, எவருமோ என்னைத் தடுக்கக் கூடாது. இந்த வாக்குறுதியை எனக்குக் கொடு" என்றான்.

புன்னகையுடன் புத்தர் அதற்கு சம்மதித்தார் ஆனால் "இது உனக்கு நல்லது செய்யாது" என்று மட்டும் சொன்னார். பின்னாளில் புத்தர் ஞானம் பெற்றார். அவரிடம் வந்த ஆயிரமாயிரம் பேர் ஞானம் பெற்றனர். ஆனால் ஆனந்தன் மட்டும் ஞானம் பெறவே இல்லை. நான் புத்தருக்கே அண்ணன் என்ற எண்ணம் அவன் மனக்கதவை மூடிவிட்டது.

ஒருநாள் புத்தர் கையில் தாமரை மலருடன் வந்தார். வந்தவர் மவுனமாக நெடுநேரம் இருந்தார். சீடர்கள் அவரிடம் "ஏன் நீங்கள் எதுவுமே பேசவில்லை. இன்று மிகவும் அமைதியாக உள்ளீர்களே?" என்று கேட்டனர். உடன் இருந்த சீடன் காஷ்யபன் இதைக் கேட்டு சிரித்தான். புத்தர் மலரை அவனிடம் நீட்டினார்.

"நான் இன்றுதான் நிறையப் பேசினேன். உங்களுக்கு தான் மவுனத்தின் மொழி புரியவில்லை. காஷ்யபன் மட்டும்தான் அதைப் புரிந்து கொண்டான் " என்றார் அவர்.

விரைவில் புத்தர் மரணமடைந்தார். மகா காஷ்யபன் புத்த சங்கத்தின் தலைமைக்குத் தேர்ந்தெடுக்கப்பட்டான்.

மவுனத்திலிருந்துதான் ஓசை கிளம்பும். விதையிலிருந்துதான் மரம் முளைக்கும். சிறியதிலிருந்தே பெரியது உண்டாகும். இதை உணர்வதே ஞானம்.

பெரியதிலிருந்து சிறியதை எடுக்க மனிதனால் முடியும். சிறியதிலிருந்து பெரியதை எடுக்க இயற்கையால் தான் முடியும். ஓசையின் ஒலியை மனிதனால் உணர முடியும். மவுனத்தின் மூலம் உணர ஞானியால் மட்டுமே முடியும்.

உலகின் மாபெரும் சாதனைகள் யாவும் சிறியதாகத் துவங்கியவையே. 1885-ஆம் ஆண்டில் ஐந்தே ஐந்து பேர் கல்கத்தாவில் ஒரு வீட்டு மாடியில் ஒரு மேசையைச் சுற்றி அமர்ந் திருந்தனர். ஆலன் ஆக்டேவியன் ஹியூம், வில்லியம் வெட்டர்பர்ன், தாதாபாய் நௌரோஜி, சுரேந்திரநாத் பானர்ஜி ஆகிய இவர்கள் வெள்ளையர் இந்தியாவில் ஏராளமான அநியாயங்கள் செய்கின்றனர். அவர்களைத் தட்டிக் கேட்க யாரும் இல்லை. நாம் அதற்காக ஓர் அமைப்பை ஏற்படுத்த வேண்டும் என்று முடிவு செய்தனர். அதன்படியே ஒரு அமைப்பு ஏற்படுத்தப்பட்டது. அதற்கு காங்கிரஸ் என்று பெயரிட்டனர்.

ஐந்து பேர் கொண்ட அந்த இயக்கம் அதற்குப் பின்னர் பிரம்மாண்டமாக வளர்ந்தது. 40 கோடி மக்களின் சின்னமாக மாறி சுதந்திரமும் பெற்றுத் தந்தது.

கங்கோத்ரியில் ஒரு பாறைப் பிளவில் உருவாகிப் புறப்படும் கங்கை நதிதான் பிரம்மாண்டமாக வளர்ந்து பெருக்கெடுத்து ஓடுகிறது. தலைக்காவிரியில் ஒரு கையகல ஊற்றிலிருந்து கிளம்பும் காவிரிதான் பின்னர் பல மாநிலங்களினூடே பரவி ஓடும் மாபெரும் நதியாகிறது.

64

தொடங்கினால் தொடரும்

அமைதி யாயிருப்பதை எளிதில் பிடிக்கலாம்
துவங்கும் முன்பே தடுப்பது சுலபம்
மெல்லிய பொருளை உடைப்பது எளிது
பொடியா யிருப்பதை கரைத்தல் சுலபம்
சுமையாய் மாறுமுன் பிரச்னையை எதிர்கொள்
மரத்தின் துவக்கம் செடியில் இருந்தே
ஒன்பது அடுக்கு மாடியின் துவக்கம்
கைப்பிடி யளவு மண்ணில் இருந்தே
ஆயிரம்மைல் பயணமும் ஓரடியில் தொடங்கும்
ஆக்கிர மிக்கும் செயல்கெட் டுவிடும்
எட்டிப் பிடிக்கும் காரியம் நழுவும்
ஞானியர் கெடுப்பதும், எடுப்பதும் இல்லை
தாயினும் பரிவுடன் ஆவலற் றிருப்பர்
அரிய பொருட்களில் நாட்டம் செலுத்தார்
அடிப்படை தனையே எதிலும் தேடுவர்
இயல்புக் கிசைவாய் எதிலும் குறுக்கிடார்.

சிறுகொடியை எளிதில் கிள்ளி எறிந்து விடலாம். அது வேரூன்றி மரமாகி விட்டால் கோடாரி கொண்டுதான் அதை வெட்டி அப்புறப்படுத்த முடியும். ஆகவே எதையும் துவங்குமுன் தடுத்துவிடு என்கிறார் லா வோ த்ஸு.

அதிருப்தி, துவேஷம், சந்தேகம் போன்றவை கிடு கிடுவென வளரக் கூடியவை. அவற்றை ஆரம்பத்திலேயே கிள்ளுவது எளிது.

மக்கள் கூட்டம் அதிருப்தியில் இருக்கும்போதே அதை உணர்ந்து அவர்களைத் திருப்தி செய்யும் அரசு நிலைத்து நிற்கும். வளர்ந்து வன்முறை வெடித்தபின் இரும்புக் கரம் கொண்டு அதை ஒடுக்கும் போது ஏற்படும் கலவரங்களும் சேதமும் தவிர்க்க முடியாதவை.

ஆயிரம் மைல் பயணமும் ஒருவர் எடுத்து வைக்கும் முதல் அடியிலிருந்துதான் தொடங்கும். 9 அடுக்கு மாடியும் கைப்பிடி மண்ணில்தான் துவங்குகிறது.

20-ஆம் நூற்றாண்டின் ஆரம்பக் கட்டத்தில் செர்பியா மீதான ஆஸ்திரியாவின் கோபம், பிரான்சின் மீதான ஸ்பெயினின் அதிருப்தி, பிரிட்டன் மீதான ஜெர்மன் மக்களின் வெறுப்பு என துவேஷம் கனன்று கொண்டிருந்தது. ஆனால் அதை அணைக்கும் முயற்சியை எவரும் செய்யவில்லை.

சுற்றுப் பயணத்தில் இருந்த ஆஸ்திரியா இளவரசர் பெர்டினாண்டை ஒரு செர்பிய இளைஞன் சுட்டுக் கொன்றான். உடனே ஆஸ்திரியா செர்பியா மீது போர் தொடுத்தது. செர்பியாவுக்கு ஆதரவாகப் பிரான்ஸ் போரில் இறங்கியது. பிரான்சுக்கு எதிராக இத்தாலி, இத்தாலியை எதிர்த்து பிரிட்டன், பிரிட்டனை எதிர்த்து ஜெர்மனி, பிறகு ஸ்பெயின், பின்னர் துருக்கி..இப்படியாகத்தான் முதல் உலக யுத்தமே தொடங்கியது.

ஒரு சிறு சம்பவத்தின் தொடர் விளைவுகள் உலகம் முழுவதும் பரவி 3 கோடி மக்களை பலி கொண்டன.

காந்திஜியை தென் ஆப்ரிக்காவில் ஒரு வெள்ளையன் ரயில் பெட்டியிலிருந்து இழுத்து கீழே தள்ளினான். அந்த ஒரு சம்பவம் இந்திய சுதந்திரப் போரின் வரலாற்றையே மாற்றியது.

சிறு புள்ளியிலிருந்துதான் பிரம்மாண்டங்கள் உருவாகின்றன. ஆகையால் ஞானியர் எதையும் கெடுப்பதும் இல்லை. எடுப்பதும்

இல்லை. அனைத்து உயிர்கள் மீதும் பரிவுடன், அதே சமயம் தனக்கென எவ்வித நாட்டமும் இன்றி இருப்பர்.

தங்கள் சித்தம் பரலோகத்தில் செய்யப்படுவது போல் பூமியிலும் செய்யப்படுவதாக என்கிறார் ஏசு. இயற்கையின் போக்குக்கு எந்தக் குறுக்கீடும் இன்றி அதற்கு இசைய அவர்கள் இருப்பார்கள்.

பாண்டவர்களுக்கு வனப்பகுதியான காண்டவ பிரஸ்தத்தை அளித்தான் திருதராஷ்டிரன். அதனை தங்கள் உழைப்பால் இந்திரப் பிரஸ்தமாக மாற்றி பாண்டவர்கள் ராஜசூய யாகம் செய்தனர்.

வேள்வியில் கலந்து கொண்ட துரியோதனன் பாண்டவர்களின் மேன்மை கண்டு மனம் புழுங்கினான். இந்திரபிரஸ்த மாளிகையை அவன் சுற்றிப் பார்த்தான். ஓரிடத்தில் தரை போல் இருந்தது கண்டு அதில் காலை வைத்தவன் தண்ணீரில் விழுந்தான். அப்போது உப்பரிகை மீதிருந்து இதைக் கண்ட திரெளபதி கலகலவென்று சிரித்தபடி, "குருடனின் மகனும் குருடன்தான் போலும்" என்றாள்.

பின்னர் இதையறிந்த தருமன் மிக மனம் வருந்தினான். "ஏற்கனெவே பொறாமையில் வேகும் துரியோதனின் மனம் இதனால் இன்னும் துவேஷமடையும். நீ பெரும் தீயை மூட்டி விட்டாய் பாஞ்சாலி. இது நம் எல்லோரையும் எரிக்கப் போகிறது" என்றான்.

பின்னர் இதன் தொடர்ச்சியாகத்தான் துரியோதனன் சூதாட்டத்தில் பாஞ்சாலியை துகிலுரித்ததும், வனவாசமும், குருஷேத்திர மகாயுத்தம் நடந்ததும். பொம்பளை சிரிச்சா போச்சு என்ற பழமொழியே இதனால்தான் ஏற்பட்டது.

ஞானிகள் அரிய பொருள் என்று எதன் மீதும் ஆர்வம் செலுத்த மாட்டார்கள். எல்லாவற்றிலும் அடிப்படையை மட்டும்தான் தேடுவார்கள் என்கிறார் லா வோ த்ஸு.

65

மாற்றமே மாறாதது

ஞானம் அறிந்த நமது முன்னோர்
அதனைக் கொண்டு அற்புதம் செய்யார்
ஞானம் மூலம் மக்களை மேலும்
எளியர் ஆக்க மட்டும் முனைந்தனர்
மக்களை ஆள்வது கடினம் என்னில்
சூழ்ச்சி அதிகம் என்ப ததன்பொருள்
மிக்க சூழ்ச்சியால் மக்களை ஆள்வது
மிகப்பெரும் சாபம் என்பர் ஞானியர்
சூழ்ந்த நலன்கள் ஆன்மீக நலனே.
வெகுதொலை செல்லக் கூடிய ததுவே.
வீழ்ந்த நாட்டையும் எழுப்பிடச் செய்யும்
விலைமதிப் பில்லா அமைதியை அளிக்கும்.

மகாத்மாகாந்தியின் அருமை சீடராகவும், சர்வோதய இயக்கத்தின் தூணாகவும் விளங்கியவர் ஆசார்ய வினோபாபாவே அவர்கள். மிகப் பெரிய ஆன்மீக வாதியாக வும் திகழ்ந்தவர் அவர்.

அவரிடம் செல்வந்தர் ஒருவர் வந்து அடி பணிந்தார். "சுவாமி! நான் ஞானநாட்டம் கொண்டவன். நரேந்திரரின் தலையை ராமகிருஷ்ண பரமஹம்சர் தடவியதுமே அவர் விவேகானந்தர் ஆனாராம். அதுபோல் தாங்களும் என் தலையைத் தடவி ஆசீர்வதிக்க வேண்டும்"என்றார்.

இதைக் கேட்ட வினோபா சிரித்து விட்டுச் சொன்னார்:

"நான் தொடுவதில் நீ மாற்றம் அடைவாய் என்றால் என்னைவிட வலிமை வாய்ந்த இன்னொருவர் தொட்டால் நீ வேறொன்றாக மாறுவதற்கு நிறைய சாத்தியம் இருக்கிறதல்லவா? பிறகு அதற்கு முடிவே இல்லாது போய் விடுமல்லவா? ஆகவே நீ நீயாகவே இரு."

வினோபா கூறிய வார்த்தைகள் பொருள் பொதிந்தவை. வெளியிலிருந்து திணிக்கப்படுபவை கடன் வாங்கிய தொகை போல். உள்ளிருந்து ஏற்படும் மலர்ச்சி உழைத்து சம்பாதித்த பணம் போல. கடன் வாங்கி உண்டு வாழ்க்கையை ஓட்டுவதென்பது நெடுங் காலத்திற்கு நீடிக்காது. உழைத்துப் பிழைக்கத் தெரிந்து கொண்டால் கடைசி வரை கவலையில்லை.

பசியால் வாடும் மனிதனுக்கு ஒரு மீனைக் கொடுக்காதே. ஒரு தூண்டிலைக் கொடு என்பது பழமொழி. மீனைக் கொடுத்தால் அது அந்த வேளைக்கு அவனுக்கு உணவாகி அவன் பசியைத் தீர்க்கும்தான். ஆனால் தூண்டிலைக் கொடுத்தால் அவனுக்கு வேண்டிய உணவை அவனே தேடிக் கொள்வான்.

ஆனால், அரசியல்வாதிகள் எப்போதும் மக்களிடம் தூண்டிலை அளிப்பதேயில்லை. ஒவ்வொரு முறையும் மக்கள் தங்களிடம் வந்து நிற்கட்டும் என்ற எண்ணத்தில் இலவசங்கள், சலுகைகள் என்ற மீன் துண்டங்களை மட்டும் வழங்குகின்றனர். சொந்தக் காலில் நிற்க ஆரம்பித்து விட்டால் எங்கே மக்கள் நம்மை உதறி விடுவார்களோ என்ற சுயநலத்தால் வந்த அச்சத்தின் விளைவு இது.

ஆன்மீகத்திலும் ஞானியர் ஒருபோதும் சித்து வேலைகள் எனப்படும் அற்புதங்களை செய்வது இல்லை. காரணம் அதில் மதி

மயங்கிய மக்கள் தன் பின்னால்தான் திரண்டு நிற்பார்கள். அதற்கு பிறகு வெறும் துதிபாடிகள் ஆகிவிடுவார்கள். எவருக்கும் தானும் இறங்கித் தேடி ஞானத்தை அடைய வேண்டும் என்ற எண்ணம் இல்லாது போகும்.

"தேடுங்கள் கிடைக்கும்" என்கிறார் ஏசு. "என்னைப் பார்க்கா தீர்கள். நான் சொல்வது என்ன என்பதை உணருங்கள்" என்கிறார் முகமது நபி.

"அடுத்தவரைப் பின்பற்றாமல் அவரவர்தம் ஸ்வதர்மம் எது என்று கண்டறிய வேண்டும்" என்கிறார் கிருஷ்ணர்.

"உன் பிரக்ஞை எது என கண்டறிவாய்" என்கிறார் ஆதிசங்கரர்.

அரசியலாளர்கள் மக்களை ஆள சூழ்ச்சிகள் புரிகின்றனர். ஒவ்வொரு சூழ்ச்சியும் அதேபோன்ற வேறு ஒரு சூழ்ச்சியால் வீழ்கிறது.

போர் நிச்சயமான பின்பு சகுனி கூறுகிறான்: "என் சூழ்ச்சிகள் யாவும் தோற்று விட்டன. ஒவ்வொரு முறையும் நான்தான் வென்றேன். ஆனால், ஒவ்வொரு முறையும் வெற்றி என்னை விட்டு நழுவி விட்டது" என்று. போரில் பீஷ்மரும் வீழ்ந்து, துரோணரும் வீழ்ந்த பின் திருதராஷ்டிரன் சஞ்சயனிடம் புலம்புகிறான், "விதுரரின் வாக்கியங்கள் நிச்சயமாகி வருகின்றன" என்று.

சூழ்ச்சிகளால் அடையும் அரசை சாபம் என்கிறார் லா வோ த்ஸு. அதனை நாம் கண் கூடாகக் காண்கிறோம். அமெரிக்க-ரஷ்ய ராஜதந்திர பனிப் போர்களால் வியட்நாம், ஆப்கானிஸ்தான், ஈராக் நாடுகளின் பிரச்னைகளில் தலை யிட்டதால் வல்லரசுகள் தங்கள் ராணுவத்தையும் பலியிட்டு அந்நாட்டு மக்களையும் அல்லல்பட வைத்து அங்கிருந்து பின்வாங்கவும் முடியாமல் மீண்டு வரவும் தெரியாமல் தவிக்கும் அவலநிலை இப்போதும் தொடர்ந்து கொண்டுள்ளது.

1942ல் வெள்ளையனே வெளியேறு என மகாத்மாகாந்தி முழங்கினார். அப்போது ராணுவத்திலிருந்து வந்த இரண்டு தளபதிகள் காந்திஜியை சந்தித்தனர். "பாபுஜி! நாங்கள் பிரிட்டிஷ் சர்க்காரில் வேலை செய்பவர்கள். சுதந்திரப் போரில் நம் நாட்டிற்கான எங்கள் பங்கை ஆற்றத் துடிக்கிறோம். நீங்கள் பெரிய போராட்டம் நடத்துங்கள். நாங்கள் சமயத்தில் உங்களுடன் சேர்ந்து கொண்டு பிரிட்டிஷ்காரரை சுட்டுத் தள்ளி விடுகிறோம். எங்கள் தலைமையில் படையில் உள் புரட்சி நடக்கும். நமக்கு விடுதலை நிச்சயம்." இவ்வாறு

அவர்கள் கூறியதைக் கேட்டு காந்திஜி சொன்னார். "நீங்கள் பிரிட்டிஷாரிடம் சம்பளம் வாங்குவதனால் அவர்கள் உத்தரவுப் படிதான் நடக்க வேண்டும். சுதந்திரப் போரில் பங்கு பெற விரும்பினால் அந்தப் பதவியை ராஜினாமா செய்து விட்டு எங்களுடன் வந்து சேரலாம். அங்கு ஊதியம் பெற்றுக் கொண்டு எங்களுக்கு உதவி செய்வது துரோகம். துரோகத்தால் பெறும் வெற்றி மற்றொரு துரோகத்தால் அழிந்து விடும். நாம் கேட்பது தகுதிக்கு மீறிய எதுவும் அல்ல. நாம் கேட்பது நமது சுதந்திரத்தைத்தான். அது நம் உரிமை. அதைக் கேட்க நமக்கு நியாயம் உண்டு. இதற்கு எந்த சூழ்ச்சிகளும் தேவை இல்லை." சூழ்ச்சிகளாலேயே வென்றவன் ஹிட்லர்.

அவன் சாம்ராஜ்யமும் சூழ்ச்சியால்தான் சிதறியது. அவனும் கோர வீழ்ச்சியை அடைந்தான். ஐந்தாம் படை என்ற சொல்லை உருவாக்கியவனே அவன்தான். "வெளியில் இருந்து எனது நால்வகைப் படைகளும் தாக்கும். ''அதே சமயம் ஐந்தாம் படை உள்ளிருந்து தனது வேலைகளை திறம்பட செய்யும்'' என்று கர்ஜித்தவன் அவன். உலகமே மலைக்கும்படி கிடு கிடுவென அதர்மத்தில் எழுந்த அவன் அரசு தட தடவென சரிந்து ஜெர்மனியே கிழக்கு, மேற்கு என இரண்டாகப் பிரிந்தது. ஆனால், அகிம்சையில் விடுதலை பெற்ற இந்தியா இன்னும் கம்பீரமாக உலக அரங்கில் நிமிர்ந்து நிற்கிறது.

66

மறைந்திருக்கும் உண்மைகள்

நதியும், கடலும் தாழ்வின் சிறப்பால்

பலநூறு மலைச்சரிவு களின் வேந்தர்.

மதிநலன் மிக்க ஞானியும் தாழ்வால்

மக்களின் மதிப்புக் குரியவர்

மக்களை முன்செலுத்திப் பின்னால் நிற்பார்

முன்னால் நிற்பினும் சுமையாக மாட்டார்

மிக்க சுமைகளை ஏதும் இன்மையால்

அவனியில் அவர்புகழ் பரவி நிலைத்திடும்.

உலகில் மூன்றில் இரண்டு பங்கு கடல்தான் உள்ளது. ஒரு பங்குதான் நிலம் உள்ளது. உண்மையில் சொல்லப்போனால் உலகை ஆட்சி புரிவது கடலே. பயிர்கள் செழிக்கவும், உயிர்கள் வாழவும் அடிப்படையான மழை கடலில் இருந்தே வருகிறது. கடல் நீர் ஆவியாகி, மேகமாக மாறிப் பின்னர் மழையாய்ப் பொழிகிறது. மழைநீர் ஓடி கடலில் கலக்கிறது. கடல்நீர் மேகமாகாவிடினும் உயிர்கள் அழிந்து விடும். தொடர்ந்து ஆவியாகி மழை பொழிந்து அதனால், மழை நீர் மீண்டும் கடலில் கலக்காவிடில் சிறிது காலத்தில் கடலே வற்றி விடும். உயிர்கள் அப்போதும் அழிந்து விடும்.

அரசு எப்படி வங்கிகள் மூலம் மக்களுக்கு நிதி உதவிகள் செய்து பின்னர் திரும்ப அதை வசூலித்து சமுதாயம் செழிக்க உதவுகிறதோ அதுபோல் உயிர்கள் தழைத்தோங்க உயிர் வங்கியாக செயல்படுகிறது கடல்.

கடல் தாழ் மட்டத்தில் அமைந்துள்ளது. அதனால் நதிகள் கடலைத் தேடி அடைகின்றன. இதே கடலானது உயர்மட்டத்தில் அமைந்திருந்தால் உலகம் என்றோ முழுகி விட்டிருக்கும்.

தாழ இருப்பதாலேயே கடலானது உயிர்கள் செழிக்க உதவுகிறது. உயிர்கள் தோன்றுவதற்குக் காரணமாக இருப்பதும் கடலே.

ஞானியர் கடலைப் போன்றவர்கள். அவர்களை ஞானக்கடல், ஞானசாகரம், ஞானசமுத்திரம் என்றெல்லாம் போற்றுவதன் பொருள் இதுதான். ஞானமும் கடல்போன்று விரிந்து பரந்தது எனினும் கடல் போல் ஞானியர் தாழ்மையுடன் இருப்பர்.

எங்கே வலிவு அதிகமோ அங்கே தாழ்மை குடிக்கொண்டிருக்கும், எங்கே வெற்று ஆரவாரம் இருக்கிறதோ அங்கே ஏதும் இருக்காது. வயலில் முற்றிய கதிர் தலை சாய்ந்து விழுந்து கிடக்கும். நெல் மணிகள் இல்லாத பதர்கள் தலை நிமிர்ந்து ஆடிக் கொண்டு இருக்கும்.

வழிப்போக்கன் ஒருவன் காட்டுவழியாக சென்று கொண்டு இருந்தான். வெயில் அவனை வாட்டியது. அந்த சமயத்தில் ஒரு பெரிய ஆலமரத்தைக் கண்டதும் "அப்பாடா!" என்று அலுப்புடன் அதன் நிழலில் போய் அவன் அமர்ந்தான். பின்னர் அப்படியே இரண்டு கால்களையும் நீட்டிப் படுத்தான்.

தூரத்தே தரையில் ஒரு பூசணிக் கொடி தென்பட்டது. பெரிய பூசணிக்காய் ஒன்று அதில் காய்த்திருந்தது. பின்னர் அண்ணாந்து

பார்த்த அவன் கண்களில் ஏராளமான ஆலம்பழங்கள் தென்பட்டன. அவன் எண்ணினான்: "இது என்ன வேடிக்கை? இவ்வளவு உயர்ந்த மரத்திலோ இத்தனை சிறிய பழங்கள்தான் காணப்படுகின்றன. ஆனால் அவ்வளவு சின்னக் கொடியில் அத்தனை பெரிய பூசணிக்காய் காய்த்திருக்கிறது. கடவுளின் படைப்பே அர்த்தமற்றதுதான் போலும்!" இப்படி எண்ணியபடியே அயர்ந்து தூங்கி விட்டான்.

திடீரென பொட்டென்று ஒரு ஆலம்பழம் அவன் நெற்றியில் வந்து விழுந்தது. சட்டென்று தூக்கம் கலைந்து துள்ளி எழுந்தான் அவன். "கடவுளே! என் நெற்றியின் மீது விழுந்தது பூசணிக்காயாக இருந்திருந்தால் இந்நேரம் என் தலை சிதறியிருக்குமே! இறைவன் உண்மையில் ஒவ்வொன்றையும் அர்த்தமுடன்தான் படைத்துள்ளார்'' என்றெண்ணியபடி பயணத்தைத் தொடர்ந்தான்.

மக்களை செலுத்துவதில் பின் நிற்கும் ஞானிகள் பெயரை விரும்புவதில்லை. மண்ணுக்கடியில் மறைந்திருக்கும் வேராக அவர்கள் நின்று விடுகின்றனர். முன்னால் நிற்கும் போதும் எந்த விருதுகளையும் அவர்கள் சுமந்து நிற்பதில்லை. எந்தப் பட்டம் பதவிகளையும் நாடுவதில்லை. கொடிகட்டி ஆண்ட மன்னர்களின் பெயர்கள் பலவும் மறைந்து விட்டன. ஆனால் ஞானிகள் பெயர்கள் ஒவ்வொரு நாட்டிலும் இன்றுவரை நின்று நிலவுகிறது.

67
முத்தான மூன்று

உலகம் என்னை உயர்வெனப் போற்றும்
    நானோ அப்பால் விலகி இருக்கிறேன்
வலமோ, இடமோ சார்ந்திரா தவனையே
    உயர்ந்தோனென்று உலகம் உரைக்கும்
என்னிடம் மூன்று செல்வங்க ளுண்டு.
    இரக்கம், சிக்கனம், முன்னிறுத் தாமை
தன்னில் இரக்கம் உடையதே வீரம்
    சிக்கன மன்றோ செல்வத்தின் ஊற்று.
இரக்க மற்ற முரட்டு வீரம்
    சிக்கன மற்ற செலவின் பெருக்கம்
துறக்கும் பண்பு இல்லாத் தலைமை
    மூன்றும் அழிவை எதிர்கொண்ட ழைப்பவை.
இரக்கம் என்றும் இறைவனின் ஆயுதம்
    இறுதியில் நிலைத்த வெற்றியை நல்கும்.

தன்னை முன்னிறுத்திக் கொள்ளாதவனைத் தரணியே முன்வந்து முன்னிலைப்படுத்தும், அண்ணல் காந்தியடிகள் எந்தப் பதவியையும் இறுதிவரை ஏற்கவில்லை. "நான் காங்கிரசில் வெறும் நாலணா மெம்பர்தான்" என்றார். ஆனால், அவர் கையசைப் பிற்காக நாடே காத்திருந்தது.

பல்லாயிரம் கோடிகளுக்கு சொந்தக்காரர்களான பெரும் தொழிலதிபர்கள் நிறையப் பேர் நம் நாட்டில் உண்டு. ஆனால், இடுப்பில் ஒரு துணியுடன் இறுதிவரை இருந்த காந்தியைத்தான் உலகம் இதுவரைப் பெரிதாகக் கொண்டாடுகிறது.

இரக்கம், சிக்கனம், முன்னிலைப்படுத்தாமை என்று மூன்று செல்வங்கள் என்னிடம் உள்ளன என்கிறார் லா வோ த்ஸு. வீரத்தின் அடிநாதமே இரக்கம்தான். இரக்கமற்ற வீரம் என்பது வெறும் மிருக வெறியே.

தோற்ற மன்னனை அந்த இடத்திலேயே தலையை சீவியவர்கள் வரலாற்றில் இடம் பெறவில்லை. இன்றுபோய் நாளை வா என்று ராவணனிடம் போர்க்களத்தில் கூறிய ராமனும், ராமன் கூறிய அந்த சொற்களும்தான் கல்வெட்டுக்களாய் வரலாற்றில் பொறிக்கப் பட்டிருக்கின்றன.

ஜீலம் ஆற்றங்கரைப் போரில் தோற்ற புருஷோத்தமனிடம் அலெக்ஸாண்டர் "உன்னை நான் எப்படி நடத்த வேண்டும்" என்று கேட்க, "ஒரு அரசனைப் போல்" என்கிறான் புருஷோத்தமன். வென்ற பின் வெறியைக் காட்டியவர்களும் சரித்திரத்தில் நிலைக்கவில்லை. அவர்களது வெற்றிகளும் நிலைக்கவில்லை. வெற்றியில் அடக்கம், வீரத்தில் இரக்கம் இவையே காலத்தை வென்று நிற்கின்றன.

நெப்போலியனிடம் பிடிப்பட்ட இளைஞன் ஒருவன் தப்பி ஓட முயன்றான். தப்பி ஓடுவது மரண தண்டனைக்குரிய குற்றம் அந்நாட்களில். ராணுவ விசாரணை நடைபெறும்போது அவன் தாய் அங்கு வந்தாள். "இவன் எனது ஒரே மகன். திருமணம் ஆகாதவன். ஆகவே, என் வம்சம் அழியாமலிருக்க இவனுக்கு உயிர்ப் பிச்சை தர வேண்டும்" என்று வேண்டினாள்.

"அவன் செய்தது கடுமையான குற்றம்" என்றான் நெப்போலியன்.

"அவன் நிரபராதி என்று சொல்லவில்லையே. கொஞ்சம் கருணை காட்டும்படி தானே வேண்டுகிறேன் நான்" என்றாள் அந்தத் தாய்.

“கருணை காட்டவும் தகுதியற்றவன் உன் மகன்'' என்றான் நெப்போலியன்.

“மகாராஜா! கருணை என்பது தகுதியைப் பார்த்து செய்யப்படுவது அல்லவே?” என்றாள் அந்தத் தாய்.

இந்த வார்த்தை நெப்போலியனின் மனதைத் தொட்டது. அவன் அவளது மகனை மன்னித்து விடுதலையும் செய்து விட்டான். இரக்கமற்ற முரட்டு வீரர்களான தைமூர், செங்கிஸ்கான், அட்டிலா போன்றவர்கள் அழியாப் பழியுடன் அவப்பெயர் பெற்று விளங்க இரக்கத்துடன் கூடிய வீரம் நிலைபெற்று சிரஞ்சீவியாக உள்ளது. தைமூரின் பேரரசு இன்று இல்லை. செங்கிஸ்கானின் அரசு இருந்த சுவடு கூட இப்போது இல்லை. ஆனால் நெப்போலியனின் பிரான்சு இன்றும் வல்லரசாகவே விளங்குகிறது.

சிக்கனத்துடன் கூடிய தாராளமும் அப்படியே. சிக்கனம் அல்லாத தாராளம் வெறும் ஊதாரித்தனமே. தேவையான இடத்தில் செலவிடுவதும், தேவையற்றவற்றைப் புறக்கணிப்பதும் செல்வத்தின் அடிப்படை. பைசாவை நீ பார்த்துக் கொள், ரூபாயை அது தானே பார்த்துக் கொள்ளும் என்பது பழமொழி.

உலகப் பெரும் கோடீசுவரர் ராக்பெல்லர் சாதாரண ஓட்டல்களில்தான் தங்குவார். “உங்கள் மகன் நட்சத்திர ஒட்டல்களில் தங்குகிறார். நீங்கள் சாதாரண விடுதிகளில் தங்குகிறீர்களே?” என்று அவரிடம் கேட்டனர் நிருபர்கள். “அதற்கென்ன செய்வது? அவன் கோடீசுவரனின் மகன். நான் ஏழையின் மகன்'' என்றார் அவர்.

லா வோ த்ஸு சுட்டிக்காட்டும் இந்த 3 குணங்களும் அனைவருக்கும் அவசியம் தேவையானவை. இதனைப் பின்பற்றும் மனிதனோ, நாடோ வீழ்ந்ததாக வரலாறு இல்லை.

68

தலைவனின் தலைவி

போரில் வென்று விட்டால்- ஒருவன்
வீரன் ஆவதில்லை.
நேரில் கோபம் காட்டவே - நல்ல
வீரன் விழை வதில்லை.
சிறந்த வெற்றி என்பது - கடும்
செயலின் பலன் இல்லை.
திறந்த முயலார் நலன் என்பதே
மனிதத் திறனின் உத்திதான்
போட்டியற்ற நிலைமையில் - தோன்றும்
பெரிய சக்தி இதுவன்றோ
மீட்டும் சுவர்க்கப் பாதை - என்று
முன்னோர் கண்ட உண்மை இது.

ஒரு போரில் ஒருவன் வென்று விடுகிறான். அதனாலேயே அவனை வீரன் என்று கூறமுடியாது. பெரிய வீரர்களும் போரில் தோற்பதுண்டு. வீரம் என்பதுவேறு, வெற்றி என்பது வேறு.

கர்ணன் கொல்லப்பட்டபின் அவன் தன் அண்ணன் என்றறிந்து அர்ஜுனன் அழுகிறான். "அண்ணனைக் கொன்று விட்டேனே" என்று புலம்புகிறான். அருகாமையிலிருந்த கிருஷ்ணர் சிரிக்கிறார். "உன் ஒருவனால் மட்டும் கர்ணனை வீழ்த்த முடியுமா? உனக்கு முன்பே 6 பேரால் அவன் கொல்லப்பட்டு விட்டான். இந்திரன் அவனது கவச குண்டலங்களை தானமாகப் பெற்றான். பரசுராமர் ஆபத்துக் காலத்தில் அவன் தனக்குத் தெரிந்த அஸ்திரங்களை எல்லாம் மறந்து போக வேண்டும் என்று சபித்தார். சல்லியன் தேரைப் பாதியில் விட்டுச் சென்றான். நாகாஸ்திரத்தை ஒரு முறைக்கு மேல் ஏவக் கூடாது என்ற வாக்குறுதியை குந்திதேவி கர்ணனிடம் வாங்கிக் கொண்டாள். இறுதியாக அவனது தர்மத்தின் பலனை நான் தானமாகப் பெற்றுக் கொண்டேன். இப்படி 6 பேரால் வீழ்த்தப்பட்டவனை, ஒரு செத்தப் பாம்பைக் கொன்று விட்டு நான்தான் அவனைக் கொன்றேன் என்று புலம்புகிறாயே!" என்று கேலியாகக் கண்டிக்கிறார்.

எந்த ஒன்றும் திடீரென விநாடியில் நடந்து விடுவதில்லை. அதற்கு முன்பே எண்ணற்ற புறக்காரணங்கள் வரிசையாக ஒன்று கூடி அதற்கான வழியை அமைக்கும். இறுதியாகவே ஒரு செயல் நிகழும். மண்ணில் விழுந்த எல்லா விதைகளும் முளைத்து விடுவதில்லை. அப்படி எல்லாமே முளைப்பதானால் நாம் நடக்கக் கூட இந்த உலகத்தில் இடம் இருக்காது.

ஒருவன் வெற்றி பெற்றவன் என்றால் வெற்றி அவனுக்கு அனுமதிக்கப்பட்டது என்று பொருள். கீதையில் கிருஷ்ணர் கூறுகிறார் "அர்ஜுனா! இவர்கள் எல்லாம் முன்பே என்னால் கொல்லப் பட்டவர்கள். நீ உடற்காரணனாக இரு" என்று.

ரமண மகிரிஷியும், சேஷாத்ரி சுவாமிகளும் ஒரே காலத்தில் இருந்தவர்கள். "நான் யார்?" என்ற கேள்வியுடன் ஞானத் தேடலை துவங்கியவர் ரமணர். எண்ணற்ற சித்து வேலைகள் செய்தவர் சேஷாத்ரி சுவாமிகள்.

ஒரு முறை பக்தர் ஒருவர் ரமணரிடம் வந்தார். தமது தீராத நோயைப் பற்றி அவரிடம் சொல்லி முறையிட்டார். அதற்கு ரமணர்.

"இது வினைப்பயன். இதனை நீக்க சிறிது சித்து வேலைகள் புரிய வேண்டும். எனக்கு அதற்கு அனுமதி இல்லை. அனுமதி பெற்றவர் ஒருவர் உண்டு. அவரிடம் போ" என்றாராம்.

"வெற்றி பெற்றதால் மட்டும் எவரும் வீரன் ஆவது இல்லை. சிறந்த வீரன் கோபத்தை வெளிப்படுத்துவதில்லை" என்கிறார் சீன ஞானி.

நல்ல உழைப்பாளிதான் மட்டும் உழைப்பவனாயிருப்பான். நல்ல தலைவனோ பத்து பேரை உழைக்க வைத்து அவற்றை ஒருங்கே குவிப்பான். ஊழியம் செய்யும் பலர் தொழில் என்று சுயமாகத் துவங்குகையில் நஷ்டமடைவது இதனால்தான். அவர்கள் ஒரு தொழிலில் இருபதாண்டு காலம் ஒருவரிடம் பணி புரிந்ததால் பயிற்சி பெற்றிருப்பார்கள். ஆனால் கடுமையாக உழைக்கத் தெரிந்த அளவுக்கு மற்றவரை வேலை வாங்கும் திறன் அவர்களிடம் இருப்பதில்லை. முயற்சிக்காத நன்மை என்று திறந்த முயலாநலன்" என இதனை குறிப்பிடுகிறார் லா வோ த்ஸு.

ஞானமும் அப்படியே. அளவுக்கு மீறிய போகங்களில் ஈடுபடுபவர்களும் ஞானம் பெறுவதில்லை. அளவுக்கு மீறி பக்தி, பூஜை, விரதம் என நாள் பூராவும் கோயிலே கதி என்று இருப்பவரும் ஞானம் பெறுவதில்லை. பிடிவாதமாக உடலையும், மனத்தையும் விரதம் என அடக்கும்போதுதான் அவை இன்னும் அதிகமாகப் பற்றிக் கொள்கின்றன.

உடலின் தேவைகளை மறுக்காமல், அளவுக்கு மீறி அவற்றை ஏற்காமல் நடுவாந்திரமாக விலகுவதுதான் புத்த நிலை எனப்படுகிறது. வீணையின் தந்தியை அதிகமாக முறுக்கினால் அறுந்து விடும். தளர விட்டால் தொய்ந்து விடும். நடுவான நிலையில் தான் அதிலிருந்து கீதம் பிறக்கும்.

தொழிலிலும் வேலையாட்களை அளவுக்கு மீறி விரட்டவும் கூடாது. அவர்களுக்கு அதிக சுதந்திரமும் தரக்கூடாது. இத்தகைய நிலையையே, 'மீட்டும் சுவர்க்கப் பாதை' என்கிறார் லா வோ த்ஸு. எந்தப் போட்டியும் இன்றி தானே உருவாகும் ஆற்றல் இது.

69

தன்னிலை அறிதல்

போர்த் தொழில் அறிஞர் பலமுறை சொல்வார்
விருந்தளிப் பவனின் முனைப் பெனக் கில்லை
விருந்தா ளிகளின் நாணம் உண்டு.
ஓர் அங்குலமும் முன்னேறு முன்பு
ஓரடிக் குமேலாய் பின்னடை வேன்நான்
யாரறி வாரிதன் உள்ளுறை பொருளை?
அணிவகுக் காமல் படையெடுத் திடுதல்
ஆயுத மின்றி அச்சப்படுத்தல்
விரோத மின்றி குற்றம் சுமத்தல்
பணிவொடு நின்றே பகையை வீழ்த்தல்
என்றும் வெல்லும் உபாயம் இதுவே
எதிரியைக் குறைத்து மதிப்பிடல் அசட்டுத்
துணிவென கருதப் படுதல் வேண்டும்
சரிசம மாகப் படைகள் பொருதிடில்
வருந்திக் கடமை புரிவோர் வெல்வர்.

குருஷேத்திரப் போர் தொடங்கு முன்னால் தருமர் எங்களுக்கு ஐந்து கிராமங்களைக் கொடுத்தால் கூடப் போதும் என்றுதான் சமரசம் பேசுகிறார். ஊசிமுனை இடம் கூடத் தருவதற்கில்லை எனத் துரியோதனன் மறுத்ததாலேயே போர் மூண்டது.

இஷ்டப்படி மரணம் என்ற வரம் பெற்றவர் பீஷ்மர். பரசுராமரையே தோற்கடித்தவர். எல்லா அஸ்திரங்களும் அறிந்தவர் துரோணர். நிகரற்ற வில்லாளி கர்ணன். இன்னும் ஏராளமான மகாரதர்கள் துரியோதனின் பக்கம் இருந்தனர். இந்தப் படை பலத்தின் கர்வத்துடன்தான் தன்னை எவராலும் வெல்ல முடியாது எனப் போரில் இறங்கினான் அவன்.

தருமபுத்திரன் படைபலம் பற்றிக் கவலைப்படவில்லை. வீணான போரினால் இரு தரப்பிலும் ஏற்படக் கூடிய அழிவை நினைத்து அவன் அஞ்சினான். விருப்பமின்றியே இறுதிவரை அவன் போர் புரிந்தான்.

போரின் முதல் நாளில் இரு தரப்பு வீரர்களும் கூடி நிற்கக் கூப்பிய கைகளுடன் தேரிலிருந்து இறங்கி நடந்து சென்று பீஷ்மரை வணங்குகிறான் தருமன். 'பிதாமகரே! நாங்கள் எவ்வளவோ தவிர்க்க முயன்றும் இந்தப் போரை நிறுத்த முடியவில்லை அதனால் இதை நடத்த எங்களுக்கு உங்களது ஆசி வேண்டும்' என்கிறான். மனமுவந்து ஆசி கூறுகிறார் பீஷ்மர்.

வருத்தத்துடன் கடமையாகப் போர் புரிபவன் வெல்வான் என்கிறார் லா வோ த்ஸு. யுத்தம் வெறும் அழிவைத் தரக்கூடியது. ஆனால் வேறு வழியில்லை என்ற நிலையில், விருப்பமின்றி அதே சமயம் வஞ்சனை செய்யாமல் தன் முழு ஆற்றலைபோரில் செலுத்துபவன் வெற்றி பெறுகிறான்.

தன்னிடம் பலம் உண்டு என்பதால் போரிடுவது வெறும் செருக்கைத்தான் குறிக்கும். பலத்தினால் சிலருக்கு கர்வம் வரும். துரியோதனனுக்கு அந்த கர்வம் இருந்தது. தருமனோ வேறு வழியின்றி தன் கடமையை செலுத்தவே போரிட்டான்.

ராவணனுக்கு அந்த கர்வம் இருந்தது. எட்டு திசையும் வென்ற தன்னை எவரும் எதுவும் செய்ய முடியாது என்ற தலைகனத்துடன் அவன் போரில் இறங்கினான். ராமரோ வேறு வழியே இல்லாமல் தான் போரிட்டார்.

இரண்டாம் உலகப் போரில் ஆசியா, ஐரோப்பா கண்டங்கள் பூராவும் ஈடுபட்டிருந்தன. எனினும் கடைசி வரை அமெரிக்கா ஒதுங்கியே இருந்தது. நேரடியாக தமக்கு பாதிப்பு இல்லாத நிலையில் போரில் ஈடுபட்டால் பெரும் பணச் செலவும், உயிர்ச் சேதமும் எற்படும் என்று அது ஒதுங்கி நின்றது. ஆனால், ஜப்பான் திடீரென முத்துத் துறைமுகம் (பெர்ல் ஹார்பர்) மீது குண்டு வீசி அதன் கடற்படையை அழித்தது. அதன் பின்பே வேறு வழியின்றி அமெரிக்கா போரில் குதித்தது. அதன் பின்னர் ஜெர்மனி, ஜப்பான் இரண்டும் அடியோடு நசுக்கப்பட்டன.

ஓர் அங்குலம் முன்னேறும் முன்பு ஓர் அடி பின்னடைகிறேன் என்கிறார் லா வோ த்ஸு. இயற்கையின் நியதி இது. இரண்டடி தாண்ட வேண்டுமானால் நாலு அடி பின்னால் போய் பின்னர் முன்னால் வேகமாக ஓடிவந்து தாவ வேண்டும். ஒரு வெற்றிக்காகப் பல துன்பங்களை அடைய வேண்டும். கடும் வெயில் அடித்தால்தான் அதன பின்பு மழை வரும். கடும் உழைப்புக்குப் பின்னரே செல்வம் கிட்டும். கடும் தவத்திற்குப் பின்பே ஞானம் பிறக்கும்.

துன்பம் இல்லாமல் வாழ்வில் இன்பம் இல்லை. ஆக்கிரமிக்கும் நோக்கம் இன்றி போரிடுபவனே வெல்கிறான். அதை அணி வகுக்காமல் படையெடுத்தல் என்கிறார் லா வோ த்ஸு. இன்பம் பற்றிய கவலையின்றி கடினமாக உழைப்பவனால் தான் இன்பத்தை அடைய முடியும். இதையே ஆயுதமின்றி அச்சுறுத்துவது, அணிவகுப்பின்றி படையெடுப்பது என்கிறார் சீன ஞானி.

பலனைப் பற்றி கவலையின்றி கடமைச் செய் என்கிறார் கீதையில் கண்ணபிரான். சொற்களின் வழி வேறாக இருப்பினும் அவை சுட்டும் பொருள் என்னவோ ஒன்றுதான்.

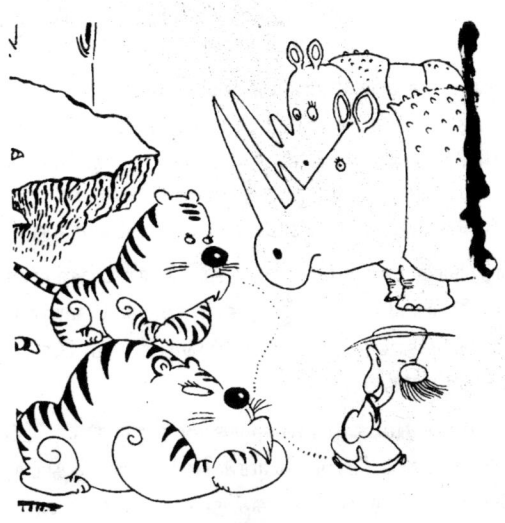

70

நகலின் செல்வாக்கு

ஐது சொற்கள் எளிய பொருளில்
பின்பற் றுவதும் சுலபம்
எனினும் புரிந்துகொள்ள எவரும் இல்லை
கடைப்பிடிக் கவும் ஆளில்லை.
சொற்க ளுக்கும் காவலர் உண்டு.
செயலுக்கும் அதிகாரி உண்டு
புற்கள் உண்டு; களைகள் இல்லை
புரிந்தவர் என்னை உலகில் சிலரே
என்னைப் புரிந்து கொள்ளா தவரில்
புரிந்து கொண்ட சிலராலேயே
பின்னைப் பெருமை வந்து சேரும்
புகழும், சிறப்பும் அவரால் தானே
அதனால் கம்பளி உடையில் ஞானி
நெஞ்சின் அருகில் நகைகளை மறைப்பார்.

அந்த நகருக்கு ஒரு கோமாளி வந்திருந்தான். பல குரலில் பேசும் வித்தையில் தேர்ந்தவன் அவன். நகரின் மைய அரங்கத்தில் அவன் வித்தைகளை நடத்தினான். அதை வேடிக்கைப் பார்க்க ஏராளமான கூட்டம் கூடியிருந்தது. கைதட்டலும், ஆரவாரமுமாக மக்களின் உற்சாகக் கூச்சல் அங்கே வானைப் பிளந்தது.

இப்போது நான் பன்றி போல் கத்தப் போகிறேன் என்று கூறித் தன் மீது அவன் போர்வையை இழுத்து மூடிக் கொண்டான். பிறகு மண்டியிட்டு குனிந்தான். "யீப், யீப்" என்று சப்தம் கேட்டது. "ஆஹா, ஆஹா" என்றனர் மக்கள்.

அந்தக் கூட்டத்தில் கிழவன் ஒருவன் இருந்தான். அவன் எழுந்து மேடைக்குப் போனான். "சபையோர்களே! இவர் கத்தியது சரியில்லை. எந்தப் பன்றியும் இப்படிக் கத்தாது" என்றான். சபையோர் கோபமானார்கள். பலர் அவனைக் கேலி செய்தனர். பலர் அவனைப் பார்த்துக் கூச்சலிட்டனர்.

கிழவன் உரத்தக் குரலில் "பன்றி கத்துவது இவர் கத்தியது மாதிரி இருக்காது. நாளை நான் இதை நிரூபிக்கிறேன்" என்று சவால் விட்டான்.

மறுநாள் அரங்கில் எள்விழ இடமில்லாத அளவுக்குக் கூட்டம் முதலில் கோமாளி வந்தான். போர்வையை இழுத்து மூடிக்கொண்டு குனிந்தான். அப்போது "யீப் யீப்" என்ற சத்தம் கேட்டது.

"ஆஹா! இதுவல்லவா சத்தம்?" என்றனர் மக்கள்.

"பன்றிகூட இவனிடம் தான் கற்றுக் கொள்ள வேண்டும்" என்றார் கூட்டத்திலிருந்த ஒருவர்.

அடுத்து கிழவன் வந்தான். பலரும் அவனைப் பார்த்துக் கேலியாகச் சிரித்தனர். ஆனால் அவன் எதையும் பொருட்படுத்த வில்லை. கம்பளியை நன்றாக இழுத்து மூடிக்கொண்டு குனிந்தான். மறுகணம் "யீக்.. யீக்.. யீக்... யீக்..." என்ற சப்தம் கேட்டது.

அதைக் கேட்டு இதுவா பன்றியின் குரல். ஏமாற்றாதே என்று கத்தினார் கூட்டத்திலிருந்த ஒருவர். தொடர்ந்து அதே சப்தம் கேட்டவே அனைவரும் "போ, உள்ளே போ, உள்ளே போ" என்று கூவினர்.

கடைசியில் கிழவன் போர்த்தியிருந்த கம்பளியை எடுத்துத் தூர எறிந்தான். அவன் பக்கத்தில் சிறு பன்றிக் குட்டி ஒன்று காணப்பட்டது. "பொதுமக்களே! இவ்வளவு நேரம் குரல் கொடுத்தது இதுதான். இதன் காதைத் திருகியே இதை நான் கத்த வைத்தேன். இதைவிட உங்கள்

கோமாளி எப்படித்தான் குரல் கொடுப்பாரோ?" என்றான் கேலியாக. பிறகு பன்றியின் காதைத் திருகினான். அது யீக், யீக் என்று கத்தியது. அனைவரும் திகைத்துப் போயினர்.

உண்மைக்கும், பொய்க்கும் வேறுபாடு தெரியாமல் போலிகளையே உண்மை எனப் பலரும் நம்பி விடுவர். லா வோ த்ஸு சொல்கிறார்: ''என் சொற்கள் எளிமையானவை. என் பாதை சுலபமானது. ஆனால் அதைப் பின்பற்றத்தான் எவருமில்லை.''

பட்டினத்தார் பாடுகிறார், "காய்த்த பலாவிற் கனியுண்ண மாட்டாதே: ஈச்சம் பழத்திற்கிங்கு இடர் உற்றவாறே!" என்று.

ஞானிகளைத் தொடர்பவர் சிலரே. ஆதிசங்கரரைத் தொடர்ந்தவர்கள் 4 பேர். ஏசுவின் சீடர்கள் 12 பேர். ராமகிருஷ்ண பரமஹம்சருடன் இருந்தவர் சிலரே. எனினும் இந்த சிலரால்தான் அவர்களின் பெருமையும் உலகில் பரவியது.

"பரலோக ராஜ்யம் சமீபத்தில்தான் உள்ளது'' என்கிறார் ஏசு. ''திருந்துங்கள். இல்லையேல் இறுதி நாளில் நியாயம் தீர்க்கப்படுவீர்கள்" என்கிறார் நபி. எனினும், மக்கள் என்னவோ அவரவர் பாதையில்தான் சென்று கொண்டிருக்கின்றனர்.

71. உண்மை நிலையை உணர்தல்

அறிய முடியாததை
அறிதல் உயர்வு
அறிய முடிந்ததை
அறியாதது பிணி.
பிணியைப் பிணியென
உணர்ந்தோர் மட்டும்
பிணியற்றிருக்க
உலகில் முடியும்
உணர்ந்தோரை ஞானியென்று
உலகம் கூறும்.

குருஜி வாசுதேவ்

ஒரு முட்டாள் தன்னை முட்டாள் என்று எப்போது உணர்கிறானோ அப்போதே அவன் ஞானியாகிறான். ஒரு அறிவாளி தான் ஒரு அறிவாளி என்று எப்போது கருது கிறானோ அப்போதே அவன் சறுக்க ஆரம்பித்து விடுகிறான்.

வேதாந்தம் கூறும் வாக்கியம் இது. அவரவரும் தமது நிஜமான திறன் என்ன என்பதை உணர்ந்து வைத்திருக்க வேண்டும்.

குருஷேத்திர போரின் முதல் நாளில் துரியோதனன் பெரும் ஆரவாரத்துடன் பேசுகிறான்: "பீஷ்மர், துரோணர், கர்ணன் ஆகியோர் அடங்கிய இப்படையை இந்திராதி தேவர்களாலும் வெல்ல முடியாது" என்கிறான் கர்வமாக!

அரண்மனையில் தெய்வீகப் பார்வைபெற்ற சஞ்சயனிடம் திருதராஷ்டிரன் கேட்கிறான். "துரியோதனன் என்ன செய்கிறான்? அவன் போருக்குத் துடித்துக் கொண்டிருப்பானே!" என்று.

"அதற்குக் காரணம் அவருக்கு இந்தப் போரின் முடிவு தெரியாது" என்கிறான் சஞ்சயன்!

18-ஆம் நாள் போரில் கங்கைக் கரையில் தனியே நிற்கிறான் துரியோதனன். அனைத்துத் தலைவர்களும் வீழ்ந்து, உடன் பிறந்தாரை உறவினரை இழந்து சேனையும் அடியோடு அழிந்த நிலையில், "விதுரர் அன்றே சொன்னார். அது இன்று உண்மையாகி விட்டது" என்கிறான் சோகமாக.

அறிய முடியாததை அறிவது உயர்வு. ஆனால் அறிய முடிந்ததைக் கூட அறியாதது நோயாகும். ஞானிகள், ஆசைகளை நோய் என அறிந்தவர்கள். அதனால் உலகில் நோயற்று இருந்தார்கள்.

துறவறம் பூண்டு காலைக் கவ்விய முதலையை உதறினார் சங்கரர். நள்ளிரவில் அரண்மனை சுகத்தை உதறிவிட்டு வெளியேறினார் சித்தார்த்தர். இங்கே இடங்களும், சூழ்நிலைகளும்தான் வேறு வேறு. ஆனால், எல்லா ஞானியரின் மனநிலையும் ஒரே நிலையில்தான் இருக்கின்றன.

ஞானத்தை உணர முடிவது எளிதல்லதான். ஆனால், எது கூடாது என்று உணர்ந்தும் அவற்றை உதறாமல் இருப்பது அல்லவா நோய்? அறிய முடியாததை அறிந்து கொள்ளாவிடில் பாதகமில்லை. ஆனால் முடிந்ததையும் அல்லவா அறியாமல் விட்டு விடுகிறோம்.

"கல்வி கரையில கற்பவர் நாள்சில
மெல்ல நினைக்கிற் பிணி பல" என்கிறார் ஔவையார்.

அரசனாயிருந்த ராஜா பத்ருஹரி மனம் வெறுத்து மணிமுடி துறந்து பட்டினத்தாரின் சீடனாகிறார். எதை உணர வேண்டுமோ அதை அவர் உணர்ந்து விட்டார். ஆனால், எதை அறிய முடியாதோ அதனை அறிய அவர் தவித்தார்.

"ஆங்காரம் அடக்கி ஐம்புலனும் கட்டறுத்து
தூங்காமல் தூக்கி சுகம் பெறுவது எக்காலம்?"

-என்று கதறினார்.

இவர்களது ஞானப் பாடல்கள் பட்டினத்தார் புலம்பல், பத்ரகிரியார் புலம்பல் என இன்றளவும் விளங்கி வருகின்றன.

ஆழந்த தேடல், உள்ளூர ஈடுபாடு, இவற்றின் காரணமாக பட்டினத்தாருக்கு முன்பே பத்ரகிரியார் ஞானம் பெற்று முக்தி யடைந்தார் என்கிறது வரலாறு.

72

அர்த்தமற்ற வாழ்க்கை

அஞ்சுதற் குரியதுகண்டு மக்கள்
அஞ்சவில்லை எனில் அபாயம் சூழும்.
எஞ்ஞான்றும் வாழ்வினை குறுகியது எனவேண்டா
சுமையெனக் கருதிடில் எதுவும் சுமையாகும்
அறிந்த ஞானியர் தம்மை வெளிப்படுத்தார்
அதிகம் உயர்த்தி மதிப்பிட்டுக் கொள்ளார்
தெரிந்த உண்மை இதுவெனத் தேர்ந்து
பின்னதை விடுத்து முன்னதை சார்கிறார்.

'அஞ்சுவது அஞ்சாமை பேதைமை' என்கிறார் வள்ளுவர். வாழ்வில் மனிதன் எது எதற்கு அஞ்ச வேண்டுமோ அவற்றிற்கு அஞ்சுவதே அறிவுடைமை .அச்சமின்றி காரியம் புரியும் அசட்டுத் துணிச்சல் பின்னாளில் பெரும் விபரீதங்களுக்குக் காரணமாகின்றது.

பாஞ்சாலியைத் துகிலுரியக் கட்டளையிட்ட துரியோதனன் தர்மம், நியாயம் எதற்கும் அஞ்சவில்லை.பெரும் சாகசம் என்றெண்ணியே அந்தக் காரியத்தைச் செய்தான். விராடனின் அவையில் சைரந்திரி என்ற பெயரில் அஞ்ஞாத வாசம் செய்த திரௌபதியை பலாத்காரம் செய்ய முயன்ற கீசகனும் எதற்கும் அஞ்சவில்லை. ஐந்து கந்தர்வர்களின் மனைவி நான் என அவள் மன்றாடியும், கவலைப்படவில்லை. சீ.... தாசி! என்று காலால் எட்டி உதைத்தான்.

இந்திர பதவியில் அமர்ந்த நஹுஷ ராஜனும் இந்திராணி மீது கொண்ட மயக்கத்தால் சப்தரிஷிகளை தனது பல்லக்கைத் தூக்கச் சொன்னான்.

செயலின் எதிர் விளைவுகள் வந்தபோது அவர்களால் நிற்கவும் முடியவில்லை. அகத்தியரின் சாபம் நகுஷனை மலைப் பாம்பாக பூமியில் விழ வைத்தது. நர்த்தன சாலையில் கீசகனை பீமனின் கைகள் உருத்தெரியாத மாமிச பிண்டமாக்கி விட்டன. போரில் துரியோதனின் இரு தொடைகளும் பிளக்கப்பட்டு அவன் உடல் மண்ணில் புரண்டது.

எதற்கு அஞ்ச வேண்டுமோ அதற்கு மக்கள் அஞ்சவில்லை என்றால் சமுதாயம் பேராபத்துக்கு உள்ளாகும்.

வாழ்க்கை குறுகியது. அர்த்தமற்றது என்று எப்போதும் கூறாதீர்கள் என்கிறார் ஞானி லா வோ த்ஸு. சுமை என்று எண்ணும்போது எதுவும் உண்மையாகவே சுமையாகவே மாறிவிடும். ஈடுபாட்டுடன் செயல்படும்போது அந்த சுமைகூட தெரியாமல் போய்விடும்.

இயற்கையால் நாம் படைக்கப்பட்டுள்ளோம். நம்மால் இயற்கை உண்டாவதில்லை. இன்பமும், துன்பமும் இயற்கையின் நியதிகள். இயற்கையுடன் இணைந்து செல்பவனுக்கு எதுவும் துயர் தருவதில்லை. அதனோடு முரண்படும் போதுதான் துயரங்கள் நம்மை சூழ்கின்றன.

ஞானியர் தமது உயர்வினை உணர்ந்திருப்பார்கள். ஆனால், நான் உயர்ந்தவன் என்று சொல்ல மாட்டார்கள்.

ஊருக்கு வெளியே குடிசையில் இருந்தார் ஞானி. அவரைக் காண வந்தான் இளவரசன். கதவைத் தட்டினான்.

"யார்?"என்றார் ஞானி.

"நான்தான் இளவரசன். உங்களைக் காண வந்துள்ளேன்."

"நான் செத்த பிறகு காணலாம்" என்றார் ஞானி. குழம்பிப் போன இளவரசன் மன்னரிடம் சென்றான். "தந்தையே! அவர் என்னைக் காண விரும்பவில்லை. செத்த பிறகு வந்து பார்" என்கிறார் என்றான்.

மறுநாள் இரவு இளவரசனுடன் அரசனும் வந்தான். இளவரசன் கதவைத் தட்டினான். "யார்?" என்றார் ஞானி.

"நான்தான் இந்த நாட்டு இளவரசன்" என்றான் அரசகுமாரன்.

"நான் செத்த பிறகு வா" என்றார் ஞானி.

மன்னன் கதவைத் தட்டினான். "அடியேன் வந்திருக்கிறேன்'' என்றான் விநயமாக. கதவைத் திறந்து மலர்ச்சியுடன் "வா மன்னா'' என்று அவனை உள்ளே அழைத்தார் ஞானி.

நான் செத்த பிறகு வா என்று அவர் கூறியது ''நான்'' என்ற அகந்தை உணர்வு அழிந்த பிறகு என்ற பொருளில் சொல்லப்பட்டது என்பதை உணர்ந்து கொண்டான் இளவரசன்.

அரண்மனையோ, பொக்கிஷமோ, அதிகாரங்களோ மக்களிடையில் உயர்வாக இருக்கலாம். ஞானம் என்று வரும்போது இவை அங்கு செல்லாதவை ஆகிவிடும். பேச்சுக்கே இடமற்ற மவுன உலகில் போகங்களுக்கு ஏது இடம்?

"ஞானியர் தமது ஆற்றலை உணர்ந்திருப்பார்கள். ஆனால் அதை எளிதில் வெளிப்படுத்த மாட்டார்கள்" என்கிறார் சீன ஞானி. 'தீக்கடை கோலில் பொதிந்துள்ள தீயானது உரசினால் மட்டும் வெளிப்படும். மற்றபடி வெளித் தெரியாது. அதுபோல் ஞானியரின் ஞானம் அவையில் சம்வாதங்கள் போது அல்லது உபதேசங்களின் போது வெளிப்படுமே தவிர மற்றபடி வெளியே தென்படாது' என்கிறது மகாபாரதம்.

73

படகோட்டியின் வேலை

விவேகம் அற்ற வீரத்தில் துணிவில்லை
வீழ்ச்சி யின் பாதை அதுதான்
விவேகம் நிரம்பிய வீரம் வாழ்வின் பாதை
இரண்டுமே சாதகமும், பாதகமும்தான்
ஏன்இவை முக்திக்கு ஏற்புடையதில்லை?
இதை உணர்ந்த வர்கள் இல்லை
ஞானம் முக்தியை வேண்டுவ தில்லை
எனினும் கிடைப்பது உறுதி.
உரைப்ப தில்லை, எனினும் பதிலுண்டு.
அழைப்பதில்லை, எனினும் தேடிவரும்
நிறைஞான முக்தியின் வலைமிகப் பெரிது.
எனினும் வலைக்கண்கள் எதையும் விடாது.

யோகி ஒருவர் மிக்க இளம் வயதிலேயே யோக சாதனைகளை மேற்கொண்டார். பெரும்பாலானவர்கள் இதில் ஆரம்பத்தில் தீவிரமாக ஈடுபடுவார்கள். பிறகு மெல்ல இதில் ஆர்வம் குறைந்து கடைசியில் இதனை அடியோடு விட்டு விடுவார்கள். பின்னர் அதுபற்றிய கதைகளைப் பேசுவதிலேயே அவர்கள் மனம் திருப்தி அடைந்து விடும்.

அதுபோல் பாதியில் விட்டுவிடக்கூடாது என்பதில் உறுதியுடன் இருந்தார் அந்த யோகி. ஆனால், பிறகுதான் தெரிந்தது. இது எவ்வளவு கடினமான பாதை என்று. கடலை நீந்திக் கடப்பது போன்ற வேலை இது. எப்படியோ இறுதியில் ஒரு வழியாக அவர் ஹடயோகத்தில் வல்லவரானார். இப்போது சர்வ சாதாரணமாக தண்ணீரின் மேல் நடக்க அவரால் முடியும்.

ஒருமுறை ராமகிருஷ்ண பரமஹம்ஸரை அவர் சந்தித்தார்.

"எனக்கு நீரின் மேல் நடக்கும் வித்தை தெரியும். கங்கையின் குறுக்கே நீரின் மீது நடந்தே அக்கரைக்குப் போய்விடுவேன். இருபது ஆண்டுகள் பாடுபட்டு இந்த வித்தையை நான் அடைந்தேன்" என்றார் பெருமிதத்துடன் .

"நாலணா கொடுத்தால் ஒரு படகோட்டி உங்களை அக்கரைக்குக் கொண்டு போய் சேர்ப்பானே? இதற்காகவா 20 ஆண்டுகள் வீணடித்தீர்கள்?" என்றார் பரமஹம்ஸர்.

உண்மையான ஞானம் இதுபோன்ற சக்திகளை விரும்புவ தில்லை. பூரண ஞானம் பெற்ற ஆதிசங்கரர் அத்விதமுக்தி என்கிறார் பிறப்பற்ற பேரின்பநிலையை. அத்வித என்றால் இரண்டற்றது. ஆதியில் ஒன்றாயிருந்த பரம்பொருள் இரண்டாகப் பிரிந்தது. அவை மேன்மேலும் இரண்டிரண்டாகப் பிரிந்து கிளைப் பரப்பிக் கொண்டே செல்கின்றன. எங்கே இரண்டும் மீண்டும் ஒன்றாக இணைகிறதோ அதுவே இரண்டற்ற முக்தி நிலை.

இன்பம்-துன்பம் இரண்டும் வெவ்வேறு அல்ல. மனிதர்கள். இன்பத்தை விரும்புகிறார்கள். துன்பத்தை ஏற்பதில்லை. நேர் எதிராக சிலர் தியாகம், ஆசையின்மை என்று பல பெயர்கள் வைத்துக் கொண்டு வலியப் போய் துன்பத்தை ஏற்கின்றனர். இவை இரண்டுமே மனத்தின் தூண்டுதல்கள்தான். இன்பம், துன்பம் இரண்டையும் சமமாக எண்ணி, உதறுவது மட்டும்தான் இத்தகைய அத்வைத நிலையை அளிக்கும்.

மற்றபடி விவேகம், அவிவேகம் எல்லாமே மீண்டும் பந்தப் படுத்துபவையே!

சில நேரங்களில் இது தேவைப்படும். சில நேரங்களில் நேர் எதிரிடையான அது தேவைப்படும். இதையே சீன ஞானி இரண்டிலும் சாதக, பாதகங்கள் உண்டு என்கிறார். இவை ஏன் முக்தியை அளிக்காது என எவரும் உணர்வது இல்லை என்கிறார்.

அனைத்துக்கும் அப்பாற்பட்ட ஞானம் பெற்றபின் ஞானியர் முக்தியைக்கூட வேண்டுவது இல்லை. அது உறுதி எனினும் அவர்கள் அதுபற்றி நினைப்பது கூட இல்லை.

ஞானம் பதில் உரைப்பதில்லை. எனினும் பதில் உண்டு. ஞானம் எதையும் அழைப்பதில்லை. எனினும் தேடிவரும். எல்லாவற்றையும் உள்ளடக்கிய, எல்லாவற்றிற்கும் அப்பாற்பட்ட. எல்லாம் அறிந்து எங்கும் பரவிய... என்கிறது ரிக்வேதம்.

பிரபஞ்ச அறிவு (Universal Brain) என்கின்றனர் அறிவியலாளர்கள். "ஞானத்தின் நிறைவான மோட்சத்தின் வலை மிகப்பெரியது" என்கிறார் லா வோ த்ஸு. வலையின் கண்கள் மிகப் பெரியவைதான். ஆனால், அவை எதையும் நழுவ விடுவதில்லை என்பது அவர் கருத்து.

"ஒவ்வொரு உள்ளத்தையும் தனித்தனியே பார்ப்பவர்" என்கிறது பாகவதம். தோன்றிய, தோன்றுகின்ற, தோன்றப் போகின்ற அனைத்தும் நானே. படைப்பின் முதலும், நடுவும், முடிவும் நானே என்கிறார் கீதையில் கண்ணபிரான்.

"முன்னைப் பழம்பொருட்கும் முன்னைப் பழம் பொருளே!
பின்னைப் பொருள்களுக்கும் பேர்த்தும் அப்பெற்றியனே!"

-என்கிறார் மாணிக்கவாசகர்.

74

மரண வியாபாரிகள்

மரணம் கண்டு அஞ்சாத ஒருவன்
மற்ற எதற்கும் அஞ்சிட மாட்டான்
சரணம் அடைய வைத்திடல் வேண்டின்
மரணம் கண்டு அச்சம் தேவை.
தூக்கிலேற்றுவோர் என்றும் இருப்பர்
ஏற்றுவோ ரென்பவர் இழைப்பவர்
தூக்குமரத்தை இழைக்கும் தச்சருக்கும்
கையில் காயம் படுவதுண்டு.

இந்தப் பாடலில் லா வோ த்ஸூ சில சூட்சுமமான விஷயங் களைத் தெரிவிக்கிறார்.

மரணம் பற்றிய அச்சமே மனிதனை தீய செயல்களில் ஈடுபடுவதிலிருந்து தடுக்கிறது.

இறப்புக்குப்பின் என்ன ஆகுமோ என்று தெரியாததால்தான் மனிதர்கள் நடுங்குகின்றனர். மரணதண்டனை உயர்ந்தபட்ச தண்டனையாக உள்ளது. ஆனால், மரணத்தை அறிந்தவன் மரணத்துக்கு அஞ்சமாட்டான்.

அரசுகளும், அரசாங்கங்களும் மரணதண்டனை குறித்த அச்சத் திலேயே மக்களை வைத்துள்ளன. இயேசுவுக்கு மரணதண்டனை விதிக்கப்பட்டபோது மரணத்துக்கு அவர் அஞ்சவில்லை. தனக்கு அதை விதித்தவர்களுக்காகவே வருந்தினார்.

இயேசுவை ஆளுநரான பாண்டியஸ்பிலாத்து தண்டிக்க வில்லை. 'இந்த மனிதன் மீது நான் குற்றம் காணவில்லை' என்றான். உடனிருந்தோர் தான் இயேசுவை சிலுவையில் அறைய வற்புறுத்தினர்.

பகத்சிங் உள்ளிட்ட தியாகிகளை அந்நியர்கள் தண்டிக்க வில்லை. அவர்களின் பெயரால் நம்மவர்கள்தான் அவர்களைத் தண்டித்தனர். ராஜாவை மிஞ்சிய ராஜ விசுவாசம் என்ற பழமொழி இவர்களாலேயே ஏற்பட்டது.

'தூக்கிலேற்றுவோர் என்றும் இருப்பர்' என்கிறார், லா வோ த்ஸூ. இயற்கை எப்போதும் முன்னோக்கிய செல்கிறது. சமுதாயத்தை முன்னெடுத்துச் செல்லும்போது எதிர்த்து அதே நிலையில் இருந்து முயற்சிப்பவர் எப்போதும் உண்டு.

இந்தியா சுதந்திரம் பெற்று ஆறு மாதங்களுக்குள் காந்திஜி சுட்டுக் கொல்லப்பட்டார். பிரிட்டிஷ் பிரதமராயிருந்த வின்ஸ்டன் சர்ச்சில் கூறினார்: "60 ஆண்டுகள் நாங்கள் காப்பாற்றிய ஒரு கிழவரை ஆறு மாதங்கள் கூட உங்களால் காப்பாற்ற முடியவில்லையே? சுதந்திரத்தை வைத்துக் கொண்டு என்ன செய்யப் போகிறீர்கள்?" என்று.

வரலாறு காட்டும் உண்மை இது. காந்திஜியை அந்நியர் எவரும் சுடவில்லை. நம்மவர்களே சுட்டனர். ஏசுவை எதிரிகள் காட்டித் தரவில்லை. அவருடைய சீடனேதான் காட்டிக் கொடுத்தான்.

பாற்கடலைக் கடையும்போது முதலில் விஷம்தான் வரும். பிறகே அமுதம் வரும். எந்த ஒரு சாதனையிலும் முதலில் இடையூறுகள் தான் வரும். அந்த இடையூறே பின்னர் ஆதரவாக மாறிவிடும். முதலில் எதிர்ப்பவர்களே நாம் உறுதியுடன் முன்னேறிய பின்னர் ஆதரிக்க ஓடோடி வந்து நிற்பர்.

தூக்கு மரத்தை இழைப்பவனுக்கும் கையில் காயம்படும் என்கிறார் சீன ஞானி. மரணதண்டனை விதிப்பவன், மரண தண்டனை விதிக்கப்படுபவன் இந்த இரண்டுக்குமிடையே ஒரு கூட்டம் உண்டு. தூக்கிலேற்றுவோர் என்று சீன ஞானி குறிப்பிடுகிறார். இவர்கள் உனக்காக தூக்குமரம் தயாரிப்பார்கள் தமது கையையும் காயப்படுத்திக் கொண்டு. தூக்கிலேற்ற பரிந்துரையும் செய்வார்கள். முன்னணியில் வந்து நிறைவேற்றத் தயாராக நிற்பார்கள்.

கைகேயிக்கு பரதன் சொந்த மகன். ஆனால், ராமன் முடிசூடுவதைத் தடுக்க கூனிதான் முன்னணியில் நின்றாள். பாண்டவர்களின் வனவாசத்தில் துரியோதனனைவிட சகுனிதான் அதிக ஈடுபாடு காட்டுகிறான்.

மரணதண்டனைக்கு அஞ்சியே மக்கள் அரசுக்கு அடிபணிகின்றனர். சராசரி வாழ்வில் மனிதனை பாவம் செய்யாமல் தடுப்பது மரண பயம். ஆனால், மரணத்தை உணர்ந்தவர்கள், மரணத்துக்கு அஞ்சாதவர்கள் நிறைய பாவம் அல்லவா செய்ய வேண்டும்? அவர்கள் சிறு பாவம்கூட செய்யாமல் ஒதுங்கியல்லவா இருக்கின்றனர்! அவர்கள் பாவமும் புரிவதில்லை. புண்ணியமும் செய்வதில்லை.

“உறங்குவது போலும் சாக்காடு” என்கிறார் வள்ளுவர்.

75
பாவத்தின் அளவு

ஆட்சியாளர் சிறப்புற வாழ்ந்திடில்
அங்கே வரிச்சுமை மக்களை வாட்டும்
மாட்சிமை மங்கும், துயர்கள் பெருகும்
மரணம் என்பது எளிதாய் நிகழும்
வாழ்வில் தீவிரம் கொண்டிருப் போரே
சாவை எளிதென ஏற்பவராவர்.
வாழ்வை மதிப்போர் தம்மை விடவும்
சாலச் சிறந்தவர் இவரே யாவர்.

குருஜி வாசுதேவ்

'எண்ணற்ற மகான்கள் பிறந்தது எங்கள் நாடு' என்று பெருமையாகக் கூறப்படுவதை அடிக்கடி கேட்கிறோம். ஆழ்ந்து சிந்தித்துப் பார்த்தால் இதில் நாம் பெருமைப்பட ஏதும் இல்லை என்பது புரியும்.

எந்த ஊரில் அதிகம் நோய்கள் பெருகி உள்ளனவோ அங்குதான் ஏராளமான மருத்துவர்கள் இருப்பார்கள். எங்கே களவு, குற்றங்கள் அதிகம் நிகழுமோ அங்குதான் காவல் துறையினர் அதிகம் இருப்பார்கள். அதுபோல் எங்கே மக்கள் கூட்டம் நெறிதவறி, பாதை மாறி, தறிகெட்டு வாழ்கிறதோ அங்குதான் மகான்கள் அதிகம் உருவாகிறார்கள்.

ஒரு ஏசு, ஒரு நபி, ஒரு ஜாரதுஷ்டிரர் போதும் மேல் நாட்டினர்க்கு. நமக்கோ எல்லாக் காலங்களிலும் மகான்கள் கூடவே இருக்க வேண்டும். ஒருபுறம் அவர்கள் போதித்தபடி இருப்பர். மறுபுறம் அதனைக் கேட்டபடி நாம் நமது பாதையில் போய்க் கொண்டே இருப்போம்.

ஆட்சியாளர் அமோகமாக இருக்கிறார்கள் என்றால் அங்கே வரிச்சுமையால் மக்கள் வாடுகின்றனர். மரணத்தின் பாதை அங்கே எளிதாக்கப்படுகிறது. சீன ஞானி கூறும் இக்கருத்து எல்லா காலத்துக்கும் எல்லா நாடுகளுக்கும் ஏற்றதுதான்.

'கொடுங்கோல் மன்னர் ஆளும் நாட்டினும் கடும்புலி வாழும் காடே நன்று' என்பது புறநானூறு கூறும் செய்தி.

வாழ்வில் தீவிரமான பற்றுக் கொண்டவர்களே சாவை எளிதில் ஏற்கின்றனர். லா வோ த்ஸு கூறும் இந்த எதிர்மறையான கருத்துதான் உலகின் இயல்பான நடைமுறை. ஒன்றை விரும்பாதவன் அதை எதிர்க்கப் போவதில்லை. ஆனால், தீவிரமாக ஒன்றை நேசிப்பவன்தான் அதைத் தீவிரமாக எதிர்க்கவும் செய்வான்.

கெட்டுத் திரிந்தவர்கள் தான் மிகப் பெரிய ஞானியாகின்றனர். வால்மீகி முதல் அருணகிரிநாதர் வரை இதுவேதான் தொடர்ந்து நிகழ்கிறது. வாழ்வின் இந்தக் கோடி வரை சென்றவர்கள் மறுகோடிக்கும் செல்கின்றனர். அதே சமயம் பெரிய வேதனைகளை சந்திக்காதவர்கள் பெரிய சாதனைகளை செய்வதில்லை.

முக்கால்வாசி மக்கள் எதையும் மீறாமல், எதையும் மாற்றாமல் எதையும் தாண்டாமல் சராசரியாகவே வாழ்ந்து மடிகின்றனர். இவர்கள் மனது கொஞ்சம் காமம், கொஞ்சம் பக்தி, கொஞ்சம் சபலம், கொஞ்சம் துறவு என்று எல்லாவற்றின் கலவையாக இருந்து எதிலுமே

முழுமையற்றுப் போகிறது. இவர்கள் பெரிய புண்ணியமும் செய்வதில்லை. பெரிய பாவமும் நிகழ்த்துவதில்லை.

இரண்டு பேர் ஞானி ஒருவரிடம் சென்றனர். ஒருவன் வருந்தியபடி கேட்டான். "நான் மிகப் பெரிய பாவச் செயல் ஒன்று புரிந்தேன். என் மனம் வேதனையால் தவிக்கிறது. எனக்கு மீட்சி உண்டா?" என்று.

மற்றொருவன் பெருமையுடன் சொன்னான்: "நான் பெரிய தவறு ஏதும் செய்ததில்லை. சின்ன சின்ன பொய்கள், சிறு ஏமாற்றுக்கள், இப்படி நிறைய செய்துள்ளேன். தண்டிக்கும் அளவுக்கு இதெல்லாம் பெரிய பாவம் இல்லை."

ஞானி சிரித்தார். முதலாமவனிடம் "நீ போய் பெரிய பாறை ஒன்றை தூக்கி வா" என்றார். இரண்டாமவனிடம் "நீ சின்னசின்னதாக இந்த மூட்டை நிறைய கற்களைப் பொறுக்கி வா" என்றார்.

இருவரும் அதை நிறைவேற்றச் சென்றனர். பெரிய பாறை ஒன்றை எடுத்து வந்தான் ஒருவன். கோணி நிறைய கற்களைப் பொறுக்கி வந்தான் இன்னொருவன்.

இப்போது ஞானி சொன்னார்: "சரி இருவரும் போய் எடுத்த இடத்திலேயே போய் கற்களைப் போட்டு விடுங்கள்" என்று.

முதலாமவன் தயங்காமல் பாறையைத் தூக்கிக் கொண்டு போனான். இரண்டாமவனோ திகைத்துப் போய் நின்றான். "அது எப்படி சுவாமி முடியும்? நூற்றுக்கணக்கான சின்ன சின்ன கற்களை அவற்றை எடுத்த இடத்தைத் தேடி எப்படிக் கண்டுபிடித்து வைப்பது?" என்றான் விழித்தப்படி.

"முடியாதல்லவா! அதேதான்" என்றார் ஞானி. "அவன் ஒரு பெரிய தவறு செய்தான். அதற்காக மனம் வருந்தி, அழுது, மன்னிப்புக் கேட்டு அவன் மாற்றுப் பரிகாரம் செய்யலாம். நீ சின்ன சின்னதாக ஆயிரம் தவறுகள் செய்தவன். அது பாவம் என்பதை நீ உணரவில்லை. உன்னால் யார், யார் பாதிக்கப்பட்டார்கள் என்று கூட உனக்குத் தெரியாது. அவனுக்கு மீட்பு சுலபம். உனக்குத்தான் மீட்சி என்பது கடினம். பெரும்பாலான சராசரி மனிதர்கள் மீண்டும், பிறக்க இந்த அறியாமையே காரணம்" என்று விளக்கினார்.

வாழ்விலே தீவிரம் கொண்டிருப்போர் வாழ்வை மதிப்பவரை விட சிறந்தவர்கள் என்று லா வோ த்ஸு கூறுகிறார். செயலின்மையை விட தவறாகவாவது ஒரு செயலை தொடங்குபவர்கள் இவர்களே. துவங்கி விட்டால் பிறகு சரி செய்வது எளிதுதானே!

76

சொர்க்கத்தின் கதவுகள்

வாழும் மனிதர் மேன்மை யாவைர்

இறந்த பின்போ விறைத்த சடலம்

தாழும் புல்லும், தழைமரமும், விலங்குகளும்

வீழ்ந்த பின்னர் வறண்ட சருகுகளே.

திண்மையும், வலிமையும் இறப்பின் தோழர்

மென்மையும் நயமும் வாழ்வின் தோழர்

உண்மை இதுவே, உடல்பலம் வெல்வதில்லை

மென்மையும், நயமும் மேலோங்கி நிலைக்கும்.

விஞ்ஞானி ஒருவரிடம் கேட்கப்பட்டது. "இறைவன் உண்டு என்கிறீர்களா?" என்று.

அதற்கு அவர் சொன்னார்: ''அறிவியலின் ஆய்வுகள் எல்லாமே அறிவுக்கு அப்பாற்பட்ட பொருளில்தான் முடிகின்றன. ஒரு அறையில் உள்ள எல்லாப் பொருட்களையும் சேர்த்து அதன் எடை குறிப்பிட்ட அளவு இருக்கும். அதிலிருந்து ஒரு மெல்லிய நூல், ஒரு தூசி எடுக்கப்பட்டாலும் அதன் எடை குறையும். உடலிலிருந்து மனிதனின் உயிர் பிரிகிறது. ஆக, ஏதோவொன்று வெளியேறியதால் குறைந்தது ஒரு மில்லி கிராமாவது குறைய வேண்டும். ஆனால் உடலின் எடை பிரம்மாண்டமாகக் கூடி விடுகிறது. ஆறு பேர் சுமக்க முடியாத அளவு எடை அதிகரித்து விடுகிறது. எப்படி இறைவன் இல்லை என்று நான் சொல்வது?''

உயிரோடிருக்கும் மனிதனை அவர் என்று கூறுகிறோம். இறந்த பின்போ அவரே அது என்று ஆகி விடுகிறார். வாழும் மனிதனுக்கு மேன்மை. செத்தபின் உடலின் எடை கூடுகிறது. மேன்மை காணாமல் போகிறது.

சீன ஞானி கூறுகிறார். "வன்மையும், திண்மையும்தான் இறப்பின் தோழர். மென்மையும், நயமும் வாழ்வின் தோழர்" என்று.

இறந்த சடலம் கனக்கிறது. உயிரோடிருக்கும் உடல் மென்மையாக உள்ளது. உடல் வலிமையை நம்பும் முரட்டு மனங்களும் செத்த மனங்கள்தான். உயிருள்ள மனம் மென்மையாக இருக்கும்.

குரு ஒருவர் அமர்ந்திருந்தார். அவரிடம் வந்த தளபதி கேட்டான்: "குருவே! சொர்க்கம், நரகம் இவை எல்லாம் இருப்பது உண்மை தானா?" என்று

குரு அவனை நிமிர்ந்து பார்த்தார். பிறகு சிரித்தபடியே, "உன்னைப் போன்ற ஒரு முட்டாளை எவன் தளபதியாக நியமித்தான்?" என்றார்.

ஆ! என்று கர்ஜித்தபடி வாளை உருவினான் தளபதி.

"இதோ நரகத்தின் வாயில் திறந்துவிட்டது" என்றார் குரு. சட்டென்று வாளை உறையிலிட்டு "மன்னிக்க வேண்டும்" என்று கை கூப்பினான் தளபதி.

"இதோ சொர்க்கத்தின் கதவு திறந்துவிட்டது" என்றார் குரு. புன்னகையுடன்.

77

வாழ்க்கை சுழற்சி

தெய்வ நீதியே சுவர்க்க ஞானம்
வளைந்த வில்லை நிமிர்த்தும் செயல் இது
தொய்வின்றி தாழ்ந்ததை மேலே உயர்த்தும்
உயர்ந்ததை கீழே கொண்டு செல்லும்
நிறைவை குறைக்கும், குறைவை நிறைக்கும்
நீதித் தராசின் ஏற்ற இறக்கம்
அறிவுடை மனிதனின் நீதி அதுவல்ல
இருப்பவனிடத்தில் மேலும் சேர்க்கும்
வறியவ னிடத்தில் உள்ளதைப் பிடுங்கும்
நிறைய இருப்பவர் சேவை செய்யார்
ஞானியர் தமக்கென செயல்பட மாட்டார்
சிறப்பினை எதிர்பார்த் திருக்கவும் மாட்டார்
தானெனும் உணர்வில் முன்னிலைப் படுத்தி
தன்புகழ் பரப்பும் எண்ணமும் அவர்க்கில்லை.

சேக்கிழார் பெருமானை நோக்கி சோழ மன்னன் கேட்டான்: "இறைவன் எங்கே இருக்கிறார்? எந்த திசையைப் பார்க்கிறார்? இப்போது அவர் என்ன செய்து கொண்டிருக்கிறார்?"

அறுபத்து மூன்று நாயன்மார்களின் வாழ்க்கையையும் பெரிய புராணம் என்ற பெயரில் காவியமாக வடித்த சேக்கிழார் இக்கேள்விகளைக் கேட்டுத் திகைத்துப் போனார்.

எத்தனையோ பெயர்களில், எத்தனையோ வடிவங்களில் இறைவனை வழிபடுகிறார்கள். எத்தனையோ பெயர்களில் இறைவனின் உலகம் என்பது அழைக்கப்படுகிறது. எது அவன் பெயர்? எது அவன் வடிவம்? எது அவன் உலகம்? இதனை எவரும் கண்டதில்லை. கண்டவர் எவரும் வந்து சொன்னதில்லை.

அப்படியிருக்க இறைவன் எங்கிருக்கிறான் என்றால் என்ன சொல்வது? எத்தனையோ கோடி அண்டங்கள். இதில் இறைவன் எந்த திசையைப் பார்க்கிறான் என்று எப்படிச் சொல்வது? எல்லாம் கிடக்க இறைவன் தற்போது என்ன செய்து கொண்டிருக்கிறார் என்று எப்படி சொல்ல முடியும்? படைக்கிறார் என்பதா? காக்கிறார் என்பதா? பரிபாலனம் செய்கிறார் என்பதா?

குழம்பிய மனத்துடன் வீடு திரும்பினார் சேக்கிழார். அவரது குழப்பம் கண்டு அவரது பேத்தி என்னவென்று விசாரித்தாள். 10 வயது சிறுமியிடம் நடந்ததை என்னவென்று விவரிப்பது? இருப்பினும் சொன்னார் மன்னரின் கேள்விகளை.

மறுநாள் அரண்மனைக்கு சென்ற சிறுமி மன்னனைக் கண்டாள். அவள் சேக்கிழாரின் பேத்தி என்றறிந்த மன்னன் மகிழ்வுடன் வரவேற்றான்.

சிறுமி கேட்டாள்: "அரசே உங்களது முதல் கேள்வி என்ன?"

"இறைவன் எங்கே இருக்கிறார்?"

ஒரு கிண்ணத்தில் பாலைக் கொண்டுவரச் சொன்ன சிறுமி கேட்டாள், "அரசே! இந்தப் பாலில் இனிப்பு சுவை மேற்புறத்தில் உள்ளதா? பக்கவாட்டில் உள்ளதா? கீழே உள்ளதா?"

"எல்லா இடத்திலும்தான் உள்ளது" என்றான் மன்னன்.

"அதுவேதான். இறைவன் அனைத்திலும் உள்ளார். எல்லா இடங்களிலும் பரவி இருக்கிறார்."

வியப்படைந்த மன்னனிடம் "இரண்டாவது கேள்வி என்ன?" என்று கேட்டாள் சிறுமி.

"இறைவன் எந்த திசையைப் பார்த்துக் கொண்டிருக்கிறார்?"

குத்துவிளக்கு ஒன்றை ஏற்றச் சொன்ன சிறுமி கேட்டாள்: "இந்த விளக்கின் சுடர் எந்த திசையைப் பார்க்கிறது?"

''அது எல்லா திசையையும் பார்த்துக் கொண்டிருக்கிறது.''

அதுபோல்தான் "இறைவன் எல்லாத் திசையையும் பார்க்கிறார்.''

இதைக் கேட்டு ஆச்சரியப்பட்ட மன்னன் கேட்டான். "இறைவன் இப்போது என்ன செய்து கொண்டிருக்கிறார்?"

தன்னை சிறிது நேரம் அரசியாக்கும்படி கோரினாள் சிறுமி. மன்னனும் அதற்கு சம்மதித்தான். சிம்மாசனத்தில் ஏறி அமர்ந்த சிறுமி கட்டளையிட்டாள். "யாரங்கே? இவர்களனைவரையும் சிறையில் அடையுங்கள். சிறையில் உள்ளவர்களை எல்லாம் விடுவியுங்கள். இவர்களது சொத்துக்களை எல்லாம் பறிமுதல் செய்து அவர்களிடம் கொடுங்கள்?"

"என்ன இது?" என்றான் மன்னன்.

"இதைத்தான் கடவுள் செய்து கொண்டிருக்கிறார். மேலே இருப்பவனைக் கீழே தள்ளுகிறார். கீழே இருப்பவனை மேலே கொண்டு வருகிறார். அதனால் இடைவிடாமல் சக்கரம் சுழல்கிறது. அந்த சுழற்சியில் மேலிருப்பது கீழே வருகிறது. கீழிருப்பது மேலே போகிறது. அடுத்த சுற்றில் அது கீழே வருகிறது. இது மேலே போகிறது. உயர்ந்தவன் தாழ்கிறான். தாழ்ந்தவன் உயர்கிறான். இரவு பகலாகிறது. பகல் இரவாகிறது. பிறந்தவன் இறக்கிறான். இறந்தவன் பிறக்கிறான்" என்றாள் அச்சிறுமி.

சிறுமி கூறியது சரியே. காலச் சக்கரத்தின் சுழற்சியில் புதிய அரசுகள் எழுகின்றன. சாம்ராஜ்யங்கள் மண்ணாகின்றன. அதனாலேயே மூன்று தலைமுறை தாழ்ந்தவனும் இல்லை. மூன்று தலைமுறை வாழ்ந்தவனும் இல்லை என்ற பழமொழியே உண்டானது.

ஆனால், இயற்கையில் சமநிலைதான் உள்ளது. மேட்டிலிருந்து நீர் பள்ளத்தை நோக்கி ஓடுகிறது. மேடும், பள்ளமும் சமமாகி விட்டால் நீர் ஓடுவது நிற்கிறது. நீர் மட்டம் சமமாகும் வரைதான் அது ஓடுகிறது.

மனிதனின் ஆளுமை நேர் எதிராக உள்ளது. அவனது ஆட்சியில் மேடு மேன்மேலும் மேடாகிறது. பள்ளம் மேலும் பள்ளமாகிறது. பணக்காரன் மேலும் உயர்கிறான். வறியவன் மேலும் சுரண்டப்படு கிறான். அவன் வாழ்வில் நிறைவடைந்து விட்டால் தங்களுக்கு யார் சேவை செய்வார்கள்? என்ற பயத்தால் அவனை ஏழ்மை நிலையிலேயே வைத்திருக்கிறது சமூகம்.

ஞானிகள் தாமே முன்வந்து சேவை செய்வார்கள். அவர்கள் பொருளையும் எதிர்பார்ப்பதில்லை. புகழையும் எதிர்பார்ப்பதில்லை. அரசனாயிருந்த ஜனகர் தாமே மக்களுடன் வயலில் இறங்கி ஏர் பூட்டி உழுகிறார். துவாரகையின் அதிபதியான கிருஷ்ணர் தருமரின் யாகத்தில் விருந்தினர் சாப்பிட்ட எச்சில் இலைகளையெல்லாம் எடுத்துப் போட்டு நீர் தெளித்து பெருக்கி சுத்தம் செய்கிறார்.

78

சொர்க்கத்தின் காவலன்

நீரினும் மெல்லியது எதுவும் இல்லை
அசைக்க முடியாததை ஆட வைப்பதில்
ஊரில் அதற்கிணை எதுவும் இல்லை
வலிமையை மென்மை வெல்கிறது இங்கே.
மெலிந்தது திட்பத்தை வென்று நிற்கும்
பலவீனம் பலத்தை வீழ்த்தி நிற்கும்
உலகில் வெரும் உணர்வ தில்லை
உணர்ந்த வர்கள் உபயோகிப்பதில்லை
ஞானியர் உரைக்கும் நன்மொழி இவையே
நாட்டின் துயரை தன்துயர் என்போர்
மானிடர் குறையை தான் ஏற் றிடுவோர்
நாநில நாயக ராய் விளங் கிடுவர்
இயற்கை தந்த முரண்பாடு இது
இவர்கள் வார்த்தையின் வெளிப்பாடு.

ஞானி லா வோ த்ஸூ பல இடங்களில் தண்ணீரை உதாரணம் காட்டுகிறார். ஏனெனில் இயற்கையின் படைப்பில் அற்புதமானது தண்ணீர். நீருக்கென்று தனி நிறம் இல்லை. தனி வடிவம் இல்லை. சேரும் இடத்தின் நிறத்தை வடிவத்தை அது பெறுகிறது.

ஞானிகளும் தமக்கென தனி குணங்களோ, சட்டதிட்டங்களோ வைத்திருப்பதில்லை. நீர் மென்மையானது. எல்லா அழுக்குக்களையும் கரைத்துக் கொண்டு ஓடும். ஞானியரும் அப்படியே. அவர்கள் மென்மையானவர்கள். அதேசமயம் எல்லா அழுக்குகளையும், அவலங்களையும் துடைக்கக் கூடியவர்கள்.

சுவரில் கை வைத்து அழுத்துங்கள். பாறை மீது காலை வைத்து அழுத்துங்கள். அவை எதிர்த்து நிற்கும். தண்ணீரில் காலை வையுங்கள். அது உள்ளே வாங்கிக் கொள்ளும். விளைவு...? நீங்கள்தான் அதன் உள்ளே விழுவீர்கள்.

இயற்கையின் முரண்பாடான உண்மை இது. மெலிந்தது பலமானதை வெல்லும். சின்னஞ்சிறிய அணுவில்தான் மிகப் பெரிய ஆற்றல் மறைந்துள்ளது.

ஞானிகள் கூறுகின்றனர்: "உலகின் துயரை தன் துயராகக் கருதுபவர்களை உலகம் தேவதையாக எண்ணி வணங்கும்."

உலகின் துன்பங்களுக்கு மூலத்தைத் தேடிய புத்தரை உலகம் கொண்டாடுகிறது. "என் ரத்தத்தின் நிமித்தம் உங்கள் பாவங்களை சுத்திகரிப்பேன்" என்று சொன்ன ஏசுவை உலகம் ரட்சகர் என்று கொண்டாடுகிறது.

புத்தர் ஞானம் பெற்ற பின் மேல் உலகம் சென்றார். சுவர்க்கத்தின் கதவுகள் விரியத் திறந்தன. தேவர்கள் அவரை எதிர் கொண்டனர். "இதுவரை இதன் கதவுகள் திறந்ததே இல்லை. இப்போதுதான் முதன் முறையாக திறந்துள்ளன உங்களுக்காக... சீக்கிரம் வாருங்கள்."

நமக்காக சுவர்க்கக் கதவுகள் திறந்துள்ளன. நாம் உள்ளே போனால் அவை மூடிக் கொண்டு விடும் என்றுணர்ந்த புத்தர் கதவருகிலேயே நின்று விடுகிறார். உலகின் கடைசி மனிதன் உள்ளே செல்லும்வரை தாம் அதன் உள்ளே நுழைவதில்லை என்ற உறுதியுடன்.

'எல்லா இந்தியர்களும் என்று சட்டை அணிகிறார்களோ அன்றுதான் நானும் சட்டை அணிவேன்' என்ற காந்திஜி மனிதகுல மகாத்மாகவே கொண்டாடப்படுகிறார்.

79
நீறு பூத்த நெருப்பு

ஆழ்ந்த வெறுப்பு தீர்ந்த பின்பும்
எச்சம் அங்கே மிச்சம் இருக்கும்.
சூழ்ந்த புகையாய் மண்டும் இதனை
நீக்கிட ஞானியர் செய்யும் வழி இது.
தன் கடமைகளை நிறைவேற் றிடுவார்
நலனுள் ளோர்க்கு கடமையில் கவனம்
உன் கடமைகளை தான் வலி யுறுத்தார்
நலனற் றோர்க்கு உரிமையில் கவனம்.
இயற்கையின் நீதியில் முன்னுரிமை களில்லை
இயல்பினில் நல்லோர்கேது துணை செய்யும்.

ஒரு வெற்றியால் ஏற்படும் சந்தோஷம் அதிக நேரம் நீடிப்பதில்லை. ஆனால், ஒரு தோல்வியால் ஏற்படும் வாட்டம், ஒரு அவமானத்தால் ஏற்படும் குரோதம் இவை மனதில் நெடுநாள் இருக்கும்.

அதிலும் சொற்கள் விளைவிக்கும் காயம் பலமானது. ஆறு அங்குல நீளமே உள்ள நாக்கு ஆறடி மனிதனையும் வீழ்த்தக்கூடியது. அதனால்தான் இரண்டு கைகள், இரண்டு கால்கள், இரண்டு கண்கள், இரண்டு காதுகள் என்று எல்லாவற்றையும் இரண்டிரண்டாகப் படைத்த இறைவன் நாக்கை மட்டும் ஒன்றே ஒன்று தான் படைத்துள்ளான்.

'தீயினால் சுட்டபுண் உள்ளாறும் ஆறாதே
நாவினால் சுட்ட வடு'

-என்கிறார் வள்ளுவர்.

ஆழமான வெறுப்பு மனதிலிருந்து நீங்கி விட்டாலும், அதன் மிச்சம் மனிதனின் ஒரு மூலையில் இருக்கவே செய்யும். நீறுபூத்த நெருப்பாய் கனன்று கொண்டிருக்கும் இதனை கொஞ்சம் ஊதி விட்டாலும் பகைமை கொழுந்து விட்டு எரிய ஆரம்பித்து விடும். இதுவே இனப்பகை, ஊர்ப்பகை, பரம்பரைப் பகை என்றெல்லாம் தொடர்ந்து எண்ணற்ற வன்செயல்களின் அடிப்படை ஆகிவிடும்.

மனதில் இத்தகைய மாசுகள் தங்காமல் இருக்க ஞானியர் தமது கடமைகளை முனைந்து செய்வார்கள். பிறரது கடமைகளை வலியுறுத்த மாட்டார்கள். பெரும்பாலும் கடமையே கண்ணாக இருப்பார்கள். இவர்கள் உரிமைகளில் நாட்டம் கொள்ளார். உரிமைகளுக்காகக் கூக்குரல் இடுவோர் கடமைகளில் ஆர்வம் இல்லாதவர்களாகவே இருப்பார்கள்.

இயற்கையின் நீதியை சுவர்க்கத்தின் சட்டதிட்டங்கள் என்கின்றனர். அதில் முன்னுரிமைகள் என்று எதுவும் அளிக்கப்படுவதில்லை.

அர்ஜுனனுக்கு கீதோபதேசம் செய்த கிருஷ்ணர் கூறுகிறார்.

"கடமையை செய்வதற்கு மட்டுமே உனக்கு உரிமை உண்டு. அதன் பலன்களில் இல்லை."

விருப்பு, வெறுப்பற்று தனது கடமைகளைப் புரிகிறவனை கர்மவினைகள் சார்வது இல்லை.

"அர்ஜுனா! மூன்று உலகங்களிலும் என்னால் அடைய முடியாதது எதுவும் இல்லை. ஆனால், நான் எவற்றின் மீதும் பற்று வைத்ததே இல்லை.

எனக்கென்று தனிப்பட்ட இச்சைகள் ஏதும் இல்லை. எனினும் ஒருபோதும் நான் கடமை ஆற்றாமல் இருப்பதே இல்லை.

பலன்களின்மீது பற்றற்று தனது கடமைகளில் நிலைபெறுபவன் இறுதியில் என்னில் நிலைபெறுகிறான்'' என்கிறான் கீதையில் கண்ணன்.

எல்லா காலத்துக்கும், சகல மனிதர்களுக்கும் பொருந்தும் போதனை இது. சீன ஞானி லா வோத் ஸுவும் இதே கருத்தைத்தான் இந்த இடத்தில் வலியுறுத்துகிறார்.

"நலனுள்ளோர்க்கு சுமைகளில் அக்கறை. நலன் அற்றவர்களுக்கோ உரிமைகளில் அக்கறை" என்ற வார்த்தைகள் நுட்பமான பொருள் பொதிந்த ஆழ்ந்த சொற்கள் ஆகும்.

80

கற்பக மரம்

உன்னத தேசம் சிறியது தான்
மக்கள் தொகையும் மிகக் குறைவு.
தன்னல மற்ற அரச ஊழியர்
தான் அங்கே இருக்கின்றனர்.
உண்டு அங்கும் சாவின் துயரம்
எனினும் விலகி ஓட மாட்டார்
வண்டிகள், படகுகள் நிரம்ப உண்டு
வெரும் பயணம் செய்வதில்லை
வேலும், வாளும் நிரம்ப உண்டு
வீசும் வாய்ப்பே இருப்பதில்லை
நாலும் தெரிந்து கணக்கிட்டு
நெஞ்சில் கவனம் வைத்திருப்பர்.
ஆனந்தமாக உணவு உண்பார்
அழகாய் உடைகள் உடுத்திடுவார்
தானந் தருமம், சடங்கு களோடு
தானும் மகிழ்வொடு வாழ்ந்திடுவார்.
நாயின் குரைப்பொலி கேட்கும் தொலைவில்
அடுத்த தேசம் அமைந்திருக்கும்
ஆயினும் சென்று பார்த்திடாமல்
அழகாய் இங்கே இருந்திடுவர்.

சுவர்க்க பூமி எப்படி இருக்கும்?

மன்னன் கேட்டதற்கு குரு சொன்னார்: "உன்னிடம் இல்லாதது அங்கு இருக்கும்."

உண்மையில் பார்க்கப் போனால் சுவர்க்கம் என்று கூறப்படுபவை எல்லாம் நமது நிறைவேறாத ஆசைகளின் பிரதிபலிப்பே. மனிதனுக்கு பறக்க ஆசை. அதனால் சொர்க்கத்தில் தேவதைகள் முதுகில் இறக்கை யுடன் இருப்பார்கள் என்று கூறப்பட்டது. நம் நாடு வெப்ப நாடு. ஆகவே, சொர்க்கம் குளு குளுவென்று இருக்கும் என்றனர். திபேத்தி யர்கள் பனிமலை மீது வசிப்பவர்கள். வருடம் பூராவும் அவர்களுக்குக் குளிர்தான். அவர்களது சொர்க்கம் கணகணவென்று இருக்குமாம்.

நாள் முழுவதும் வேலை, வேலை என்று ஒரு சாண் வயிற்றுக் காகப் பாடுபட்டுப் பிழைக்கும் ஏழை மக்களின் சொர்க்கத்தில் பசி, தாகம் எதுவும் எடுக்காது. அங்கு கற்பக மரம் இருக்கும். அது கேட்டதையெல்லாம் தரும். அங்கே கின்னரர் யாழ் வாசிப்பர். கிம்புருடர் கானம் பாடுவர். அப்ஸர மங்கையர் ஆடுவர். அங்கே அமுதம் குடித்துக் கொண்டு ஆனந்தமாக இருக்கலாம்.

ஆக குரு சொன்னது சரியே. உன்னிடம் எது இல்லையோ அது அங்கு இருக்கும். தூரத்துப் பச்சை கண்ணுக்குக் குளிர்ச்சி என்பதுபோல் இதமான கற்பனைகளில் அன்றாடத் துயரங்களை நாம் மறக்கிறோம்.

அப்படியானால் உண்மையான சொர்க்கம் எது?

எங்கே நிம்மதி இருக்கிறதோ அதுதான் நிஜமான சொர்க்கம். எல்லா மனிதனுமே எங்கே நிம்மதி என்றுதான் தேடுகின்றான். தொடுவானம் போல் அதுவும் விலகிச் சென்று கொண்டே இருக்கிறது.

ஒரு நாட்டின் பரப்பளவோ, மக்கள் தொகையோ அதன் நிம்மதிக்குக் காரணமாகி விடாது. சீன ஞானி லா வோ த்ஸூ கூறுகிறார். தேசம் சிறியதுதான். மக்கள் தொகையும் குறைவுதான் என்று. ஆனால், எப்படிப்பட்ட தேசம்? எத்தகைய மக்கள்?

அங்கே அதிகாரம் உண்டு. ஆனால், அதிகாரிகள் அதைப் பிரயோகிக்க மாட்டார்கள். அங்கே ஆயுதங்கள் உண்டு. ஆனால், செலுத்தும் எண்ணம் எவருக்கும் இல்லை. அங்கு மரணம் உண்டு. ஆனால், எவரும் சாவை எண்ணி நடுங்க மாட்டார். வாழ்வோடு இணைந்தது சாவு என்பதை அவர்கள் நன்கு அறிவார்கள்.

அங்கு படகுகள் உண்டு. ரதங்கள் உண்டு. ஆனால், கிளம்பிப் போகவே எவருக்கும் தோன்றாது. சந்தோஷமாக உண்கிறார்கள். விருப்பப்படி உடுத்துகிறார்கள். சடங்கு, சம்பிரதாயங்களைப் போற்றிக் கொண்டாடுவதும் இல்லை. தூற்றி விலக்குவதும் இல்லை. அவற்றை யும் சேர்த்துக் கொண்டு ஒட்டாமல், விலகாமல் ரசித்தபடி மகிழ்ந்து வாழ்வார்கள்.

நாய் குரைத்தால் கேட்கும் தூரத்தில் அடுத்த தேசம் இருக்கும். எனினும் அங்கு பயணப்பட எவருக்கும் தோன்றாது.

ஏறக்குறைய இந்தியாவின் ஜீவன் கிராமங்களில்தான் உள்ளது என்ற காந்தியடிகளின் கருத்தையே பிரதிபலிக்கிறது இந்தப் பாடல்.

நமது மூதாதையரின் அற்புத வாழ்வைப் பிரதிபலிக்கிறது என்றும் கூறலாம். எந்தையும் தாயும் மகிழ்ந்து குலாவி இருந்ததும் இந்நாடே என்ற பாரதியின் பெருமையையும் இதில் காணலாம்.

மனிதனின் கவலைகளால் தலைமுடி நரைக்கும் என்று கூறுவார் கள். சங்கப்புலவர் சாத்தனார்தான் அந்த ஊரிலுள்ளவர் களிலேயே மிகவும் வயதானவர். அவரிடம் கேட்கிறார்கள் எல்லோ ரும், ''எப்படி இன்னும் உங்கள் தலையிலுள்ள ஒரு முடி கூட நரைக்கவில்லை'' என்று.

அவர் கூறுகிறார்:

"என் மனைவி இனிய இல்லறம் நடத்துகிறாள். என் மக்கள் அன்பும், பாசமும் கொண்டவர்கள். எங்கள் அரசன் முறையாக நீதி செலுத்தி ஆட்சி நடத்துகிறான். ஊர் பஞ்சம் இன்றி வளமாக இருக்கிறது? அறிவும், சான்றாண்மையும் நிரம்பிய பெரியோர் எங்கள் ஊரில் ஏராளமாக உள்ளனர்.

என்ன கவலை எனக்கு? ஆகவேதான் என் தலை நரைக்க வில்லை."

இத்தகைய அற்புதமான பொருள் பொதிந்த புறநானூற்றுப் பாடல் இதுதான்.

"யாண்டு பலவாக நரையில வாகுதல்
யாங்காகியர்? என வினவுதிராயின்
மாண்டவென் மனைவியொடு மக்களும் நிரம்பினர்
யான் கண்டனையர் என் இளையரும்
வேந்தனும் அல்லவை செய்யான் காக்கும் - அதன்தலை
ஆன்றவிந்தடங்கிய கொள்கைச்
சான்றோர் பலர் யான் வாழும் ஊரே"

இப்போதும் கிராமப்புறங்களில் மக்கள் முதுமையினால்தான் இறக்கின்றனர். டென்ஷன், இரத்த அழுத்தம், மனச்சோர்வு, இறுக்கம், நரம்புத் தளர்வு போன்றவை அவர்கள் அறியாதவை. பட்டணங்களில் இவை பெரும்பாலோர்க்கு குறிப்பாக பெரும் தனவந்தர்களுக்கு அதிக அளவில் இருக்கும்.

வாழ்க்கையை அதன் போக்கில் இயல்பாக விட்டாலே அது சுவர்க்கமாகி விடும். ஆனால் அவற்றை நரகமாக்குவது நாம்தான்.

81
உண்மையின் அடையாளம்

உண்மையான சொற்களில் இனிமை இல்லை.
இனிமையான சொற்களில் உண்மை இல்லை
நன்மைகள் புரிவோர் இறும்பூ தெய்தார்
இறும்பூ துடையோர் நல்லவர் இல்லை
கற்றவர் என்றும் ஞானியர் இல்லை
ஞானியர் என்றும் கற்றவரில்லை
பெற்றதை ஞானியர் பதுக்கி வையார்
சுரப்பதை இறைப்பார் இறைத்தது சுரக்கும்
விண்ணகத்து ஞானம் தீங்கிழைக் காது
விரும்பிய அளவு பெருநலன் புரியும்
மண்ணகத்து ஞானி பிரயத்தனம் செய்யார்
மாபெரும் செயல்களை சாதித் திடுவார்

'சிரித்த முகம், தேனூறும் சொல், விஷ நெஞ்சம், இம்மூன்றும் அயோக்கியனின் இலக்கணங்கள்' என்கின்றன மறைநூல்கள்.

'உண்மையான சொற்கள் இனிமையாக இராது. இனிமையான சொற்களில் உண்மை இராது' என்கிறார் சீன ஞானி.

சகுனியின் சொற்களில் இனிமை இருந்தது.பீஷ்மரும், விதுரரும் சொன்னவற்றில் உண்மை இருந்தது.

உங்களது பிரியத்துக்கு உகந்தவனான அங்க மன்னன் கர்ணனை நான் அதிரதர்களின் கணக்கில் சேர்க்க மாட்டேன். இவன் தன் பிறவி சம்பந்தமான கவச குண்டலங்களை இழந்து விட்டான். பரசுராமரின் சாபத்தால் யுத்தத்தின்போது தன் நினைவை இழந்து பரிதவிப்பான். அர்ஜுனனுடன் செய்யப்போகும் யுத்தத்தில் இவன் திரும்பி வரமாட்டான்.

பீஷ்மர் சொன்ன இந்த சொற்கள் கர்ணன், சகுனி, துரியோதனன், துச்சாதனன் அனைவரின் கோபத்தையும் தூண்டியது. ஆனால் 17-ஆம் நாள் கர்ணன்-அருச்சுனனிடையே நடைபெற்ற போர் அவரது சொற்களை உண்மை என நிரூபித்தது.

நன்மை புரிவோர் தற்பெருமை கொள்வதில்லை. தற்பெருமை உடையோர் நல்லவர் இல்லை. லா வோ த்ஸு சொன்ன வாக்கியங்கள் இவை.

இதற்கு சாட்சியே வேண்டாம். இந்தியாவிற்கு எண்ணற்ற நன்மைகள் புரிந்த தியாகிகள் அவற்றை ஒருபோதும் சொல்லிக் கொண்டதில்லை. இன்றைய அரசியல்வாதிகள் 10 ரூபாய் கொடுப்பதற்கு 10 ஆயிரம் ரூபாயில் விழா எடுத்து தெருத்தெருவாக சுவரொட்டிகள் ஒட்டுகின்றனர்.

ஞானிகள் படித்தவர்களில்லை. படித்தவர்கள் ஞானியரில்லை என்கிறார் சீன ஞானி.

அக்காலத்திய ஏசு, நபி முதல் சமீபத்திய ராமகிருஷ்ண பரமஹம்சர் வரை ஞானியர் பலரும் கல்வி அறிவு இல்லாதவர்கள்தான். ஆனால், இவர்கள் ஞானிகள் எனப்பட்டனர். படிப்பு வேறு, ஞானம் வேறு என்பதை உணர்த்தியவர்கள் இவர்கள். படிப்பு கடந்த காலத்தைக் கூறும். ஞானம் எதிர்காலத்தையும் உணர்ந்து கொள்ளும். படிப்பு கர்வம் தரும். ஞானம் அடக்கம் கொள்ளும். படிப்பு ஆளுமை

செய்யும். ஞானம் அன்பு செலுத்தும். படிப்பு ஆரவாரம் தரும். ஞானம் அமைதியுடன் இருக்கும்.

ஞானியர் எதையும் தமதென்று பதுக்கி வைப்பதில்லை. இருப்பதை அளிக்கிறார். அதனாலேயே அது மீண்டும் நிரம்பும்.

ஞானியர் எதையும் வேண்டி பிரயத்தனம் செய்வதில்லை. உன்னைவிட உனக்கு எது தேவை என்று உன்னைப் படைத்தவன் நன்கறிவான். உணவு என்ற ஒன்று உலகில் இல்லையேல் உனக்குப் பசி என்பதே தோன்றாது. உனக்குப் பசி உண்டு எனில் அதற்கேற்ற உணவும் உண்டு. ஒன்று நீ அதைத் தேடிச் செல்வாய். அல்லது அது உன்னிடம் வரும்.

மகமது மலையிடம் போகாவிட்டால் மலை மகமதுவிடம் போகும் என்பது பழமொழி.

'இட்டமுடன் என் தலையில் இன்னபடி என்றெழுதி விட்ட சிவனும் செத்துவிட்டானோ?' என்று பாடுகிறார் ஔவையார்.

ஞானம் தீங்கிழைப்பதில்லை. நன்மை புரியும் என்கிறார் லா வோ த்ஸு.

'எதை நினைக்கிறாயோ அதுவாகவே ஆகிறாய்' என்கிறார் கிருஷ்ணர்.

துரியோதனன் சபையில் கிருஷ்ணரின் சமாதானத்தை ஏற்க மறுத்த துரியோதனன் அவரை அவமானப்படுத்த எண்ணி வீரர்களை ஏவி அவரைக் கைது செய்ய முற்படுகிறான். கிருஷ்ணர் சிரித்தபடியே தமது விசுவரூபத்தைக் காட்டுகிறார். அனைவரும் கண்கள் கூச முகத்தை மூடிக் கொள்கின்றனர்.

அந்த ஞானியால் பிறவிக் குருடனான திருதராஷ்டிரனுக்கும் பார்வை வருகிறது. அவரது திவ்ய வடிவத்தை கண்டவன் கண்மூடி, "இறைவா! உன் ரூபத்தை கண்ட கண்களால் வேறு எதையும் காண விரும்பவில்லை. என்னைப் பழையபடி குருடனாக்கி விடு" என்று வேண்டி அவ்வாறே வரம் பெற்றானாம்.

ஞானம் என்பது உணர்தல். எங்கும் இருத்தலை, என்றும் இருத்தலை உணர்தல். அவ்வாறு உணர்ந்தவர்களே ஞானிகள்.

புத்தரைப்போல், மகாவீரரைப்போல் ஞானநிலையை எட்டியவர் சீன ஞானி லா வோ த்ஸு. அவர் தமது தள்ளாத வயதில் நகரை விட்டு

வனம் நோக்கிக் கிளம்புகிறார். பலரும் வற்புறுத்தியும் அவர் தமது முடிவை மாற்றிக் கொள்ளவில்லை. கடைசியாக வருத்தத்துடன் அவர் பெற்ற ஞானத்தைப் பற்றி மக்களுக்கு எடுத்துரைக்குமாறு வேண்டிக் கொண்டனர். அதன்படி அவர் பாடியவைதான் மேற்கண்ட 81 பாடல்களும்.

இப்பாடல்களுக்கு எத்தனையோ மொழிகளில் மொழி பெயர்ப்புக்கள் வந்துவிட்டன. எத்தனையோ விதமான விளக்கங் களும் தரப்பட்டு விட்டன. எல்லாம் மாயை என்ற பொருளில் சிலர்; இருப்பதுதான் உண்மை என்ற பொருளில் சிலர். நாத்திகவாதம், மனித முயற்சி, முயற்சிக்கு அப்பாற்பட்டது, இப்படி எல்லா விளக்கங்களும் வந்துவிட்டன.

அனைத்து விளக்கங்களையும் ஏற்றுக் கொண்டு அனைத்திற்கும் அப்பாற்பட்டு அவரது பாடல்கள் இன்றும் நிலைத்து நிற்கின்றன.

☐ குருஜி வாசுதேவின் பிறநூல்கள்

ஜென் தத்துவக் கதைகள்

மாறுபட்டு சிந்தியுங்கள்

சூட்சுமத்தை உணர்த்தும் சூஃபி கதைகள்

மன அமைதிக்குச் சில எளிய வழிகள்